ಅರ್ಪಣೆ

ಸ್ಫೂರ್ತಿ ಮತ್ತು ನೈತಿಕತೆಯ ಬೆಳಕಿಂಡಿಗಳಾದ
ನನ್ನ ತಂದೆ ಮತ್ತು ತಾಯಿಗೆ

ಕೃತಜ್ಞತೆಗಳು

ಈ ಪುಸ್ತಕ ನನ್ನ ನನಸಾದ ಕನಸು. ಓದುಗರಿಗೆ ಸೂಕ್ತವಾಗುವಂತೆ ಪುಸ್ತಕ ಹೊರಹೊಮ್ಮಲು ನೆರವಾದ ಎಲ್ಲರಿಗೂ ನನ್ನ ನೆನಕೆಗಳು. ಅದರಲ್ಲೂ, ನನ್ನ ತಂದೆ ಮತ್ತು ತಾಯಿಗೆ ಸೋದರರು, ಮೈದುನರು, ಪತ್ನಿ, ಪುತ್ರ ಆರ್ಯನ್‌ಗೆ ನಾನು ಆಭಾರಿ.

ನನ್ನ ಹಿರಿಯ ಸಹೋದ್ಯೋಗಿ ಜಿ.ಎಸ್.ಬೈನ್ಸ್, ಮುಖ್ಯ ನಿರ್ವಾಹಕ, ಪಿಎಸ್‌ಡಬ್ಲ್ಯುಸಿ ನಿರಂತರವಾಗಿ ನೆರವಾಗಿದ್ದಾರೆ. ರಾಮ್ ಅವ್‌ತಾರ್ ಗುಪ್ತಾ ಮತ್ತು ಸೂಕ್ತ ಚಿತ್ರಗಳನ್ನು ಬಿಡಿಸಿದ ಎಸ್.ಕೆ.ರಾಯ್ ಮತ್ತು ಮುದ್ರಣ ಕಾರ್ಯದಲ್ಲಿ ನೆರವಾದ ಎಲ್ಲರನ್ನೂ ನೆನೆಯುತ್ತೇನೆ.

ಮ್ಯಾನೇಜ್‌ಮೆಂಟ್ ಗುರು ವಾಲ್ಟರ್ ವಿಯೇರಾ ಪ್ರತಿ ಕತೆಯ ಅಂತ್ಯದಲ್ಲಿನ ನುಡಿಮುತ್ತುಗಳನ್ನು ಆಯ್ಕೆ ಮಾಡುವಲ್ಲಿ ಸಹಾಯ ಮಾಡಿದ್ದಾರೆ. ಅವರಿಗೆ ಮತ್ತು ಪುಸ್ತಕದ ಪ್ರಕಟನೆಯಲ್ಲಿ ಪರೋಕ್ಷ-ಅಪರೋಕ್ಷವಾಗಿ ನೆರವಾದ ಎಲ್ಲರಿಗೂ ಧನ್ಯವಾದಗಳನ್ನು ಸಲ್ಲಿಸುತ್ತೇನೆ.

ವಿಶಾಲ್ ಗೋಯಲ್

ಚಂಡೀಗಢ, ಫೆಬ್ರವರಿ 1,2011

ಪ್ರವೇಶ

ಈ ಪುಸ್ತಕದಲ್ಲಿನ ಕೆಲವು ಆಯ್ದ ಕತೆಗಳು ದೊರೆ ಕೃಷ್ಣದೇವರಾಯ ಹಾಗೂ ತೆನಾಲಿ ರಾಮಕೃಷ್ಣನ ನಡುವಿನ ಸಹಚರ್ಯ, ಸೌಹಾರ್ದ ಮತ್ತು ಸ್ನೇಹ ಕುರಿತಾದವು. ಇವು ಸಲಹೆ, ಉತ್ತೇಜನ, ಸ್ಫೂರ್ತಿ, ಮನರಂಜನೆ ಜತೆಗೆ, ಬುದ್ಧಿಶಕ್ತಿ, ಸಮಯಸ್ಫೂರ್ತಿ ಮತ್ತು ಸೂಕ್ತ ಕಾರ್ಯನೀತಿ ಹೇಗಿರಬೇಕು ಎಂಬುದನ್ನು ಪ್ರತಿನಿತ್ಯದ ಬದುಕಿಗೆ ಉಪಯುಕ್ತವಾಗ ಬಲ್ಲ ರೀತಿಯಲ್ಲಿ ಹಾಸ್ಯ-ವಿವೇಕಪೂರ್ಣವಾಗಿ ವಿವರಿಸುತ್ತವೆ. ಜತೆಗೆ, ಪ್ರತಿ ಕತೆಯೂ ತೆನಾಲಿ ರಾಮನ ಚಾಣಾಕ್ಷತೆಯನ್ನು ಎತ್ತಿತೋರಿಸುತ್ತದಲ್ಲದೆ, ಅದರಲ್ಲಿನ ಗೂಡಾರ್ಥವು ವ್ಯಕ್ತಿಯ ವೈಯಕ್ತಿಕ ಬೆಳವಣಿಗೆ ಹಾಗೂ ಅಭಿವೃದ್ಧಿಗೆ ಸಹಕಾರಿ ಆಗಲಿದೆ.

ತೆನಾಲಿ ರಾಮನಂತ ಭವ್ಯ ವ್ಯಕ್ತಿಯ ಕುರಿತು ಕೆಲ ಮಾತುಗಳಲ್ಲಿ ವಿವರಿಸುವುದು ಅಸಾಧ್ಯವಾದರೂ, ಚುಟುಕಾಗಿ ಆತನ ವ್ಯಕ್ತಿತ್ವ, ಸ್ವಭಾವ, ಗುಣಲಕ್ಷಣವನ್ನು ವಿವರಿಸಲು ಯತ್ನಿಸಲಾಗಿದೆ. ಆತನ ಬದುಕು ಅನುಕರಣೀಯವಾದದ್ದು.

ವೈಯಕ್ತಿಕ ವಿಷಯ

ಹೆಸರು : ಗಾರ್ಲಪಟಿ ತೆನಾಲಿ ರಾಮಕೃಷ್ಣ. ಜನಪ್ರಿಯ ಹೆಸರು-ತೆನಾಲಿ ರಾಮ/ತೆನಾಲಿ ರಾಮಲಿಂಗ.

ಕೌಟುಂಬಿಕ ಹಿನ್ನೆಲೆ : 16ನೇ ಶತಮಾನದಲ್ಲಿದ್ದ ಬ್ರಾಹ್ಮಣ ಜಾತಿಯ, ಕರಾವಳಿ ತೀರದ ನಗರ ತೆನಾಲಿಯ ಸಮೀಪದ ತುಮುಲೂರು ಗ್ರಾಮದ ನಿವಾಸಿ.

ವೃತ್ತಿ :

ಕೃಷ್ಣದೇವರಾಯನ ಆಸ್ಥಾನದಲ್ಲಿದ್ದ ಅಷ್ಟ ದಿಗ್ಗಜಗಳ ಪೈಕಿ ಒಬ್ಬ. ತುಳುವ

ಶ್ರೀಕೃಷ್ಣದೇವರಾಯ (1509-1529), ಕೃಷ್ಣರಾಯ, ಕನ್ನಡ ರಾಜ್ಯ ರಮಾರಮಣ, ಮೂರು ರಾಯರ ಗಂಡ, ಆಂಧ್ರ ಭೋಜನೆಂದು ಖ್ಯಾತಿಗಳಿಸಿದ್ದ. ವಿಜಯನಗರ ಸಾಮ್ರಾಜ್ಯದ ಸಾಮ್ರಾಟ. ಈತನ ಕಾಲವನ್ನು 'ಸುವರ್ಣಯುಗ' ಎನ್ನಲಾಗುತ್ತದೆ.

ಗುಣಧರ್ಮ : ಮರಾಠಿ, ತಮಿಳು, ಕನ್ನಡ, ತೆಲುಗು, ಸಂಸ್ಕೃತ ಸೇರಿದಂತೆ ಹಲವು ಭಾಷಾ ಕೋವಿದ. ಸ್ವಯಂ ಸ್ಫೂರ್ತಿ, ಹಾಸ್ಯಪ್ರವೃತ್ತಿ, ಜಾಣತನ, ವಿವೇಕಿ. ಕವಿ, ಕೃಷ್ಣದೇವರಾಯನ ಸಲಹೆಗಾರ.

ವಿಶಿಷ್ಟ ಕೌಶಲ

ತೆನಾಲಿ ರಾಮ ಯಶಸ್ಸು ಮತ್ತು ಗೆಲುವು ಸಾಧಿಸಲು ಅಗತ್ಯವಾದ ಸ್ಪರ್ಧಾತ್ಮಕ ಗುಣಗಳನ್ನು (ಸಿಎಸ್‌ಎಫ್-ಕ್ರಿಟಿಕಲ್ ಸಕ್ಸಸ್ ಫ್ಯಾಕ್ಟರ್)ಗಳನ್ನು ಹೊಂದಿದ್ದ. ಆಸ್ಥಾನದ ಒಳಗೆ ಮತ್ತು ಹೊರಗೆ 'ಫ್ಯಾಕ್ಟ್ಸ್' ಕಾರ್ಯನೀತಿ ಅಳವಡಿಸಿಕೊಂಡಿದ್ದ.

ಫೇರ್‌ನೆಸ್ (ಎಫ್) - ಉನ್ನತ ಸಾಧನೆಗೆ ಬೇಕಾದ ನ್ಯಾಯಪರತೆ

ಅಪ್ರೋಪಿಯೇಟ್‌ನೆಸ್ (ಎ) - ಜ್ಞಾನ ಹೆಚ್ಚಳಕ್ಕೆ ಅಗತ್ಯ ಕಲಿಕೆ

ಕನಿಸ್ಟೆನ್ಸಿ(ಸಿ) - ಆಲೋಚನೆ-ಕ್ರಿಯೆಯಲ್ಲಿ ದೃಢತೆ

ಟೈಮ್‌ಲಿನೆಸ್ (ಟಿ) - ಸಮಯಪ್ರಜ್ಞೆ

ಸಿನ್ಸಿಯಾರಿಟಿ (ಎಸ್) - ರಾಜ್ಯ-ದೊರೆಗೆ ನಿರ್ವಾಜ್ಯ ನಿಷ್ಠೆ.

ಕೃತಿ ರಚನೆ

ಉಧ್ಭಟಾರಾಧ್ಯ ಚರಿತ್ರಮು (ಉದ್ಭಟ್ಟನ ಕತೆ ಆಧಾರಿತ), ಪಾಂಡುರಂಗ ಮಹಾತ್ಮಮು (ಪಂಚಕಾವ್ಯಗಳಲ್ಲಿ ಒಂದು), ಘಟಿಕಾಚಲ ಮಹಾತ್ಮಮು (ವೆಲ್ಲೂರು ಬಳಿಯ ಘಟಿಕಾಚಲದ ಸ್ಥಳ ಚರಿತ್ರೆ, ನರಸಿಂಹ ದೇವರ ಸ್ಥಳ)

ಬಿರುದುಗಳು

ತನ್ನ ಹಾಸ್ಯಪ್ರಜ್ಞೆ ಮತ್ತು ತೀಕ್ಷ್ಣಮತಿಯಿಂದಾಗಿ ತೆನಾಲಿ ರಾಮ ಅಸಂಖ್ಯಾತ ಬಾರಿ ಕೃಷ್ಣದೇವರಾಯನ ಘನತೆಯನ್ನು ಕಾಪಾಡಿದ್ದಾನೆ. ಹೀಗಾಗಿ ಆತನಿಗೆ ವಿಕಟ ಕವಿ, ಕುಮಾರ ಭಾರತಿ, ಆಂಧ್ರಪಾರಿಸ್ ಎಂಬ ಹೆಸರು ಇದ್ದಿತ್ತು.

ತೆನಾಲಿ ರಾಮನನ್ನು 'ಗುರುಗಳ ಗುರು' ಎನ್ನಬಹುದೇನೋ? ಜಾನ್‌ಎಫ್. ಕೆನೆಡಿ ಹೇಳಿದ ಮಾತು ಇಲ್ಲಿ ಉಲ್ಲೇಖನಕ್ಕೆ ಅರ್ಹ, 'ಮನುಷ್ಯ ಅತಿ ವಿಶಿಷ್ಟವಾದ ಕಂಪ್ಯೂಟರ್ ಇದ್ದಂತೆ'.

ಪರಿವಿಡಿ

1. ಸೂರ್ಯಾಸ್ತ / 13
2. ಬಾಲ ಪ್ರತಿಭೆ / 16
3. ದೊರೆಯೊಡನೆ ಮುಖಾಮುಖಿ/18
4. ಕೊನೆಯ ಒಗಟು / 21
5. ಯುಕ್ತ ಆಹಾರ / 23
6. ಹೊಟ್ಟೆಕಿಚ್ಚು / 25
7. ಕಳ್ಳ ಸಾಧು / 27
8. ವಯಸ್ಸಿನ ಲೆಕ್ಕ / 29
9. ಕಾಟ ನಿಂತಿತು / 32
10. ಜುಗ್ಗನ ಮನೆ / 35
11. ಕಳ್ಳನ ಮನಸ್ಸು / 37
12. ನೀರಿನ ಮಹಿಮೆ / 40
13. ಮೋಸದಿಂದ ಅಪಾಯ / 42
14. ದುರಾಸೆಯ ಫಲ / 45
15. ಒಗ್ಗಟ್ಟಿನ ಫಲ / 48
16. ನಾಪತ್ತೆಯಾದ ಗಂಟು / 50
17. ಪ್ರಜೆಯಿಂದಲೇ ಸಮೃದ್ಧಿ / 52
18. ನಾಪತ್ತೆಯಾದ ಒಂಟೆ / 56
19. ಅಮರತ್ವದ ಹಣ್ಣು / 58
20. ಗರ್ವಭಂಗ / 60
21. ದುಷ್ಟತನದಿಂದ ಲಾಭವಿಲ್ಲ / 63
22. ಸ್ವಾತಂತ್ರ್ಯದ ಮಹತ್ವ / 66
23. ಕನಸು ನಿಜವಲ್ಲ / 69
24. ಕಣ್ಣು ತೆರೆಸಿದ ಭೀತಿ / 72
25. ಮಾರಾಟ ತಂತ್ರ / 75
26. ಹಣ್ಣಿನ ಆಸೆ / 78
27. ನಂಬಿಸುವುದು ಸುಲಭ / 81
28. ಸಿಹಿಯ ಮೂಲ / 84
29. ಸೇರಿಗೆ ಸವಾಸೇರು / 87
30. ನ್ಯಾಯಪರತೆ / 90
31. ಅಂತಿಮ ಪರಿಹಾರ / 93
32. ಕತೆಗಾರನಾಗುತ್ತಿದ್ದೆ / 95

33. ನಾಯಿ ಬಾಲ / 97
34. ಗೌರವ ರಕ್ಷಣೆ / 100
35. ಮೋಸ ಮಾಡದ ಬಣ್ಣ / 103
36. ಹೂವು ಮತ್ತು ಮೇಕೆ / 105
37. ಮರೆತುಹೋದ ದುರ್ವಾಸನೆ/108
38. ಸಣ್ಣ ಕೋರಿಕೆ / 111
39. ಗೂಡಾರ್ಥ / 114
40. ಅಪ್ರಿಯ ಸತ್ಯ / 117
41. ಬಲಿಷ್ಠನಿಗೆ ಹೆಚ್ಚು ಪಾಲು / 120
42. ಅಪ್ಪನನ್ನು ಮೀರಿಸಿದ ಮಗ/123
43. ವ್ಯತ್ಯಾಸ /126
44. ದೃಷ್ಟಿಕೋನ / 129
45. ರಾಜನಿಗಿಂತ ದೊಡ್ಡವ / 131
46. ಗುರುತು ಪತ್ತೆ/ 133
47. ಅಭೂತಪೂರ್ವ ಜಯ /136
48. ಬುದ್ಧಿ ಕಲಿತ ಕಳ್ಳ / 139
49. ಸೂಕ್ತ ಸಂವಹನ /142
50. ಸಾಲದ ಭಾರ / 145
51. ಬೇಟೆಯಾಡದ ಬೆಕ್ಕು / 147
52. ಮಾತಿನ ಮಹತ್ವ/ 150
53. ಮಡಕೆಗಳ ನಾಶ / 152
54. ಖಾಲಿ ಕೊಡ,
ತುಂಬಿದ ಕೊಡ /155
55. ವೈಜ್ಞಾನಿಕ ಕುಸ್ತಿ/ 158
56. ಬಾವಿಯ ಮದುವೆ / 161
57. ವರಹದಲ್ಲಿ ಮುಖ / 164
58. ಅಪ್ರಾಮಾಣಿಕತೆಗೆ ದಂಡ / 167
59. ಬದನೆಯ ಕಳವು / 169
60. ನಿಷ್ಫಲ ಕಾಡುಹರಟೆ / 172
61. ಕಳ್ಳರಿಗೇ ಟೋಪಿ / 175
62. ಸುಳ್ಳಾದ ಭರವಸೆ / 178
63. ಚಾಣಾಕ್ಷ ವ್ಯಾಪಾರಿ / 180
64. ವರ್ಷದ ಮೂರ್ಖ / 184
65. ಬರಿದೇ ಪ್ರತಿಷ್ಠೆ / 186
66. ಸತ್ವಪರೀಕ್ಷೆ/ 188
67. ಕರಿನಾಯಿ ಬಿಳಿಯಾಗದು / 190
68. ಅವಸರದಿಂದ ನಷ್ಟ/ 193
69. ಚತುರಮತಿ / 196
70. ಸುಳ್ಳು ಹೇಳದವರಿಲ್ಲ/ 198
71. ಅಸಾಧ್ಯ ಬುದ್ಧಿವಂತ / 201
72. ಮೋಸಕ್ಕೆ ಶಾಸ್ತಿ/ 205
73. ಆಗುವುದೆಲ್ಲ ಒಳ್ಳೆಯದಕ್ಕೆ /208
74. ರಾಮನಿಗೆ ವಿದಾಯ /211

ಮುನ್ನುಡಿ

ಭಾರತ ಜಗತ್ತಿನ ಅತ್ಯಂತ ಪುರಾತನ ನಾಗರಿಕತೆ, ವೈವಿಧ್ಯಗಳ ರಾಷ್ಟ್ರ. ವೇದ, ಉಪನಿಷತ್ತು, ಸ್ಮೃತಿ, ಧರ್ಮಶಾಸ್ತ್ರಗಳಲ್ಲಿ ಹಾಗೂ ಜಾನಪದ ಕತೆಗಳಲ್ಲಿರುವ ಜ್ಞಾನ ಭಂಡಾರ ಹೊಸ ಆಲೋಚನೆ, ಆವಿಷ್ಕಾರದ ಮೂಲ. ಭಾರತದ ಸಾಮಾಜಿಕ, ರಾಜಕೀಯ ಮತ್ತು ಆರ್ಥಿಕ ಚಿಂತನೆಯ ವಿಶಿಷ್ಟತೆಯನ್ನು ಲಕ್ಷಾಂತರ ಭಾರತೀಯರು ಹಾಗೂ ಹೊರದೇಶಗಳ ಪ್ರಜೆಗಳಿಗೆ ಎತ್ತಿತೋರಿಸಿಕೊಡಬೇಕಿದೆ.

ಇಂಗ್ಲೆಂಡ್‌ನಿಂದ ಅಟ್ಲಾಂಟಿಕ್, ಪೋರ್ಚುಗಲ್-ಸ್ಪೇನ್‌ನ ಕರಾವಳಿ ಮೂಲಕ ಮೆಡಿಟರೇನಿಯನ್, ಆಲ್ಜೀರಿಯಾದ ಮೂಲಕ ಭಾರತಕ್ಕೆ ಪ್ರಯಾಣ ಮಾಡಿದಲ್ಲಿ ಎಲ್ಲೆಡೆಯ ಜನರ ಸ್ವಭಾವವನ್ನು ಪರಿಶೀಲಿಸಿದರೆ, ಭಾರತೀಯರ ಜ್ಞಾನ ಸಂಪತ್ತಿಗೆ ಸಮನಾದ್ದು ಯಾವುದೂ ಇಲ್ಲ ಎಂಬುದು ಅರಿವಿಗೆ ಬರಲಿದೆ.

ಆಧುನಿಕ ಭಾರತದ ವರ್ಣನಾತೀತ ಆಕರ್ಷಕತೆಯು ಹಲವು ಯುಗಗಳ ಸಹಜೀವನದ ಸಂಕೀರ್ಣತೆಯ ಉತ್ಪನ್ನ ಎನ್ನಬಹುದು. ಪುನರ್ಜನ್ಮದಲ್ಲಿ ನಂಬಿಕೆ ಇಡುವ ಈ ದೇಶದಲ್ಲಿ ಯಾವುದೂ ಸಂಪೂರ್ಣವಾಗಿ ಮರೆತುಹೋಗದು. ಆದರೆ, ಭಾರತ ನಿಗೂಢ, ಅವೈಜ್ಞಾನಿಕ, ಸಾಂಪ್ರದಾಯಿಕ ಎನ್ನುವ ಪಾಶ್ಚಿಮಾತ್ಯರ ನಿಲುವು, ತಾವು ಉತ್ತಮರು ಎಂಬ ನಂಬಿಕೆ ಪೂರ್ವಗ್ರಹಪೀಡಿತ. ಭಾರತೀಯ ಸಂಪ್ರದಾಯ, ಧರ್ಮಗಳು, ಗುಣ ವೈಶಿಷ್ಟ್ಯಗಳನ್ನು ತಳ್ಳಿಹಾಕುವವರು, ದೇಶದ ಪುರಾತನ ಸಂಸ್ಕೃತಿ, ಬೀರಬಲ್, ಚಾಣಕ್ಯ, ತೆನಾಲಿರಾಮ ಮತ್ತಿತರರ ಜ್ಞಾನಸಂಪತ್ತನ್ನು ಪರಿಗಣಿಸಿರುವುದಿಲ್ಲ.

ಪ್ರಸ್ತುತ ಪುಸ್ತಕದಲ್ಲಿ 16ನೇ ಶತಮಾನದಲ್ಲಿ ದಕ್ಷಿಣ ಭಾರತದ ವಿಜಯನಗರ ಸಾಮ್ರಾಜ್ಯವನ್ನು ಆಳಿದ ದೊರೆ ಕುರಿತು ವಿವರಿಸಲು ಯತ್ನಿಸಲಾಗಿದೆ.

ಪೋರ್ಚುಗೀಸರಿಂದ ಬಿಸ್ನಾಗ ಸಾಮ್ರಾಜ್ಯ ಎಂದು ಕರೆಸಿಕೊಂಡ ವಿಜಯನಗರ, ದಕ್ಷಿಣ ಭಾರತದ ಒಂದು ರಾಜ್ಯ. ಹಂಪಿಯ ವಿರೂಪಾಕ್ಷ ದೇವಸ್ಥಾನದ ಸುತ್ತ ನಿರ್ಮಾಣಗೊಂಡ ನಗರವಿದು. ಈಗ ಬಳ್ಳಾರಿ ಜಿಲ್ಲೆಯಲ್ಲಿದ್ದು, ಹಾಳು ಬಿದ್ದಿದೆ. ತನ್ನ ಕಾಲದಲ್ಲಿ ಅತ್ಯಂತ ಶ್ರೀಮಂತ, ಬಲಿಷ್ಠವಾಗಿದ್ದ ಹಂಪಿ, ಈಗಲೂ ಜಗತ್ತಿನೆಲ್ಲೆಡೆಯ ಪ್ರವಾಸಿಗರನ್ನು ಆಕರ್ಷಿಸುತ್ತಿದೆ. ಯುನೆಸ್ಕೊದ ಜಾಗತಿಕ ಪಾರಂಪರಿಕ ಸ್ಥಳ ಪಟ್ಟಿಯಲ್ಲಿ ಸ್ಥಾನ ಪಡೆದಿದೆ.

15ನೇ ಶತಮಾನದ ಅಂತ್ಯದಲ್ಲಿ 5 ಲಕ್ಷ ಜನರಿದ್ದ ವಿಜಯನಗರ ಜಗತ್ತಿನ 2ನೆಯ ಹಾಗೂ ಭಾರತದ ಮೊದಲ ದೊಡ್ಡ ನಗರ ಎಂದು ಹೇಳಲಾಗುತ್ತಿತ್ತು. 14-16ನೇ ಶತಮಾನದ ಅವಧಿಯಲ್ಲಿ ನಗರದ ಅಭಿವೃದ್ಧಿ ಶೃಂಗ ಮುಟ್ಟಿತ್ತು. ಇದೇ ಅವಧಿಯಲ್ಲಿ ಉತ್ತರದ ಮುಸ್ಲಿಂ ರಾಜರ ನಡುವೆ ನಿರಂತರ ಸಂಘರ್ಷ ನಡೆಯುತ್ತಿತ್ತು.

ದಿಲ್ಲಿಯ ಅಲ್ಲಾವುದ್ದೀನ್ ಖಿಲ್ಜಿ ಹಾಗೂ ಮುಹಮ್ಮದ್ ಬಿನ್ ತುಘಲಕ್ ದಕ್ಷಿಣದ ಹಿಂದು ಸಾಮ್ರಾಜ್ಯಗಳ ಮೇಲೆ ಮೇಲಿಂದ ಮೇಲೆ ದಾಳಿ ನಡೆಸುತ್ತಿದ್ದಾಗ, ಸಂಗಮ ಸೋದರರೆಂದು ಖ್ಯಾತರಾದ ಹಕ್ಕ (ಹರಿಹರ) ಮತ್ತು ಬುಕ್ಕರಾಯ ಕೃಷ್ಣಾ ಮತ್ತು ತುಂಗಭದ್ರಾ ನದಿಗಳ ನಡುವಿನ ಪ್ರದೇಶದಲ್ಲಿ 1336ರಲ್ಲಿ ವಿಜಯನಗರ ಸಾಮ್ರಾಜ್ಯವನ್ನು ಸ್ಥಾಪಿಸಿದರು. ಹೊಯ್ಸಳ ರಾಜನ ಆಸ್ಥಾನದ ಮುಖ್ಯಸ್ಥ ಸಂಗಮನ ಮಕ್ಕಳು ಹಕ್ಕ ಮತ್ತು ಬುಕ್ಕ.

ವಿಜಯನಗರ ರಾಜ್ಯದ ಮೊದಲ ರಾಜ ಹಕ್ಕ. ಆತನ ಮರಣಾನಂತರ ಬುಕ್ಕ ಸಿಂಹಾಸನವೇರಿದ. ಸಿಂಹಾಸನವೇರಿದವರ ನಡುವಿನ ತಿಕ್ಕಾಟ, ಬಂಡಾಯ, ಹೊರಗಿನ ರಾಜರ ಆಕ್ರಮಣದಿಂದಾಗಿ ರಾಜ್ಯ ದುರ್ಬಲವಾಗುತ್ತ ಹೋಯಿತು. ದಂಡನಾಯಕ ಸಾಳ್ವ ನರಸಿಂಹದೇವರಾಯ 1485ರಲ್ಲಿ, ಬಳಿಕ 1491ರಲ್ಲಿ ಸೇನಾಧಿ ಪತಿ ತುಳುವ ನರಸ ನಾಯಕ ಸಾಮ್ರಾಜ್ಯವನ್ನು ಬಲಗೊಳಿಸಲು ಯತ್ನಿಸಿದರು. 2 ದಶಕಗಳ ನಿರಂತರ ಸಂಘರ್ಷದ ಬಳಿಕ ತುಳುವ ನರಸನಾಯಕ ಹಾಗೂ ನಾಗಲಾದೇವಿ ದಂಪತಿಯ ಪುತ್ರ ತುಳುವ ಶ್ರೀಕೃಷ್ಣದೇವರಾಯ ಅಧಿಕಾರಗ್ರಹಣ ಮಾಡಿಕೊಂಡ.

ಬಳಿಕ ವಿಜಯನಗರ ಸಾಮ್ರಾಜ್ಯ ದಕ್ಷಿಣ ಪ್ರಾಂತ್ಯದಲ್ಲಿ ತನ್ನ ಪ್ರಭುತ್ವ ಸಾಧಿಸಿತು. ಕಳಿಂಗ ಸೇರಿದಂತೆ ಉತ್ತರ-ಪೂರ್ವದಲ್ಲಿನ ಸುಲ್ತಾನರ ಆಳ್ವಿಕೆಯಲ್ಲಿದ್ದ ರಾಜ್ಯಗಳು ವಿಜಯನಗರದ ತೆಕ್ಕೆಗೆ ಸೇರಿದವು. ಒರಿಸ್ಸಾದ ಗಜಪತಿ, ಬಹುಮನಿಯ ಸುಲ್ತಾನರು,

ಕೊಂಡವೀಟಿನ ರೆಡ್ಡಿಗಳು, ಭುವನಗಿರಿಯ ವೇಲಮರು, ಉಮ್ಮತ್ತೂರಿನ ಜಮೀನ್ದಾರಿ ಮುಖ್ಯಸ್ಥರು, ಬೀದರ್, ಗುಲ್ಬರ್ಗ, ಗೋಲ್ಕೊಂಡ, ಕೋವಿಲ್ಕೊಂಡ ಹಾಗೂ ಬಿಜಾಪುರದ ರಾಜರ ನಿರಂತರ ದಾಳಿಗೆ ವಿಜಯನಗರ ತುತ್ತಾಯಿತು.

ಕೃಷ್ಣದೇವರಾಯ (1509-1529) ದೇಶದ ಅತ್ಯುತ್ತಮ ರಾಜರಲ್ಲೊಬ್ಬ ಕನ್ನಡ ರಾಜ್ಯ ರಮಾರಮಣ, ಮೂರು ರಾಯರ ಗಂಡ, ಆಂಧ್ರ ಭೋಜ ಎಂಬ ಬಿರುದಾಂಕಿತ. ಸಮರ್ಥ ಆಡಳಿತಗಾರನಲ್ಲದೆ, ಯುದ್ಧ ವಿದ್ಯೆಯ ಪಾರಂಗತ. ತುಳುವರು, ಕನ್ನಡಿಗರು ಮತ್ತು ತೆಲುಗರ ಆದರ್ಶ ಎಂದು ಪರಿಗಣಿತನಾದವ.

ರಾಯನ ಬಳಿಕ ಸಾಮ್ರಾಜ್ಯ ದುರ್ಬಲವಾಯಿತು. ಆತನ ಕಾಲವನ್ನು 'ಸುವರ್ಣಯುಗ' ಎನ್ನಲಾಗುತ್ತದೆ. ಆತನನ್ನು ಅಶೋಕ, ಸಮುದ್ರಗುಪ್ತ ಹಾಗೂ ಹರ್ಷವರ್ಧನನಿಗೆ ಸಮಾನ ಎಂದು ಪರಿಗಣಿಸಲಾಗಿದೆ. 2010ರ ಜನವರಿ 29ರಂದು ಕರ್ನಾಟಕ ಸರಕಾರ ಆತನ 500ನೇ ಸಿಂಹಾಸನಾರೋಹಣ ಮಹೋತ್ಸವ ವನ್ನು ಆಚರಿಸಿತು.

ಯೂರೋಪಿನ ಪ್ರವಾಸಿಗರಾದ ಡೊಮಿಂಗೋ ಪೇಸ್, ಫೆರ್ನಾನ್ಯೂನಿಜ್, ನಿಕ್ಕೊಲೊ ಡಾ ಕೊಂಟಿ ಮತ್ತಿತರರ ಬರಹಗಳು, ಶಾಸನಗಳು, ದೇಶಿ ಬರಹಗಳಿಂದ ವಿಜಯನಗರರಾಜ್ಯದ ಶಕ್ತಿ ಮತ್ತು ಐಶ್ವರ್ಯ ಎಷ್ಟಿತ್ತು ಎನ್ನುವುದು ಅನಾವರಣ ಗೊಂಡಿದೆ. ಕಲೆ ಮತ್ತು ಸಾಹಿತ್ಯಕ್ಕೆ ರಾಜರು ನೀಡಿದ ಪ್ರೋತ್ಸಾಹದಿಂದಾಗಿ ದಕ್ಷಿಣ ರಾಜ್ಯಗಳ ಚರಿತ್ರೆಯಲ್ಲಿಗಮನಾರ್ಹ ಸಾಧನೆ ಸಾಧ್ಯವಾಯಿತು. ತೆಲುಗು, ಸಂಸ್ಕೃತ, ಕನ್ನಡ ಮತ್ತು ತಮಿಳಿನಲ್ಲಿ ಸಾಹಿತ್ಯ ರಚನೆಯಾಯಿತು. ರಾಜನ ಆಸ್ಥಾನದಲ್ಲಿದ್ದ ಅಲ್ಲಸಾನಿ ಪೆದ್ದನ್ನ (ತೆಲುಗು ಕಾವ್ಯದ ಪಿತಾಮಹ ಎಂದು ಹೆಸರಾದವ), ನಂದಿ ತಿಮ್ಮನ್ನ, ಮಾದಯ್ಯಗಿರಿ ಮಲ್ಲನ್ನ, ದುರ್ಜತಿ, ಅಯ್ಯಲರಾಜು-ರಾಮಭದ್ರುಡು, ಪಿಂಗಳಿ ಸೂರನ್ನ, ರಾಮರಾಜಭೂಷಣುಡು ಮತ್ತು ತೆನಾಲಿರಾಮನನ್ನು ಅಷ್ಟ ದಿಗ್ಗಜರು ಎನ್ನಲಾಗುತ್ತಿತ್ತು. ಇವರೆಲ್ಲ ಸಾಮ್ರಾಜ್ಯದ ಸಾಹಿತ್ಯ ಕ್ಷೇತ್ರದ ಸ್ತಂಭಗಳು ಎಂದು ಪರಿಗಣಿಸಲಾಗಿತ್ತು. ಇವರಲ್ಲಿ ತೆನಾಲಿ ರಾಮನ ಸ್ಥಾನ ವಿಶಿಷ್ಟವಾದುದು. ತನ್ನ ತೀಕ್ಷ್ಣ ಮತಿಯಿಂದಾಗಿ ದೇಶದೆಲ್ಲೆಡೆ ಪ್ರಖ್ಯಾತಿ ಗಳಿಸಿದ್ದು, ರಾಜನನ್ನೇ ಚಾತುರ್ಯದಿಂದ ಸೋಲಿಸುತ್ತಿದ್ದ.

ಕಾಳಿಯ ಆರಾಧಕನಾಗಿದ್ದ ತೆನಾಲಿರಾಮನ ಸಂಕ್ಷಿಪ್ತ, ಪ್ರತಿದಿನದ ಬದುಕಿನಲ್ಲಿ ಬಳಸಬಹುದಾದ ಕತೆಗಳು, ತುಣುಕುಗಳನ್ನು ಪುಸ್ತಕ ಒಳಗೊಂಡಿದೆ. ತೆನಾಲಿರಾಮನ ಕೆಲ ಪ್ರತಿಕ್ರಿಯೆಗಳು ಕೆಲವೊಮ್ಮೆ ಅತಾರ್ಕಿಕ ಎನ್ನಿಸಬಹುದು. ಆದರೆ, ಅವು ಸಹಜ,

ಸರಳ, ಸ್ವಾಭಾವಿಕ, ತತ್‌ಕ್ಷಣದ ಹಾಗೂ ಸಮಯಸ್ಫೂರ್ತಿಯ ಪ್ರತಿಕ್ರಿಯೆಗಳು. ಆತ ತನ್ನ ಸಂದೇಶಗಳನ್ನು ಅಸಾಂಪ್ರದಾಯಿಕವಾದ ಆದರೆ, ಪರಿಣಾಮಕಾರಿಯಾದ ರೀತಿ ಮುಟ್ಟಿಸುತ್ತಿದ್ದ. ಸಂದಿಗ್ಧ ಪರಿಸ್ಥಿತಿಯಲ್ಲೂ ಧೈರ್ಯ ಕಳೆದುಕೊಳ್ಳದೆ, ಸಮಸ್ಯೆಗೊಂದು ಪರಿಹಾರ ಕಂಡುಕೊಳ್ಳುತ್ತಿದ್ದುದು ಆತನ ವೈಶಿಷ್ಟ್ಯ. ಆಸ್ಕರ್ ವೈಲ್ಡ್‌ನ ಈ ಮಾತು ಉಲ್ಲೇಖನೀಯ. 'ನಾವೆಲ್ಲರೂ ಕೆಳಗೆ ಬಿದ್ದಿದ್ದೇವೆ. ಆದರೆ, ಕೆಲವರು ನಕ್ಷತ್ರಗಳೆಡೆಗೆ ಮುಖ ಮಾಡಿದ್ದಾರೆ'.

ತೆನಾಲಿ ರಾಮನ ಕಥನಗಳು ಕಾಲಾತೀತವಾದವು. ಬೇರೆ ಬೇರೆ ರೂಪದಲ್ಲಿ ಮರುವ್ಯಾಖ್ಯಾನಗೊಳ್ಳುತ್ತಿವೆ. ಹಾಸ್ಯ ಆತನ ಶೈಲಿಯಾದರೂ, ಆಡಳಿತ-ಮಾನವ ನಿರ್ವಹಣೆಗಾಗಿ ಅವನ್ನು ಬಳಸಬಹುದು. ಹಲವು ಹಂತಗಳಲ್ಲಿ ವಿಶ್ಲೇಷಿಸಬಹುದು. ಪುಸ್ತಕದಲ್ಲಿ ಮೊದಲಿಗೆ ಪ್ರಸಂಗವೊಂದು ಇದ್ದು, ಬಳಿಕ ನಿರ್ವಹಣೆ ನೀತಿ ಇಲ್ಲವೇ ನೀತಿ ಸೂತ್ರವೊಂದು ಇದೆ. ಯೋಚನೆಗೆ ಹಚ್ಚುವ, ಸ್ಫೂರ್ತಿ ತುಂಬುವ ಈ ಕಥನಗಳು ವೈಯಕ್ತಿಕ ಸಮಸ್ಯೆಯ ನಿವಾರಣೆಗೆ ದಾರಿ ತೋರಬಹುದು.

1597ರಲ್ಲಿ ಸರ್ ಫ್ರಾನ್ಸಿಸ್ ಬೇಕನ್ ಬರೆದದ್ದನ್ನು ಸ್ಮರಿಸೋಣ, 'ಜ್ಞಾನ ಪ್ರಬಲಶಕ್ತಿ'. ಓದಿ, ಸಬಲರಾಗಿ!

ಸೂರ್ಯಾಸ್ತ

ತೆನಾಲಿ ರಾಮ ಚಿಕ್ಕ ವಯಸ್ಸಿನಲ್ಲೇ ತನ್ನ ತಂದೆಯನ್ನು ಕಳೆದುಕೊಂಡ. ದಿಕ್ಕುದೆಸೆಯಿಲ್ಲದೆ ಬೆಳಗ್ಗೆಯಿಂದ ರಾತ್ರಿಯವರೆಗೆ ತುಂಟ ಹುಡುಗರ ಸಹವಾಸದಲ್ಲಿ ಇರುತ್ತಿದ್ದ. ತನ್ನ ತಾಯಿಗೆ ನೆರವು ನೀಡದೆ, ಶಾಲೆಗೆ ಹೋಗದೆ ಕಾಲ ಕಳೆಯುತ್ತಿದ್ದ.

ಒಂದು ದಿನ ತೆನಾಲಿ ರಾಮ ಋಷಿಯೊಬ್ಬನನ್ನು ಭೇಟಿಯಾದ. ಆತ ಕಾಳಿಯನ್ನು ಧ್ಯಾನಿಸಲು ಹೇಳಿಕೊಟ್ಟ. ಗ್ರಾಮದಲ್ಲಿದ್ದ ಹಳೆಯ ಕಾಳಿ ದೇವಸ್ಥಾನಕ್ಕೆ ತೆರಳಿದ ರಾಮ, ಋಷಿ ಹೇಳಿಕೊಟ್ಟಿದ್ದ ಮಂತ್ರವನ್ನು ಲಕ್ಷ ಬಾರಿ ಜಪಿಸಿದ. ತನ್ನ ಮುಂದೆ ಪ್ರತ್ಯಕ್ಷಳಾದ ಸಾವಿರ ಮುಖಗಳ ಕಾಳಿಯನ್ನು ಕಂಡು ರಾಮ ಪಕಪಕನೆ ನಕ್ಕುಬಿಟ್ಟ.

ದಂಗಾದ ಕಾಳಿ, ನಕ್ಕದ್ದು ಏಕೆ ಎಂದು ಪ್ರಶ್ನಿಸಿದಳು.

'ತಾಯಿ, ನಕ್ಕಿದ್ದಕ್ಕೆ ಕ್ಷಮಿಸು. ನಿನ್ನನ್ನು ನೋಡಿದ ತಕ್ಷಣ ನನಗೊಂದು ಆಲೋಚನೆ ಬಂತು. ಶೀತವಾದರೆ ಇರುವ ಒಂದು ಮೂಗನ್ನು ಒರೆಸಿ ಸುಸ್ತಾಗುತ್ತದೆ. ಹೀಗಿರುವಾಗ 2 ಕೈಯಲ್ಲಿ ಸಾವಿರ ಮೂಗನ್ನು ಹೇಗೆ ಒರೆಸುತ್ತೀಯೋ ಎಂಬ ಆಲೋಚನೆ ಮೂಡಿ, ನಗು ಬಂತು. ತಪ್ಪಾಗಿದ್ದರೆ ಕ್ಷಮಿಸು' ಎಂದ ರಾಮ.

'ಹೌದಲ್ಲವೇ? ನೀನು ಜಾಣ ಮತ್ತು ಹಾಸ್ಯ ಪ್ರಜ್ಞೆಯ ಬಾಲಕ. ಜನರನ್ನು ನಗಿಸುವ ಶಕ್ತಿಯನ್ನು ನಿನಗೆ ಕೊಡುತ್ತೇನೆ. 'ವಿಕಟ ಕವಿ' ಎಂಬ ಹೆಸರಿನಿಂದ ನೀನು ಖ್ಯಾತಿ ಗಳಿಸುತ್ತಿ' ಎಂದಳು ಕಾಳಿ.

'ಚೆನ್ನಾಗಿದೆ. ಯಾವ ಕಡೆಯಿಂದ ಓದಿದರೂ ಒಂದೇ ಪದ-ವಿಕಟಕವಿ. ಆದರೆ, ನೀನು ನನಗೇನೂ ಕೊಡುವುದಿಲ್ವಾ' ಕೇಳಿದ ರಾಮ.

ತಲೆ ಆಡಿಸಿದ ಕಾಳಿ ಹೇಳಿದಳು, 'ಕೊಡುತ್ತೇನೆ. ನನ್ನ ಬಲಗೈನಲ್ಲಿರುವ ಚಿನ್ನದ

ಲೋಟದಲ್ಲಿ ಜ್ಞಾನವಿದೆ. ಎಡಗೈನಲ್ಲಿರುವ ಬೆಳ್ಳಿ ಬಟ್ಟಲಿನಲ್ಲಿ ಐಶ್ವರ್ಯವಿದೆ. ನಿನಗೆ ಬೇಕಾದ್ದನ್ನು ಆಯ್ದುಕೋ'.

ಒಂದಿಲ್ಲದೆ ಇನ್ನೊಂದು ವ್ಯರ್ಥ ಎಂದುಕೊಂಡ ರಾಮ ಕೇಳಿದ, 'ರುಚಿ ನೋಡದೆ ಹೇಗೆ ಆಯ್ದುಕೊಳ್ಳುವುದು, ತಾಯಿ' ಎಂದ.

'ಅದು ನಿಜ' ಎಂದು ದೇವಿ, ಎರಡೂ ಕೈಯನ್ನು ಮುಂದೆ ಚಾಚಿದಳು. ಕಣ್ಣುಮುಚ್ಚಿ ಬಿಡುವುದರಲ್ಲಿ ರಾಮ ಎರಡೂ ಬಟ್ಟಲಿನಲ್ಲಿದ್ದುದನ್ನು ಕುಡಿದ.

ರಾಮ ತನಗೆ ಮೋಸ ಮಾಡಿದ ಎಂದು ದೇವಿ ಸಿಟ್ಟಾದಳು. 'ನನ್ನನ್ನು ಕ್ಷಮಿಸು. ಬರಿದೇ ಜ್ಞಾನದಿಂದ ಏನು ಉಪಯೋಗ? ಐಶ್ವರ್ಯ ತರುವ ಸೌಕರ್ಯವೂ ಬೇಕಲ್ಲವೇ' ಎಂದು ಕೇಳಿದ ರಾಮ.

'ಅದು ಸರಿ. ಆದರೆ, ನಿನ್ನ ಬುದ್ಧಿವಂತಿಕೆ-ಐಶ್ವರ್ಯದಿಂದ ಮಿತ್ರರ ಜತೆ ಶತ್ರುಗಳನ್ನೂ ಸಂಪಾದಿಸುತ್ತೀ ಎಂಬುದನ್ನು ಮರೆಯಬೇಡ' ಎಂದು ಎಚ್ಚರಿಸಿದ ದೇವಿ ಕಣ್ಮರೆಯಾದಳು.

ಒಂದು ದಿನ ರಾಜಗುರು ತಾತ್ಯಾಚಾರ್ಯ, ತೆನಾಲಿಗೆ ಸಮೀಪದ ಶೃಂಗೇರಿಗೆ ಆಗಮಿಸಿದ್ದರು. ಅವರನ್ನು ಕಂಡ ರಾಮ, ತನ್ನ ಕೆಲ ಕಾವ್ಯವನ್ನು ಪಠಿಸಿದ. ಮನಸೋತ ತಾತ್ಯಾಚಾರ್ಯರು ರಾಮನನ್ನು ಹಂಪೆಗೆ ಆಹ್ವಾನಿಸಿದರು. ತನ್ನ ಆಸ್ತಿಯನ್ನೆಲ್ಲ ಮಾರಿದ ರಾಮ ಪತ್ನಿ ಅಗರ್ಯ, ಸೋದರ ತೆನಾಲಿ ಅನ್ನಯ್ಯ, ಮಗ ಹಾಗೂ ವಯಸ್ಕ ತಾಯಿಯೊಂದಿಗೆ ವಿಜಯನಗರಕ್ಕೆ ತೆರಳಿದ. ಆದರೆ, ರಾಜಗುರು ಆತನನ್ನು ಗುರುತಿಸಲೇ ಇಲ್ಲ. ರಾಜ ಇಲ್ಲವೇ ಆಸ್ಥಾನದ ದರ್ಶನವೂ ಸಿಗಲಿಲ್ಲ. ಆದರೆ, ಕಾಳಿಯ ದಯೆಯಿಂದ ಅರಸನನ್ನು ಭೇಟಿ ಮಾಡಿದ ರಾಮ, ತನ್ನ ಪ್ರತಿಭೆಯನ್ನು ಪ್ರದರ್ಶಿಸಿ, ಆಸ್ಥಾನದಲ್ಲಿ ಸ್ಥಾನ ಗಿಟ್ಟಿಸಿದ. ಕಾಲಕ್ರಮೇಣ ಅಷ್ಟ ದಿಗ್ಗಜಗಳಲ್ಲಿ ಒಬ್ಬನಾದ. ಯಶಸ್ಸು ಎಂಬುದು ಎಬಿಸಿ-ಎ(ಎಬಿಲಿಟಿ-ಸಾಮರ್ಥ್ಯ), ಬಿ(ಬ್ರೇಕ್ಸ್-ತಿರುವು) ಮತ್ತು ಸಿ (ಕರೇಜ್-ಧೈರ್ಯ) ಎಂಬುದನ್ನು ಸಾಬೀತುಪಡಿಸಿದ.

ಜೀವನ ಪಾಠ

ಪ್ರಾಮಾಣಿಕತೆ ಅತ್ಯುತ್ತಮ ನೀತಿ. ನಿಮಗನಿಸಿದ್ದನ್ನು ನೋವಾಗದಂತೆ ಪ್ರಾಮಾಣಿಕವಾಗಿ ಹೇಳಿಬಿಡಬೇಕು. ನಿಮ್ಮ ಮಾತಿನಲ್ಲಿ ಪ್ರಾಮಾಣಿಕತೆ, ಕರುಣೆ ಮತ್ತು ನೇರವಂತಿಕೆ ಇರಬೇಕು.

ಕ್ಷೇತ್ರ ಯಾವುದೇ ಇರಲಿ, ಸಿಕ್ಕ ಅವಕಾಶಗಳನ್ನು ಬಳಸಿಕೊಳ್ಳಬೇಕು. ಶೀಘ್ರವಾಗಿ ಆಲೋಚಿಸಿ, ತಕ್ಷಣ ನಿರ್ಧಾರ ತೆಗೆದುಕೊಳ್ಳಬೇಕು. ನಿರಂತರ ಕಲಿಕೆ ಮುಖ್ಯ. ಜತೆಗೆ, ಪರಿಶ್ರಮ ಮತ್ತು ತಾಳ್ಮೆಯಿದ್ದಲ್ಲಿ ಯಶಸ್ಸು ಶತಃಸಿದ್ಧ.

ಹಿತನುಡಿ

- ಪ್ರಾಮಾಣಿಕತೆ, ವಿಶ್ವಾಸಾರ್ಹತೆ ಇರಲಿ
- ಹಿರಿಯರನ್ನು ಗೌರವಿಸಿ.
- ದೃಢವಾಗಿರಿ, ಆದರೆ ಸರಳತೆ ಇರಲಿ.

ನುಡಿಮುತ್ತು

ವಿದ್ಯಾದದಾತಿ ವಿನಯಂ. ಜ್ಞಾನಿ ವಿನಯಿಯೂ ಆಗಿರಬೇಕು.

-ನೀತಿ ಶತಕ

ಬಾಲ ಪ್ರತಿಭೆ

ತೆನಾಲಿ ರಾಮ ಬಾಲಕನಾಗಿದ್ದಾಗ ಆತನನ್ನು ನೆರೆಮನೆಯಾತ ರಾಜಮೌಳಿ, ಗ್ರಾಮದ ಶ್ರೀಮಂತ ಜಮೀನುದಾರ ನಾಗೇಂದ್ರರಾವ್ ಬಳಿ ಕರೆದೊಯ್ದ.

'ಈ ಬಾಲಕನ ಹೆಸರು ತೆನಾಲಿರಾಮ. ಭಾರಿ ಬುದ್ಧಿವಂತ. ನೀವು ಕೇಳಿದ್ದಕ್ಕೆಲ್ಲ ಉತ್ತರಿಸಬಲ್ಲ' ಪರಿಚಯಿಸಿದ ರಾಜಮೌಳಿ.

ಒರಟ ಹಾಗೂ ಸ್ವಪ್ರತಿಷ್ಠೆಯ, ತನಗಿಂತ ಬುದ್ಧಿವಂತರಿಲ್ಲ ಎಂದುಕೊಂಡಿದ್ದ ನಾಗೇಂದ್ರನಿಗೆ ಬಾಲಕನನ್ನು ಹೊಗಳಿದ್ದು ಸರಿಬರಲಿಲ್ಲ.

‘ನನಗೇನೂ ಹಾಗೆ ಕಾಣಿಸುತ್ತಿಲ್ಲ. ಅದೇನೇ ಇರಲಿ, ಸಣ್ಣ ವಯಸ್ಸಿನಲ್ಲಿ ಬುದ್ಧಿವಂತರಾಗಿದ್ದವರು ದೊಡ್ಡವರಾದ ಬಳಿಕ ದಡ್ಡ ಹಾಗೂ ಮಂದಮತಿಗಳಾಗುತ್ತಾರಂತೆ’ ಎಂದು ನಾಗೇಂದ್ರ ಹೇಳಿದ.

‘ಹೌದಾ, ಅದು ನಿಜವೇ? ಹಾಗಿದ್ದಲ್ಲಿ ಬಾಲ್ಯದಲ್ಲಿ ನೀವು ನನಗಿಂತ ಬುದ್ಧಿವಂತ ಆಗಿದ್ದಿರಬೇಕು’ ಎಂದುಸುರಿದ ರಾಮು!

ರಾಮನ ಉತ್ತರದಿಂದ ನಾಗೇಂದ್ರ ದಿಗ್ಮೂಢನಾದ.

ಜೀವನ ಪಾಠ

ನಿಜವಾಗಿಯೂ ದೊಡ್ಡವರು ವಿನಯಿಗಳಾಗಿರುತ್ತಾರೆ. ತಮಗೆ ಗೊತ್ತಿರುವುದು ಕಡಿಮೆ ಎಂಬುದು ಅವರಿಗೆ ಗೊತ್ತಿರುತ್ತದೆ. ಆದರೆ ಜಾಶ್ ಬಿಲ್ಲಿಂಗ್ ಹೇಳಿದಂತೆ ‘ಬಹುತೇಕರು ಮೊಟ್ಟೆಯಂತೆ ಇರುತ್ತಾರೆ. ತಾವೇ ತುಂಬಿಕೊಂಡಿರು ತ್ತಾರೆಯೇ ಹೊರತು, ಬೇರೆಯದನ್ನು ಹಿಡಿದಿಡಲಾರರು’. ಪತನಕ್ಕೆ ಮೊದಲು ಪ್ರತಿಷ್ಠೆ ನಾಶವಾಗುತ್ತದೆ.

ಹಿತನುಡಿ

- ಒಣ ಜಂಭವೆಂಬುದು ಎಲ್ಲ ಕೆಡುಕಿನ ಮೂಲ.
- ಪ್ರತಿಷ್ಠೆಯಿಂದ ತಪ್ಪುಗಳಾಗುತ್ತವೆ. ಮನುಷ್ಯರು ಮೂರ್ಖರಾಗುತ್ತಾರೆ.
- ಬೇರೆ ಮನೋವಿಕಾರಗಳಿಂದ ಒಂದಾದರೂ ಒಳಿತು ಆಗಬಹುದು. ಆದರೆ, ಪ್ರತಿಷ್ಠೆಯಿಂದ ಎಲ್ಲವೂ ಹಾಳಾಗುತ್ತದೆ.
- ಮನುಷ್ಯ ಪ್ರತಿಷ್ಠೆಯನ್ನು ಹತ್ತಿಕ್ಕಬೇಕು. ಇಲ್ಲವಾದಲ್ಲಿ ಅವಮಾನ, ಹೀಯಾಳಿಕೆಗೆ ತುತ್ತಾಗಬೇಕಾಗುತ್ತದೆ.

ನುಡಿಮುತ್ತು

ಪ್ರತಿಷ್ಠೆ ‘ನಾನು’ ಎಂಬ ಒಂದೇ ದಿಕ್ಕಿನೆಡೆಗೆ ಗುರಿ ಮಾಡಿದ ಅಯಸ್ಕಾಂತ. ಆದರೆ, ಆಕರ್ಷಿಸುವ ಇನ್ನೊಂದು ಧ್ರುವವಿಲ್ಲದ್ದರಿಂದ ಅಪಕರ್ಷಿಸುತ್ತದೆ.

–ಸಿ.ಕೋಲ್ಟನ್

ದೊರೆಯೊಡನೆ ಮುಖಾಮುಖಿ

ತೆನಾಲಿ ರಾಮ ದೊರೆ ಕೃಷ್ಣದೇವರಾಯನನ್ನು ಒಡ್ಡೋಲಗ ನಡೆಸುತ್ತಿದ್ದ ಭುವನ ವಿಜಯದಲ್ಲಿ ಭೇಟಿಯಾಗಿ, ನಮಸ್ಕರಿಸಿ, ಕವನವೊಂದನ್ನು ವಾಚಿಸಿದ. ಖುಷಿಯಾದ ರಾಯ ಏನು ಬೇಕು ಎಂದು ಕೇಳಿದ.

ಅರಸನ ಮುಂದೆ ಇದ್ದ ಚದುರಂಗದ ಮಣೆಯನ್ನು ತೋರಿಸಿ 'ಮೊದಲ ಮನೆಯಲ್ಲಿ ಒಂದು ಕಾಳು ಅಕ್ಕಿ ಇರಿಸಿ, ಮುಂದಿನ ಮನೆಗೆ ಅದನ್ನು ದುಪ್ಪಟ್ಟು ಗೊಳಿಸಿದರೆ ಸಾಕು' ಎಂದ ರಾಮ.

‘ಅಕ್ಕಿ ಕಾಳು ಮಾತ್ರ, ಚಿನ್ನ ಬೇಡವೇ’ ಎಂದ ಆಶ್ಚರ್ಯಚಕಿತನಾದ ರಾಯ.

‘ಅಷ್ಟು ಮಾತ್ರ ದಯಪಾಲಿಸಿದರೆ ಸಾಕು’ ಎಂದ ರಾಮ.

ಮೊದಲ ಮನೆಯಲ್ಲಿ ಒಂದು, ಎರಡನೆಯದಲ್ಲಿ 2, 3ನೆಯದರಲ್ಲಿ 4, 4ನೆಯದರಲ್ಲಿ 8, ಐದರಲ್ಲಿ 16... ಹೀಗೆ 10ನೇ ಮನೆಗೆ 512 ಕಾಳು, 20ನೇ ಮನೆಯಲ್ಲಿ 5,24,288, 32ನೇ ಮನೆ ತಲುಪಿದಾಗ ಕಾಳಿನ ಸಂಖ್ಯೆ 214,74,83,648 ಅಂದರೆ 214 ಕೋಟಿ ತಲುಪಿತು!

ಆಸ್ಥಾನದಲ್ಲಿದ್ದವರೆಲ್ಲ ದಿಗ್ಮೂಢರಾದರು. ರಾಜ ಮರುಮಾತಿಲ್ಲದೆ ಇಡೀ ದಾಸ್ತಾನನ್ನು ರಾಮನಿಗೊಪ್ಪಿಸಬೇಕಾದ ಸ್ಥಿತಿ ಉದ್ಭವವಾಯಿತು. ಆಗ ಮಧ್ಯಪ್ರವೇಶಿಸಿದ ರಾಮ, ‘ಮಹಾಸ್ವಾಮಿ, ನಿಮ್ಮಿಂದ ಇಲ್ಲವೇ ರಾಜ್ಯದಿಂದ ನನಗೇನೂ ಬೇಕಿಲ್ಲ. ಸಣ್ಣ ಪ್ರಯತ್ನಗಳಿಂದ ದೊಡ್ಡ ವಿಜಯ ಸಾಧ್ಯ ಎಂಬುದನ್ನು ತಿಳಿಸಿಕೊಡಲು ಇದನ್ನು ಮಾಡಬೇಕಾಯಿತು. ನಿಮ್ಮೆಲ್ಲ ಪ್ರಯತ್ನಕ್ಕೆ ಇದೇ ರೀತಿ ಯಶಸ್ಸು ಸಿಗಲಿ ಎಂಬ ಹಾರೈಕೆ ನನ್ನದು’ ಎಂದ.

ಹಾರೈಕೆಯಿಂದ ಮನ ಕರಗಿದ ರಾಯ, ರಾಮನನ್ನು ತನ್ನ ಆಸ್ಥಾನದ ಅಷ್ಟ ದಿಗ್ಗಜಗಳಲ್ಲಿ ಒಬ್ಬ ಎಂದು ಸೇರಿಸಿಕೊಂಡ.

ಜೀವನ ಪಾಠ

ಬಹಳ ಸಲ ನಾವು ನೋಡುತ್ತೇವೆಯೇ ಹೊರತು ಕಾಣುವುದಿಲ್ಲ. ಕೇಳುತ್ತೇವೆಯೇ ಹೊರತು ಆಲಿಸುವುದಿಲ್ಲ. ತೀರ ಸಂಕೀರ್ಣ ಸಮಸ್ಯೆಯನ್ನು ಸರಳವಾಗಿ ಪರಿಹರಿಸಬಹುದು ಎಂದು ಊಹಿಸುವುದಿಲ್ಲ. ಬ್ಲೇಡ್ ನೇರವಾಗಿ, ಹರಿತವಾಗಿ ಕಾಣಿಸಬಹುದು. ಆದರೆ, ಸೂಕ್ಷ್ಮದರ್ಶಕದಲ್ಲಿ ನೋಡಿದಾಗ, ಅದರಲ್ಲಿನ ಸಣ್ಣ ಸಣ್ಣ ವ್ಯತ್ಯಯ ಕಾಣಬರುತ್ತದೆ.

ಹಿತನುಡಿ

- ಪ್ರಗತಿ ಎನ್ನುವುದು ಜೀವನದ ನಿಯಮ.
- ಪ್ರಗತಿ ಎನ್ನುವುದು ಒಂದು ಅಗತ್ಯ; ಅದು ಪ್ರಕೃತಿಯ ಒಂದು ಭಾಗ.
- ಪ್ರಗತಿ ಇಂದಿನ ಚಟುವಟಿಕೆ, ನಾಳಿನ ಭರವಸೆ.
- ಮಕ್ಕಳು ಬೆಳೆದಂತೆ ಬಟ್ಟೆ ಕಿರಿದಾಗುವಂತೆ, ವ್ಯಕ್ತಿ ಬೆಳೆದು ಸಂಸ್ಥೆಯನ್ನು ಮೀರಿಸುತ್ತಾನೆ.

ನುಡಿಮುತ್ತು

ಪ್ರಗತಿ ಮತ್ತು ಅಭಿವೃದ್ಧಿಯಲ್ಲಿ ಪ್ರಕೃತಿ ಯಾವುದೇ ವಿರಾಮ ಕೋರುವುದಿಲ್ಲ.

-ಜೆ.ಡಬ್ಲ್ಯು.ಗಯಟೆ

ಕೊನೆಯ ಒಗಟು

ರಾಮನ ಸ್ನೇಹಿತ, ಉಮ್ಮತ್ತೂರಿನ ಶ್ರೀಮಂತ ಭೂಮಾಲೀಕ ಸಾವನ್ನು ಎದುರು ನೋಡುತ್ತಿದ್ದ. ಸಾವಿಗೆ ಮುನ್ನ ತನ್ನ ಮಕ್ಕಳನ್ನು ಕರೆದು, ತಾನು ಮೃತಪಟ್ಟ ಬಳಿಕ ಹಾಸಿಗೆ ಕೆಳಗೆ ಅಗೆಯಲು ಹೇಳಿದ.

ಅಪರಕ್ರಿಯೆಗಳೆಲ್ಲ ಮುಗಿದ ಬಳಿಕ ನೆಲವನ್ನು ಅಗೆದಾಗ 3 ಮಡಿಕೆಗಳು ಸಿಕ್ಕವು. ಮೊದಲ ಮಡಿಕೆಯಲ್ಲಿ ಮಣ್ಣು, 2ನೆಯದರಲ್ಲಿ ಒಣಗಿದ ಸೆಗಣಿ ಹಾಗೂ ಮೂರನೆಯದರಲ್ಲಿ ಒಣಹುಲ್ಲು ಇತ್ತು. ಜತೆಗೆ ಹತ್ತು ವರಹಗಳ ಸಣ್ಣ ಚೀಲ ಇದ್ದಿತ್ತು. ಇದನ್ನು ಕಂಡ ಮಕ್ಕಳು ಏನೂ ಗೊತ್ತಾಗದೆ ಬೆಪ್ಪಾದರು.

ಎಷ್ಟು ಯೋಚಿಸಿದರೂ, ಇದರ ಅರ್ಥವೇನೆಂದು ಅರಿಯಲಾಗದೆ ತೆನಾಲಿ ರಾಮನನ್ನು ಕೇಳಿದರು.

ರಾಮ ಹೇಳಿದ, 'ನಿಮ್ಮ ತಂದೆಗೆ ಒಗಟುಗಳು ಎಂದರೆ ಇಷ್ಟ, ಇದೇನೂ ಕಠಿಣವಾದ ಒಗಟಲ್ಲ. ಮೊದಲ ಮಡಿಕೆಯಲ್ಲಿ ಮಣ್ಣು ಇದೆ. ಇದರರ್ಥ ಮೊದಲ ಮಗನಿಗೆ ಎಲ್ಲ ಜಮೀನು ಸೇರಬೇಕು. 2ನೆಯದರಲ್ಲಿ ಸೆಗಣಿಯಿದ್ದು ಎರಡನೆಯವನಿಗೆ ರಾಸುಗಳು, ಮೂರನೆಯದರಲ್ಲಿ ಒಣಗಿದ ಹುಲ್ಲು ಇದೆ. ಅದು ಚಿನ್ನದ ಬಣ್ಣವಿದ್ದು, ಚಿನ್ನವೆಲ್ಲ ಮೂರನೆಯವನಿಗೆ ಸೇರಬೇಕು' ಎಂದ.

'ಅದು ಸರಿ. ಚಿನ್ನದ ವರಹಗಳ ಕತೆಯೇನು?' ಪ್ರಶ್ನೆ ತೂರಿಬಂತು.

'ನಿಮ್ಮ ತಂದೆ ಜಾಣ. ನೀವು ನನ್ನ ಸಲಹೆ ಕೇಳುತ್ತೀರಿ ಎಂಬುದು ಆತನಿಗೆ ಗೊತ್ತಿತ್ತು. ಹೀಗಾಗಿ, ನನಗೆ ಶುಲ್ಕವೆಂದು ಚಿನ್ನ ನಾಣ್ಯ ಇರಿಸಿದ್ದಾನೆ' ಎಂದ ರಾಮ ನಗುತ್ತ ಚೀಲವನ್ನು ಕಿಸೆಗೆ ಹಾಕಿಕೊಂಡ.

ಜೀವನ ಪಾಠ

ಸಮಸ್ಯೆಯನ್ನು ಎಲ್ಲರಿಗೂ ತೃಪ್ತಿಯಾಗುವಂತೆ ಬಗೆಹರಿಸಿದ ತೆನಾಲಿ ರಾಮ, ಜಗಳಕ್ಕೆ ಆಸ್ಪದ ನೀಡಲಿಲ್ಲ. ಇದು ದೊರೆ ಸಾಲೋಮನ್ ಮತ್ತು ರಾಮನಂತಹ ಮುತ್ಸದ್ಧಿಗಳ ಶ್ರೇಷ್ಠತೆ.

ಹಿತನುಡಿ

- ಮುತ್ಸದ್ಧಿಯೊಬ್ಬ ನಿರಂತರ ಸಂವಹನ, ಸಂಧಾನದ ಮೂಲಕ ಕಲಿಸುತ್ತ, ಎಚ್ಚರಿಕೆಯಿಂದ ಸಂಪನ್ಮೂಲವನ್ನು ಹಂಚುತ್ತಾನೆ. ಇದರಿಂದ ಎಲ್ಲರೂ ಸಂತೃಪ್ತರಾಗುತ್ತಾರೆ.

ನುಡಿಮುತ್ತು

ಪರಿಣಾಮಗಳು ಮೂರ್ಖರಿಗೆ ಬೆರ್ಚಪ್ಪಗಳಾದರೆ, ಜಾಣರಿಗೆ ದೀಪ ಗಳಿದ್ದಂತೆ.

–ಟಿ.ಎಚ್.ಹಕ್ಸ್ಲಿ

ಯುಕ್ತ ಆಹಾರ

ಒಮ್ಮೆ ಕೃಷ್ಣದೇವರಾಯನಿಗೆ ತೀವ್ರ ಕೆಮ್ಮು ಕಾಡತೊಡಗಿತು. ಆತನಿಗೆ ಹುಳಿ ಪದಾರ್ಥಗಳು, ಮೊಸರು, ಉಪ್ಪಿನಕಾಯಿ, ಮಜ್ಜಿಗೆ ಎಂದರೆ ಬಹಳ ಇಷ್ಟ. ರಾಜ ವೈದ್ಯರು ಹುಳಿ ಪದಾರ್ಥ ತಿನ್ನುವುದನ್ನು ಬಿಡಬೇಕೆಂದು ಎಷ್ಟು ತಿಳಿ ಹೇಳಿದರೂ ಉಪಯೋಗ ಆಗಲಿಲ್ಲ. ಕೆಮ್ಮು ಹೆಚ್ಚುತ್ತ ಹೋಯಿತು.

ವಿಧಿಯಿಲ್ಲದೆ ವೈದ್ಯರೆಲ್ಲರೂ ರಾಮನ ಮೊರೆ ಹೋಗಿ, ರಾಯನ ಆರೋಗ್ಯ ಕಾಪಾಡಲು ಏನಾದರೂ ಮಾಡಬೇಕೆಂದು ಕೇಳಿಕೊಂಡರು. ರಾಮ ಒಪ್ಪಿಕೊಂಡ.

ಮರುದಿನ ಆಸ್ಥಾನದಲ್ಲಿ ರಾಮ ''ಬೆಲ್ಲಮಕೊಂಡದ ವೈದ್ಯನೊಬ್ಬನ ಜತೆ ಮಾತಾಡಿದ್ದು, ಆತ ಔಷಧ ಕೊಡುವುದಾಗಿ ಹೇಳಿದ್ದಾನೆ. ಏನಾದರೂ ತಿನ್ನಬಹುದು''

ಎಂದು ಹೇಳಿದ.

ರಾಯ ರಾಮ ಕೊಟ್ಟ ಔಷಧ ಬಳಸಲಾರಂಭಿಸಿದ.

ಕೆಲದಿನ ಕಳೆಯಿತು. ''ಈಗ ಆರೋಗ್ಯ ಹೇಗಿದೆ'' ಎಂಬ ರಾಮನ ಪ್ರಶ್ನೆಗೆ ರಾಯ ಹೇಳಿದ, ''ಸಂಪೂರ್ಣ ವಾಸಿ ಆಗಿಲ್ಲ, ತೀರಾ ಹದಗೆಟ್ಟೂ ಇಲ್ಲ'' ರಾಮ ಹೇಳಿದ, ''ಔಷಧದೊಂದಿಗೆ ಹುಳಿ ಪದಾರ್ಥಗಳನ್ನು ತಿನ್ನುತ್ತಿದ್ದೀರಿ. ಇಂಥವರಿಗೆ ಮೂರು ಉಪಯೋಗವಿದೆ''.

''ಅದೇನು'' ರಾಯನ ಪ್ರಶ್ನೆ.

''ಅಂಥವರ ಮನೆಯಲ್ಲಿ ಕಳವು ಆಗದು, ಆತನಿಗೆ ನಾಯಿ ಕಚ್ಚದು ಹಾಗೂ ಆತನಿಗೆ ವೃದ್ಧಾಪ್ಯ ಬರುವುದಿಲ್ಲ'' ರಾಮನ ಉತ್ತರ.

''ಇದೆಲ್ಲ ಒಳ್ಳೆಯದೇ. ಆದರೆ, ಹುಳಿ ಪದಾರ್ಥ ತಿನ್ನುವುದಕ್ಕೂ, ಇದಕ್ಕೂ ಏನು ಸಂಬಂಧ?'' ರಾಮ ಹೇಳಿ, ''ಹುಳಿ ಪದಾರ್ಥ ತಿನ್ನುತ್ತಲೇ ಹೋದರೆ, ಕೆಮ್ಮು ವಾಸಿಯಾಗುವುದಿಲ್ಲ. ಆತ ಹಗಲು ರಾತ್ರಿ ಕೆಮ್ಮುತ್ತಲೇ ಇರುವುದರಿಂದ, ಕಳ್ಳ ಮನೆ ಬಳಿ ಸುಳಿಯುವುದಿಲ್ಲ. ಕಾಲ ಕಳೆದಂತೆ ವ್ಯಕ್ತಿ ದುರ್ಬಲನಾಗಿ, ನಡೆದಾಡಲು ಕೋಲಿನ ಸಹಾಯ ಬೇಕಾಗುವುದರಿಂದ ನಾಯಿ ಹತ್ತಿರ ಸುಳಿಯುವುದಿಲ್ಲ. ಯೌವನದಲ್ಲೇ ಆತ ಮರಣ ಹೊಂದುವುದರಿಂದ, ಆತ ವೃದ್ಧನಾಗುವುದಿಲ್ಲ'.

ರಾಯನಿಗೆ ಎಲ್ಲವೂ ಅರ್ಥವಾಯಿತು. ಹುಳಿ ಪದಾರ್ಥ ಸೇವನೆ ತೊರೆದು ಆರೋಗ್ಯ ಗಳಿಸಿದ.

ಹಿತನುಡಿ

ಸ್ವಯಂ ನಿಯಂತ್ರಣ ಹಾಗೂ ಶಿಸ್ತು ಇಲ್ಲದ ವ್ಯಕ್ತಿಯನ್ನು ಯಾರೂ ಕಾಪಾಡಲಾರರು. ತನ್ನನ್ನು ನಿಯಂತ್ರಿಸಿಕೊಳ್ಳಲಾಗದವ ಸ್ವತಂತ್ರನಾಗಿರಲು ಸಾಧ್ಯವಿಲ್ಲ.

ನುಡಿಮುತ್ತು

ಆತ್ಮ ಸಂಯಮ ಮತ್ತು ಇಂದ್ರಿಯ ನಿಗ್ರಹದಿಂದ ಆರೋಗ್ಯ-ಸಂತೋಷದಿಂದಿರಲು ಸಾಧ್ಯ. **-ಯೋಗಸೂತ್ರ**

ಸೇನೆಯೊಂದನ್ನು ನಿಯಂತ್ರಿಸುವ ಬದಲು ತನ್ನನ್ನು ನಿಯಂತ್ರಿಸಿಕೊಳ್ಳುವುದು ಮುಖ್ಯ. **-ದಿ ಬೈಬಲ್**

ಹೊಟ್ಟೆಕಿಚ್ಚು

‘ಅಂಗೈಯಲ್ಲಿ ರೋಮ ಇರುವುದಿಲ್ಲ ಏಕೆ?’ ಇದು ಆಸ್ಥಾನದಲ್ಲಿ ವಿರಾಜಮಾನನಾಗಿದ್ದ ರಾಯನ ಪ್ರಶ್ನೆ.

ತೆನಾಲಿ ರಾಮ ಹೇಳಿದ, ‘ಮಹಾರಾಜ, ನೀವು ಸದಾ ಬಡವರಿಗೆ, ಅಗತ್ಯವಿರುವವರಿಗೆ ಹಣ-ದೇಣಿಗೆ ನೀಡುತ್ತಲೇ ಇರುತ್ತೀರಿ. ಇದರಿಂದ ಅಂಗೈಯಲ್ಲಿ ರೋಮ ಇಲ್ಲವಾಗಿದೆ’.

ಖುಷಿಯಾದ ರಾಯ ಮತ್ತೊಂದು ಪ್ರಶ್ನೆ ಕೇಳಿದ, ‘ಅದು ಸರಿ. ನಿನ್ನ ಅಂಗೈಯಲ್ಲಿ ಏಕೆ ರೋಮಗಳಿಲ್ಲ?’

‘ನೀವು ಸದಾ ನೀಡುವ ಬಹುಮಾನ, ಹಣ ತೆಗೆದುಕೊಂಡು ನನ್ನ ಅಂಗೈಯಲ್ಲಿದ್ದ ರೋಮಗಳು ಕಾಣೆಯಾಗಿವೆ’ ರಾಮ ಹೇಳಿದ.

'ಸರಿ. ನಮ್ಮ ಆಸ್ಥಾನದಲ್ಲಿರುವವರ ಕೈಯಲ್ಲೇಕೆ ಕೂದಲಿಲ್ಲ?' ರಾಯನ ಪ್ರಶ್ನೆ.

'ಮಹಾರಾಜ, ನೀವು ಸದಾಕಾಲ ನನಗೆ ಹಾಗೂ ಅಗತ್ಯವಿರುವವರಿಗೆ ನೆರವು- ಬಹುಮಾನ ನೀಡುತ್ತಿರುತ್ತೀರಿ. ಇದರಿಂದ ಅಸೂಯೆಗೊಂಡ ಆಸ್ಥಾನಿಗರು ತಮ್ಮ ಎರಡೂ ಕೈಯನ್ನು ಉಜ್ಜಿಕೊಳ್ಳುವುದರಿಂದ, ಅಂಗೈನ ಕೂದಲು ಉದುರಿಹೋಗಿದೆ' ರಾಮ ಹೇಳಿದ.

ಉತ್ತರ ಕೇಳಿ ರಾಜ ಖುಷಿಯಾದ, ಆಸ್ಥಾನಿಗರು ತಬ್ಬಿಬ್ಬಾದರು.

ಜೀವನ ಪಾಠ

ವೇಗವಾಗಿ ಆಲೋಚಿಸಿ, ತಕ್ಷಣ ಪ್ರತಿಕ್ರಿಯಿಸುವುದು ಬೀರಬಲ್ ಮತ್ತು ತೆನಾಲಿರಾಮನಂತವರ ಸಾಮರ್ಥ್ಯ. ಹೀಗಾಗಿಯೇ ಅವರು ಜ್ಞಾನಿಗಳು. 'ಸಣ್ಣ ಬೀಜದಲ್ಲಿ ಬೃಹತ್ ಆಲದ ಮರ ಕಾಣಬಲ್ಲ' ಅವರ ಸಾಮರ್ಥ್ಯವನ್ನು ನಾವೂ ಗಳಿಸಿಕೊಳ್ಳಬಹುದು.

ಹಿತನುಡಿ

- ಯಶಸ್ಸು ಗಳಿಸಿದವರನ್ನು ದ್ವೇಷಿಸುವವರು ಸಂಪೂರ್ಣವಾಗಿ ವಿಫಲರೆಂದು ಅರ್ಥ.
- ಎಲ್ಲ ಕಾಲದಲ್ಲೂ, ಎಲ್ಲೆಡೆ ಇರುವ ಕೆಡುಕು- ಅಸೂಯೆ.
- ಅಸೂಯೆ ಪಡುವಾತ ತಾನು ಕೀಳು ಎಂದು ಸಾಬೀತುಪಡಿಸಿದಂತೆ.
- ತುಕ್ಕು ಕಬ್ಬಿಣವನ್ನು ಹಾಳುಗೆಡವುವಂತೆ, ಅಸೂಯೆ ಮನುಷ್ಯನನ್ನು ನಾಶ ಮಾಡುತ್ತದೆ.
- ಕೆಲವರಿಗೆ ಮಾತ್ರ ಸ್ನೇಹಿತರ ವಿಜಯವನ್ನು ಅಸೂಯೆಪಡದೆ ಗೌರವಿಸುವ ಸಾಮರ್ಥ್ಯ ಇರುತ್ತದೆ.
- ಹೊಗಳಿಕೆ- ಗೌರವಗಳು ಒಳ್ಳೆಯ ಮನುಷ್ಯರನ್ನು ಉತ್ತಮರನ್ನಾಗಿ, ಕೆಟ್ಟ ಮನುಷ್ಯರನ್ನು ಇನ್ನಷ್ಟು ಕೆಡುಕರನ್ನಾಗಿ ಮಾಡುತ್ತದೆ.

ನುಡಿಮುತ್ತು

ಪಕ್ಕದ ಮನೆಯವರ ತೋಟ ಹಸುರಾಗಿದೆ ಎಂದರೆ, ಅವರು ಚೆನ್ನಾಗಿ ನೋಡಿಕೊಂಡಿದ್ದಾರೆ ಎಂದರ್ಥ. -ಅನಾಮಿಕ

ಕಳ್ಳ ಸಾಧು

ಹಂಪೆಯ ಹೊರ ವಲಯದ ಹಳ್ಳಿಯೊಂದಕ್ಕೆ ಸನ್ಯಾಸಿಯೊಬ್ಬ ಭೇಟಿಕೊಟ್ಟ. ಆತನ ಉಪನ್ಯಾಸ ಮತ್ತು ಚಮತ್ಕಾರಗಳಿಂದ ಜನ ಮರುಳಾಗಿ ಹೋದರು. ಬೆಳಗ್ಗೆಯಿಂದ ರಾತ್ರಿಯವರೆಗೆ ಜನ ಕಿಕ್ಕಿರಿದು ನೆರೆಯುತ್ತಿದ್ದರು, ತಿಂಡಿ ತೀರ್ಥ, ಹಣ-ಆಭರಣ ನೀಡುತ್ತಿದ್ದರು. ಆದರೆ, ರಾಮನಿಗೆ ಅದೇಕೋ ಸಂಶಯ.

ಒಂದು ದಿನ ರಾಮ ದೇವಸ್ಥಾನಕ್ಕೆ ಸನ್ಯಾಸಿಯನ್ನು ನೋಡಲು ಹೋದ. ಸನ್ಯಾಸಿ ಸ್ವಲ್ಪ ಎತ್ತರದ ವೇದಿಕೆಯ ಮೇಲೆ ಕುಳಿತಿದ್ದ. ಜನ ಆತನ ಮುಂದೆ ಕುಳಿತಿದ್ದರು. ಆತ ಶ್ಲೋಕಗಳನ್ನು ಹೇಳುತ್ತ ಹೋದ. ಆದರೆ, ಆತ ಹೇಳಿದ್ದನ್ನೇ ಪುನರಾವರ್ತನೆ ಮಾಡುತ್ತಿದ್ದುದನ್ನು ರಾಮ ಗಮನಿಸಿದ. ಆತ ಢೋಂಗಿ, ಜನರನ್ನು ಮೋಸ ಮಾಡುತ್ತಿದ್ದಾನೆ ಎಂಬ ಅನಿಸಿಕೆ ಬಲವಾಯಿತು.

ತಕ್ಷಣ ಮುಂದಕ್ಕೆ ಬಗ್ಗಿದ ರಾಮ, ಸನ್ಯಾಸಿಯ ಗಡ್ಡದ ರೋಮವೊಂದನ್ನು ಕಿತ್ತುಕೊಂಡ. 'ನನಗೀಗ ಸ್ವರ್ಗದ ಬಾಗಿಲು ತೆರೆದಿದೆ. ನಾನೊಬ್ಬ ಅದೃಷ್ಟವಂತ' ಎಂದು ಕಿರುಚಿದ. ಇದನ್ನು ಕೇಳಿದ ಜನ ಸನ್ಯಾಸಿಯ ಕೂದಲಿನಿಂದ ಸ್ವರ್ಗ ಪ್ರಾಪ್ತಿಯಾಗುತ್ತದೆ ಎಂದು ಭಾವಿಸಿ, ಆತನ ಮೇಲೆ ಮುಗಿಬಿದ್ದು ಕೂದಲು ಕೀಳಲಾರಂಭಿಸಿದರು. ಭಯಭೀತನಾದ ಸನ್ಯಾಸಿ, ಅಲ್ಲಿಂದ ಕಾಲ್ಕಿತ್ತ. ಮತ್ತೆಂದೂ ಹಳ್ಳಿಗೆ ಕಾಲಿಡಲಿಲ್ಲ.

ಜೀವನ ಪಾಠ

'ನೀನು ಮಾಡಿದ್ದು ತಪ್ಪು' ಎಂದು ಯಾರಿಗಾದರೂ ಹೇಳಿದರೆ, ಆತ ನಿಮ್ಮನ್ನು ಇಷ್ಟಪಡುವುದಿಲ್ಲ. ನಾವು ಹೀಗೆ ಹೇಳಿ, ಹಲವು ಶತ್ರುಗಳನ್ನು ಸೃಷ್ಟಿಸಿಕೊಳ್ಳುತ್ತೇವೆ. ಟೀಕೆಯನ್ನು ಹೊಗಳಿಕೆ ಎಂಬಂತೆ ಬಿಂಬಿಸಲು ಚಾಣಾಕ್ಷತನ ಬೇಕಾಗುತ್ತದೆ.

ಹಿತನುಡಿ

- ಸತ್ಯ ಕಠಿಣ, ಸುಳ್ಳು ಸುಲಭ.
- ಪರರನ್ನು ಮೋಸಗೊಳಿಸುವುದು ಕೆಟ್ಟ ಪ್ರವೃತ್ತಿ.
- ಸತ್ಯವಾಗಿ ಬದುಕಲಾರದವರು ಮೋಸ ಮತ್ತು ವಂಚನೆಗೆ ಮುಂದಾಗುತ್ತಾರೆ.
- ಸತ್ಯವನ್ನು ಹೇಳಲಾಗದವನು ಒಂದೋ ಹೇಡಿ ಇಲ್ಲವೇ ಖದೀಮ ಅಥವಾ ಎರಡೂ.
- ಸತ್ಯ ನಿಮ್ಮ ಬದಿಯಿದ್ದರೆ, ನೀವು ಸುರಕ್ಷಿತರು.

ನುಡಿಮುತ್ತು

ಸತ್ಯವನ್ನು ಸಿಹಿಯಾಗಿ ಹೇಳಬೇಕು.

ನೀತಿ ವಾಕ್ಯ

ಮೋಸ ಮಾಡಿದವನನ್ನು ವಂಚಿಸುವುದು ಖುಷಿ ಕೊಡುತ್ತದೆ.

ಜೀನ್ ಡಿ ಲಾ ಫಾಂಟೇನ್

ವಯಸ್ಸಿನ ಲೆಕ್ಕ

ಕೃಷ್ಣದೇವರಾಯನ ಆಳ್ವಿಕೆಯಲ್ಲಿ ವಿಜಯನಗರ ಮತ್ತು ಪೋರ್ಚುಗಲ್ ನಡುವಿನ ಸಂಬಂಧ ಬೆಳೆದು, ಡೋಮಿಂಗೊ ಪೇಸ್ ಎಂಬ ಪ್ರವಾಸಿ ರಾಜ್ಯದ ಭೇಟಿಗೆ ಬಂದ. ಕೆಲಕಾಲ ಕಳೆದದ್ದಲ್ಲದೆ, ಆ ಕುರಿತು ಬರೆದ.

ಒಮ್ಮೆ ಪೇಸ್ ಜತೆಗೆ ಶ್ರೀಮಂತ ಪೋರ್ಚುಗೀಸ್ ಮಹಿಳೆಯೊಬ್ಬಳು ವಿಜಯನಗರಕ್ಕೆ ಬಂದು ವೆಂಕಟೇಶ್ವರ, ವಿರೂಪಾಕ್ಷ ಹಾಗೂ ವಿಠ್ಠಲಸ್ವಾಮಿಯ

ದೇವಾಲಯಗಳನ್ನು ವೀಕ್ಷಿಸಿದಳು. ಆಕೆಯನ್ನು ಅರಮನೆಗೆ ಬಂದು ಆತಿಥ್ಯ ಸ್ವೀಕರಿಸಬೇಕೆಂದು ರಾಜ ಆಹ್ವಾನಿಸಿದ. ಆ ಮಹಿಳೆ ಸ್ವಪ್ರತಿಷ್ಠೆಯವಳು, ಅಲಂಕಾರ ಪ್ರಿಯಳು ಎಂಬುದು ರಾಯನಿಗೆ ಗೊತ್ತಾಯಿತು.

ಆಕೆ ಆಸ್ಥಾನಕ್ಕೆ ಭೇಟಿ ಕೊಡುವ ಮುನ್ನ ರಾಯ ತನ್ನ ಆಸ್ಥಾನದಲ್ಲಿದ್ದವರಿಗೆ ಆಕೆಯ ಕುರಿತು ವಿವರಿಸಿ, ಪ್ರತಿಕ್ರಿಯಿಸಿದಾಗ ಎಚ್ಚರ ವಹಿಸಬೇಕೆಂದು ಸೂಚಿಸಿದ.

ಆಕೆ ಬಂದು, ರಾಯ ತನಗೆ ನೀಡಿ ಸ್ವಾಗತವನ್ನು ಮೆಚ್ಚಿದಳು. ಭೋಜನದ ನಂತರ ಲೋಕಾಭಿರಾಮವಾಗಿ ಮಾತನಾಡುತ್ತ, 'ನನ್ನ ವಯಸ್ಸು ಎಷ್ಟಿರಬಹುದು ಎಂದು ಹೇಳಬಲ್ಲಿರಾ?' ಎಂದು ಪ್ರಶ್ನಿಸಿದಳು.

ಇದನ್ನು ನಿರೀಕ್ಷಿಸದೆ ಇದ್ದ ರಾಯ ದಂಗಾದ. ಆಕೆಗೆ ನೋವಾಗದಂತೆ ಉತ್ತರಿಸುವುದು ಕಷ್ಟ ಎಂದು ಗೊತ್ತಿತ್ತು. ಆದರೂ ಹೇಳಿದ, 'ನೀವೊಬ್ಬ ಸುಂದರ ಮಹಿಳೆ. ವಯಸ್ಸು ಎಷ್ಟು ಎಂದು ಖಚಿತವಾಗಿ ಹೇಳುವುದು ಕಷ್ಟ. ಅದನ್ನು ಹೇಳಬಲ್ಲವ ತೆನಾಲಿ ರಾಮ ಮಾತ್ರ' ಎಂದ ರಾಯ.

ದೊರೆ ಎದುರಿಸುತ್ತಿದ್ದ ಸಂದಿಗ್ಧವನ್ನು ಅರಿತ ರಾಮ ಹೇಳಿದ, 'ನಿಮ್ಮ ಹೊಳೆಯುವ ಹಲ್ಲನ್ನು ನೋಡಿದರೆ, ವಯಸ್ಸು 19 ಇರಬಹುದು ಎನ್ನಿಸುತ್ತದೆ. ಆದರೆ, ಕೂದಲನ್ನು ಗಮನಿಸಿದರೆ 18 ವರ್ಷ ಎನ್ನಬಹುದು. ಸೌಂದರ್ಯ ಗಮನಿಸಿದರೆ 16ಕ್ಕಿಂತ ಹೆಚ್ಚು ಇರಲಾರದು' ಎಂದ.

ಉಬ್ಬಿಹೋದ ಮಹಿಳೆ ಹೇಳಿದಳು, 'ಧನ್ಯವಾದ. ಆದರೆ, ನನ್ನ ವಯಸ್ಸೆಷ್ಟು ಎನ್ನುವುದನ್ನು ಹೇಳಲೇ ಇಲ್ಲವಲ್ಲ?'

ರಾಮ ಹೇಳಿದ, 'ಈಗಾಗಲೇ ಅಂದಾಜು ಮಾಡಿ ಹೇಳಿದ್ದೇನೆ. ನನಗೆ ಲೆಕ್ಕ ಬಾರದು. 19, 18, 16ನ್ನು ಕೂಡಿ ನೋಡಿ. ನಿಮ್ಮ ವಯಸ್ಸು ಗೊತ್ತಾಗುತ್ತದೆ' ಎಂದು ನಗೆ ಬೀರಿದ.

ರಾಮನ ಜಾಣ್ಮೆಯ ಉತ್ತರಕ್ಕೆ ದಂಗು ಹೊಡೆದ ಮಹಿಳೆ, ತಾನೂ ಜೋರಾಗಿ ನಕ್ಕುಬಿಟ್ಟಳು. ರಾಯನೂ ನಗಲಾರಂಭಿಸಿದ.

ಜೀವನ ಪಾಠ

ಹಿತವಾಗದ್ದನ್ನು ಸೌಮ್ಯವಾಗಿ ಹೇಳುವುದು ಹೇಗೆ? ದುಂಬಿಯೊಂದರ ಕಡಿತದಿಂದ ವಸಂತಕಾಲ ಬಂದಿದೆ ಎಂಬುದು ಅರಿವಾಗುತ್ತದೆ. ಆದರೆ, ಚಿಟ್ಟೆಯ ಹಾರಾಟ ಕೂಡ ಕಾಲವೊಂದರ ಬರವನ್ನು ಘೋಷಿಸುತ್ತದೆ. ಮನುಷ್ಯರ ನಡುವಣ ವ್ಯವಹಾರದಲ್ಲಿ ಔಚಿತ್ಯಪ್ರಜ್ಞೆ ಮುಖ್ಯವಾದದು.

ಹಿತನುಡಿ

- ಔಚಿತ್ಯಪ್ರಜ್ಞೆ ಬಹುಮುಖ್ಯ ಪ್ರಾಯೋಗಿಕ ಗುಣ. ಹೇಳಬೇಕಾದ್ದನ್ನು ನೋವು ಆಗದಂತೆ ಹೇಳುವ ಕಲೆ.
- ಔಚಿತ್ಯಪ್ರಜ್ಞೆ ಎಲ್ಲ ತಡೆಗೋಡೆಗಳನ್ನು ನಿವಾರಿಸಬಲ್ಲದು. ಒಗಟುಗಳನ್ನು ಬಿಡಿಸಬಲ್ಲದು. ಅದಿಲ್ಲದೆ ಏನನ್ನೂ ಕಲಿಯಲು ಸಾಧ್ಯವಿಲ್ಲ.

ನುಡಿಮುತ್ತು

ಔಚಿತ್ಯಪ್ರಜ್ಞೆ ಹೇಳಬೇಕಾದ್ದನ್ನು ನಯವಾಗಿ ಹೇಳುವ ಕಲೆ, ನಿಷ್ಕೃಷ್ಟವಾಗಿ ಅಲ್ಲ.

–ಅನಾಮಿಕ

ಕಾಟ ನಿಂತಿತು

ರಾಮ ಕಿರಿದಾದ ರಸ್ತೆಯಲ್ಲಿದ್ದ ಹೊಸ ಮನೆಗೆ ತನ್ನ ವಾಸ್ತವ್ಯ ಬದಲಿಸಿದ. ಅಲ್ಲೊಂದು ಸಮಸ್ಯೆ ಎದುರಾಯಿತು. ಮಧ್ಯರಾತ್ರಿಯಾದರೂ ಬಾಲಕರು ಗದ್ದಲ ಮಾಡುತ್ತ ಆಟವಾಡುತ್ತಿದ್ದುದರಿಂದ ಆತನ ನಿದ್ರೆ, ಅಧ್ಯಯನಕ್ಕೆ ಭಂಗ ಬಂದಿತು.

ಒಂದು ದಿನ ಸಂಜೆ ಮಕ್ಕಳು ಲಗೋರಿ ಆಡುತ್ತಿದ್ದಾಗ ಅವರ ಬಳಿ ಹೋದ ರಾಮ, 'ನೀವು ಆಟ ಆಡುತ್ತಿರುವುದನ್ನು ಕಂಡು ನನಗೆ ಬಹಳ ಸಂತೋಷ ವಾಗುತ್ತಿದೆ. ನೀವು ಕಣ್ಣಾಮುಚ್ಚಾಲೆ, ಚಿನ್ನಿ-ದಾಂಡು, ಕಬ್ಬಡಿ ಆಡುವುದನ್ನು ನೋಡಿ, ಬಾಲ್ಯದ ನೆನಪಾಗುತ್ತದೆ. ರಾತ್ರಿ ನೀವು ಆಟವಾಡಿದಲ್ಲಿ, ವಾರಕ್ಕೆ ಹತ್ತು ವರಹ ನೀಡುತ್ತೇನೆ' ಎಂದ. ಹುಡುಗರಿಗೆ ಭಾರಿ ಖುಷಿಯಾಯಿತು. ಆಟವಾಡಲು ಹಣ ಕೊಡುವವರನ್ನು ಅವರು ಈತನಕ ನೋಡಿರಲಿಲ್ಲ.

ಮಾರನೇ ದಿನದಿಂದಲೇ ತಡರಾತ್ರಿವರೆಗೆ ಆಟ ಆಡಲಾರಂಭಿಸಿದರು. ವಾರ ಕಳೆದನಂತರ ರಾಮನ ಮನೆಗೆ ಬಂದು ಬಾಗಿಲು ಬಡಿದರು. ರಾಮ ಸಂತೋಷವಾಗಿ 10 ವರಹ ಕೊಟ್ಟ. 2ನೇ ವಾರ ಹಣ ಇಲ್ಲ ಎಂಬ ನೆಪ ನೀಡಿ ಕೊಟ್ಟಿದ್ದು 7 ವರಹ ಮಾತ್ರ. 3ನೇ ವಾರ ಸಂಬಳ ಬಂದಿಲ್ಲ ಎಂದು 5 ವರಹ ಮಾತ್ರ ಕೊಟ್ಟ. ಬಾಲಕರಿಗೆ ಅಸಂತೋಷವಾದರೂ ತೋರಿಸಿಕೊಳ್ಳಲಿಲ್ಲ.

4ನೇ ವಾರ 'ನನಗೆ ಮೊದಲು ಹೇಳಿದಷ್ಟು ದುಡ್ಡು ಕೊಡಲು ಸಾಧ್ಯವಿಲ್ಲ, ಬದಲಿಗೆ ವಾರಕ್ಕೆ 2 ವರಹ ಮಾತ್ರ ಕೊಡುತ್ತೇನೆ' ಎಂದ. ಸಿಟ್ಟಿಗೆದ್ದ ಹುಡುಗರು 'ಕೇವಲ 2 ವರಹಕ್ಕಾಗಿ ವಾರವಿಡೀ ಆಟ ಆಡಬೇಕಾ? ಹಾಳಾಗಿ ಹೋಗು' ಎಂದು ಹೊರಹೋದರು.

ಅಂದಿನಿಂದ ರಸ್ತೆಯಲ್ಲಿ ಆಟವಾಡುವುದು ನಿಂತುಹೋಯಿತು. ತನ್ನ ಉಪಾಯ ಫಲಿಸಿದ್ದಕ್ಕೆ ಸಂತೋಷಗೊಂಡ ರಾಮ, ಶಾಂತಿಯಿಂದ ಇರಲಾರಂಭಿಸಿದ.

ಜೀವನ ಪಾಠ

ಏನನ್ನೇ ಮಾಡು, ಅದಕ್ಕೊಂದು ಯೋಜನೆ ಇರಲಿ. ಅವಶ್ಯಕತೆಗೆ ಅನುಗುಣ ವಾಗಿ ಅಲ್ಪ ಮತ್ತು ದೀರ್ಘ ಅವಧಿಯ ಯೋಜನೆ ರೂಪಿಸಿಕೊಳ್ಳಬೇಕು. ಇದಕ್ಕೇ ಚೀನಾದ ಗಾದೆಯೊಂದು ಹೇಳುತ್ತದೆ 'ಎಲ್ಲಿಗೆ ಹೋಗಬೇಕೆಂದು ನಿನಗೆ ಗೊತ್ತಿಲ್ಲದಿದ್ದಲ್ಲಿ, ಯಾವುದೇ ರಸ್ತೆ ನಿನ್ನನ್ನು ಗುರಿ ಮುಟ್ಟಿಸದು'.

ಹಿತನುಡಿ

- ಹಣ ಗಳಿಸಲು ಸಂತೋಷ ಮತ್ತು ಆನಂದವನ್ನು ಬಳಸಿದಲ್ಲಿ, ಎರಡನ್ನೂ ಕಳೆದು ಕೊಳ್ಳುತ್ತೇವೆ.
- ಸ್ವಾರ್ಥ, ಹಣದ ಲೋಭ-ಕೆಡುಕಿನ ಮೂಲ.
- ಹಣದ ಲೋಭವು ಮನುಷ್ಯರನ್ನು ಆನಂದದಿಂದ ಹೊರತಾಗಿಸ ಬಾರದು.

ನುಡಿಮುತ್ತು

ಹಣದಿಂದ ಎಲ್ಲವನ್ನೂ ಮಾಡಬಹುದು ಎಂಬ ಅಭಿಪ್ರಾಯ ಇರುವವರು ಹಣಕ್ಕಾಗಿ ಏನನ್ನಾದರೂ ಮಾಡಬಹುದು ಎಂದು ಸಂಶಯಿಸಬಹುದು.

-ಗಾದೆ ಮಾತು

ಜುಗ್ಗನ ಮನೆ

ರಾಮನ ಜುಗ್ಗ ಸ್ನೇಹಿತ ವಾಸು, ಯಾವುದೇ ಹಣ ಖರ್ಚು ಮಾಡದೆ ತನ್ನ ಸಣ್ಣ ಮನೆ ಪ್ರಶಾಂತವಾಗಿ, ದೊಡ್ಡದಾಗಿ ಇರಬೇಕೆಂದು ಆಸೆಪಡುತ್ತಿದ್ದ. ಒಂದು ದಿನ ರಾಮನ ಮನೆಗೆ ಹೋಗಿ, ತನ್ನ ಸಮಸ್ಯೆ ಹೇಳಿಕೊಂಡ. ರಾಮ ಹೇಳಿದ, 'ನಿನ್ನ ಸಮಸ್ಯೆ ಬಗೆಹರಿಸೋಣ. ನಾನು ಹೇಳಿದಂತೆ ಮಾಡು. ನಿನ್ನ ಬಳಿ ಇರುವ ಕುರಿ, ಕೋಳಿ, ಹಂದಿ, ನಾಯಿಯನ್ನು ಮನೆಯೊಳಗೆ ತಂದಿಟ್ಟುಕೋ'.

'ಈ ಪರಿಹಾರ ಸೂಕ್ತವಾದದ್ದಲ್ಲ' ಎಂದುಕೊಂಡರೂ, ರಾಮ ಹೇಳಿದಂತೆ ಮಾಡಿದ. ಸಣ್ಣ ಮನೆಯಲ್ಲಿ ಎಲ್ಲ ಪ್ರಾಣಿಗಳು ತುಂಬಿಕೊಂಡು, ಶಾಂತಿ ಇಲ್ಲದಂತಾಯಿತು.

ಮತ್ತೆ ರಾಮನ ಬಳಿ ಹೋದ, 'ಈ ಪ್ರಾಣಿಗಳೆಲ್ಲ ತುಂಬಿಕೊಂಡು ನನಗೆ ತಲೆ ಕೆಟ್ಟು ಹೋಗಿದೆ. ಗಲಾಟೆಯಿಂದಾಗಿ ನನಗೆ ಯಾವುದೇ ಕೆಲಸ ಮಾಡಲು ಆಗುತ್ತಿಲ್ಲ' ಎಂದು ದೂರಿದ.

'ಹೌದಾ, ಎಲ್ಲ ಪ್ರಾಣಿಗಳನ್ನು ಕೊಟ್ಟಿಗೆಗೆ ವಾಪಸ್ ಕಳಿಸು' ರಾಮ ಸಲಹೆ ಕೊಟ್ಟ. ಪ್ರಾಣಿಗಳನ್ನು ಕೊಟ್ಟಿಗೆಗೆ ತುಂಬಿ ವಾಪಸಾದ ವಾಸುಗೆ ಮನೆ ದೊಡ್ಡದಾಗಿ, ಪ್ರಶಾಂತವಾಗಿ ಇರುವಂತೆ ಭಾಸವಾಯಿತು. ಪುಡಿಗಾಸು ವೆಚ್ಚ ಮಾಡದೆ ಅದನ್ನು ರಾಮ ಸಾಧ್ಯವಾಗಿಸಿದ್ದ.

ಜೀವನ ಪಾಠ

ಎಲ್ಲ ಸಮಸ್ಯೆಗೂ ಸನ್ನಿವೇಶ ಎಂಬುದಿರುತ್ತದೆ. ಅದನ್ನು ಬದಲಿಸಿದರೆ, ಸಮಸ್ಯೆಯೇ ಇಲ್ಲವಾಗುತ್ತದೆ.

ಹಿತನುಡಿ

- ಒಳ್ಳೆಯದು, ಕೆಟ್ಟದ್ದು ಎಂಬುದು ನಮ್ಮ ಅಭಿಪ್ರಾಯವಷ್ಟೆ. ಹೇಗೆ ಯೋಚಿಸುತ್ತೇವೆ ಎಂಬುದು ನಮಗೆ ಬಿಟ್ಟದ್ದು.
- ಘಟನೆ ಒಂದೇ. ಅದರ ಕುರಿತು ಅಭಿಪ್ರಾಯ ಬೇರೆ ಬೇರೆ ಇರುತ್ತದೆ.
- ನಾವು ನಮ್ಮ ಅಭಿಪ್ರಾಯಗಳ ಗುಲಾಮರು.
- ತನ್ನ ಅಭಿಪ್ರಾಯಗಳನ್ನು ಬದಲಿಸಿಕೊಳ್ಳದವ ಇಲ್ಲವೇ ತಪ್ಪುಗಳನ್ನು ತಿದ್ದಿಕೊಳ್ಳದವ, ಎಂದಿಗೂ ಬುದ್ಧಿವಂತನಾಗಲಾರ.
- ಮುಕ್ತ ಮನಸ್ಸಿನಿಂದ ಆಲೋಚಿಸಿ ಅಭಿಪ್ರಾಯ ವ್ಯಕ್ತಪಡಿಸಬೇಕು.

ನುಡಿಮುತ್ತು

ನಮ್ಮ ಪ್ರವೃತ್ತಿಯಂತೆ ಅಭಿಪ್ರಾಯಗಳು ಇರುತ್ತವೆ.

-ಗಾಡೆ

ಕಳ್ಳನ ಮನಸ್ಸು

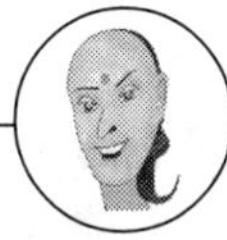

ಒಮ್ಮೆ ರಾಮನಿಗೆ ಹಣದ ಅವಶ್ಯಕತೆ ಇತ್ತು. ಹೊರ ಊರಿನ ನೆಂಟರ ಬಳಿ ಹೋಗಿ, 1000 ವರಹ ಸಾಲ ಪಡೆದು ಹಂಪೆಗೆ ವಾಪಸಾಗುತ್ತಿದ್ದ. ದಾರಿಯಲ್ಲಿ ಸನ್ಯಾಸಿಯ ರೂಪದ ಕಳ್ಳನೊಬ್ಬ ಆತನ ಬೆನ್ನು ಹತ್ತಿದ. ರಾಮನ ಬಳಿ ಹಣ ಇರುವುದು ಆತನಿಗೆ ಗೊತ್ತಾಯಿತು. 'ಹಂಪೆಯಲ್ಲಿರುವ ಬಂಧುವಿನ ಮನೆಗೆ ಹೋಗುತ್ತಿದ್ದೇನೆ. ನಿನ್ನ ಜತೆಯೇ ಬರುವೆ'' ಎಂದು ರಾಮನಿಗೆ ಹೇಳಿದ.

ತನ್ನ ಮಾತು, ನಯವಂತಿಕೆಯಿಂದ ರಾಮನಿಗೆ ಹತ್ತಿರವಾದ. ರಾತ್ರಿಯಾಯಿತು.

ಛತ್ರವೊಂದರಲ್ಲಿ ಇಬ್ಬರೂ ತಂಗಿದರು. ಆಯಾಸಗೊಂಡಿದ್ದ ರಾಮನಿಗೆ ತಕ್ಷಣ ನಿದ್ರೆ ಬಂದಿತು. ಎದ್ದು ಕುಳಿತ ಕಳ್ಳ, ರಾಮನ ಜೇಬು, ಹಾಸಿಗೆ-ದಿಂಬಿನ ಕೆಳಗೆ ಹುಡುಕಿದರೂ ಚಿನ್ನದ ವರಹಗಳು ಸಿಗಲಿಲ್ಲ. ಬೆಳಗ್ಗೆ ಕಳ್ಳ ಎದ್ದಾಗ, ರಾಮನ ಜೇಬಿನಲ್ಲಿ ವರಹಗಳು ಇದ್ದುದು ಕಂಡುಬಂತು.

ಇಬ್ಬರೂ ಮತ್ತೆ ಪ್ರಯಾಣ ಆರಂಭಿಸಿದರು. ರಾತ್ರಿ ವಸತಿಗೃಹದಲ್ಲಿ ತಂಗಿದರು. ಇಬ್ಬರೂ ಮಲಗಿದರು. ನಿದ್ರೆ ಬಂದಂತೆ ನಟಿಸುತ್ತಿದ್ದ ಕಳ್ಳ ಎದ್ದು ರಾಮನ ಕಿಸೆ, ಹಾಸಿಗೆ-ದಿಂಬು ಎಲ್ಲವನ್ನೂ ಹುಡುಕಿದ. ಏನೂ ಸಿಗಲಿಲ್ಲ. ತಲೆ ಕೆಟ್ಟಂತಾಗಿ, ಆತನೂ ಮಲಗಿದ.

ಬೆಳಗಾಯಿತು. ಇಬ್ಬರೂ ಎದ್ದು ಹೊರಟರು. ಹಂಪೆಯ ಪ್ರವೇಶದ್ವಾರ ಸಮೀಪಿಸಿದಂತೆ ಕಳ್ಳ ಹೇಳಿದ, 'ನಿಮ್ಮಿಂದಾಗಿ ಪ್ರಯಾಣ ಸುಖಕರವಾಗಿ ಮುಗಿಯಿತು. ಆದರೆ, ಎರಡೂ ರಾತ್ರಿ ಹಣ ಎಲ್ಲಿಟ್ಟುಕೊಂಡಿದ್ದಿರಿ?'

ಜೋರಾಗಿ ನಕ್ಕ ರಾಮ ಹೇಳಿದ, 'ಅಲ್ಲೇ ಇರುವುದು ಸ್ವಾರಸ್ಯ. ನಿನ್ನ ಬಗ್ಗೆ ನನಗೆ ಗೊತ್ತಾಯಿತು. ಹೀಗಾಗಿ ರಾತ್ರಿ ಮಲಗುವಾಗ ಹಣದ ಚೀಲವನ್ನು ನಿನ್ನ ದಿಂಬಿನ ಕೆಳಗೆ ಇಡುತ್ತಿದ್ದೆ. ಕಳ್ಳ ತನ್ನ ದಿಂಬಿನಡಿ ನೋಡುವುದಿಲ್ಲ ಎಂಬುದು ನನಗೆ ಗೊತ್ತಿತ್ತು. ಅದು ನಿಜವೂ ಆಯಿತು'' ಎಂದ. ಇದನ್ನು ಕೇಳಿದ ಕಳ್ಳ ಹೇಳಿದ, 'ನೀನು ಕಳ್ಳರ ಗುರು'' ಎಂದವನೇ ಸಪ್ಪೆಮುಖ ಮಾಡಿಕೊಂಡು ಜಾಗ ಖಾಲಿ ಮಾಡಿದ.

ಜೀವನ ಪಾಠ

ಬಹುತೇಕ ಜನರದ್ದು 'ಸಿದ್ಧ ಯೋಚನಾ ಪ್ರವೃತ್ತಿ' ಮತ್ತು ಕಣ್ಕಾಪು ಕಟ್ಟಿದ ನೋಟ. ಅವರು ಚೌಕಟ್ಟಿನಾಚೆ ನೋಡಲಾರರು. ಆದರೆ, ಸ್ವತಂತ್ರ ಆಲೋಚನ ಪ್ರವೃತ್ತಿ, ಸಿದ್ಧ ಮಾದರಿಗಳನ್ನು ಭಂಗಿಸುವವರು ನಾಯಕರು, ಸಾಧಕರು.

ಹಿತನುಡಿ

- ನಮ್ಮ ಕೌಶಲ್ಯ, ಆಲೋಚನೆ ಮತ್ತು ನಡತೆಯ ಸ್ವಯಂಮೌಲ್ಯಮಾಪನ ಅಗತ್ಯ.
- ನಮಗೆ ಕೌಶಲ್ಯವಿದೆ. ಆದರೆ, ಆತ್ಮವಿಮರ್ಶೆ ಮಾಡಿಕೊಳ್ಳುವುದಿಲ್ಲ. ಸಣ್ಣ ಗುರಿ ಇಟ್ಟುಕೊಂಡು ಅದರಲ್ಲೇ ಮುಳುಗಿರುತ್ತೇವೆ. ಇದರಿಂದ ಸಮತೋಲನ ತಪ್ಪುತ್ತದೆ. ಪರಿಸ್ಥಿತಿಯನ್ನು ಸೂಕ್ತವಾಗಿ ನಿಭಾಯಿಸುವಲ್ಲಿ ವಿಫಲರಾಗುತ್ತೇವೆ.
- ಆಸ್ತಿ ಮತ್ತು ಬದುಕನ್ನು ಕಾಯ್ದುಕೊಳ್ಳಲು ವಿವೇಚನೆಯ ಅಗತ್ಯವಿದೆ.

ನುಡಿಮುತ್ತು

ಸುತ್ತಲಿನ ಜಗತ್ತನ್ನು ಕಣ್ಣುಬಿಟ್ಟು ನೋಡಿ. ಎಷ್ಟು ಜನರಿಗೆ ಸ್ವಯಂ ಅರಿವು ಇದೆ ಅಥವಾ ಎಷ್ಟು ಮಂದಿ ಅದಕ್ಕಾಗಿ ಹುಡುಕುತ್ತಿದ್ದಾರೆ?

-ವಿಲಿಯಂ ಡ್ರಮ್ಮಂಡ್

ನೀರಿನ ಮಹಿಮೆ

ಒಂದು ದಿನ ಪಕ್ಕದ ಮನೆಯಾಕೆ ರಾಮನ ಮನೆಗೆ ಬಂದು ಪ್ರತಿದಿನ ಅತ್ತೆ ಜತೆ ಜಗಳ ಮಾಡಬೇಕಾಗಿ ಬಂದಿರುವ ಕುರಿತು ವಿವರಿಸಿ, ಇದರಿಂದ ತಾನು ತೀವ್ರ ಕಷ್ಟಕ್ಕೆ ಸಿಲುಕಿರುವುದಾಗಿ ಹೇಳಿಕೊಂಡಳು.

ಎಲ್ಲವನ್ನೂ ಕೇಳಿಸಿಕೊಂಡ ರಾಮ ಆಕೆಗೊಂದು ನೀರಿನ ಬಾಟಲಿ ಕೊಟ್ಟು ಹೇಳಿದ, ‘ಇದು ಪವಿತ್ರ ಜಲ. ನಿನ್ನ ಅತ್ತೆ ನಿನ್ನ ಬಗ್ಗೆ ಕಿರಿಕಿರಿಯಾಗುವಂತೆ ಮಾತನಾಡಿದಾಗ, ಈ ನೀರನ್ನು ಬಾಯಿಗೆ ಹಾಕಿಕೊಂಡು 2 ನಿಮಿಷ ಇರಿಸಿಕೋ. ಉಗುಳುವುದು, ನುಂಗುವುದು ಕೂಡದು. ಬಳಿಕ ನೀನು ನುಂಗಿ, ಮಾತನಾಡಬಹುದು. ನಿನ್ನ ಸಮಸ್ಯೆ ಬಗೆಹರಿಯುತ್ತದೆ’.

ರಾಮನಿಗೆ ಧನ್ಯವಾದ ಹೇಳಿ, ಆ ಮಹಿಳೆ ಮನೆಗೆ ತೆರಳಿದಳು.

ಒಂದು ವಾರ ಕಳೆಯಿತು. ಬಳಿಕ ಮನೆಗೆ ಬಂದ ಆ ಮಹಿಳೆ ಮಂತ್ರಿಸಿದ ನೀರು ಅದ್ಭುತವಾಗಿ ಕೆಲಸ ಮಾಡುತ್ತಿದ್ದು ಇನ್ನೊಂದು ಬಾಟಲಿ ಕೊಡಬೇಕೆಂದು ಕೋರಿದಳು. ರಾಮ ಕೊಟ್ಟು ಕಳಿಸಿದ. ಇನ್ನೊಂದು ತಿಂಗಳು ಉರುಳಿತು.

ಮತ್ತೆ ಬಂದ ಮಹಿಳೆ ನೀರಿನ ಬಾಟಲಿ ಕೇಳಿದಾಗ ರಾಮ ಹೇಳಿದ, 'ನೀರಿಗಾಗಿ ಇಲ್ಲಿಗೆ ಬರುವ ಅಗತ್ಯವಿಲ್ಲ. ನಿಮ್ಮ ಬಾವಿಯ ನೀರನ್ನೇ ಕುಡಿಯಬಹುದು'. ಆ ಮಹಿಳೆ ಅವಕ್ಕಾದಳು.

ಬಾಯಿಯಲ್ಲಿ ನೀರು ತುಂಬಿರುತ್ತಿದ್ದುದರಿಂದ, ಅತ್ತೆ ಏನಾದರೂ ಹೇಳಿದರೆ ಅದಕ್ಕೆ ತಕ್ಷಣ ಪ್ರತಿಕ್ರಿಯಿಸಲು ಆಕೆಗೆ ಆಗುತ್ತಿರಲಿಲ್ಲ. ಸಿಟ್ಟಿನಿಂದ ಕಿರುಚಾಡಲೂ ಆಗುತ್ತಿರಲಿಲ್ಲ. ಇದರಿಂದ ತನ್ನಿಂತಾನೇ ಆಕೆಗೆ ಸಹನೆ ಬೆಳೆಯಿತು. ಇದೆಲ್ಲ ಅರಿತ ಆಕೆ, ರಾಮನಿಗೆ ಧನ್ಯವಾದ ಹೇಳಿದಳು.

ಜೀವನ ಪಾಠ

ಶಾಂತಚಿತ್ತರ ಮೇಲೆ ಸಿಟ್ಟಿಗೆದ್ದು ಕೂಗಾಡುವುದಕ್ಕಿಂತ ಕೆಟ್ಟ ಪ್ರವೃತ್ತಿ ಮತ್ತೊಂದಿಲ್ಲ ಎಂದು ಅಲೆಕ್ಸಾಂಡರ್ ಡೂಮಾ ಹೇಳಿದ್ದರು. ಸಮಚಿತ್ತತೆಯೊಂದೇ ಪರಿಹಾರ.

ಹಿತನುಡಿ

- ಕೋಪ ಎಂಬುದು ತಾತ್ಕಾಲಿಕ ಹುಚ್ಚು. ಅದು ಅಪಾಯಕ್ಕೆ ಸಮನಾದುದು.
- ನಿಧಾನ ಪ್ರತಿಕ್ರಿಯೆ ಕೋಪ ತಡೆಯುವ ಅತ್ಯುತ್ತಮ ಉಪಾಯ.
- ಕ್ಷಣ ಪಿತ್ತವನ್ನು ತಡೆಬಲ್ಲವ ದಿನದ ದುಃಖವನ್ನು ತಪ್ಪಿಸಿಕೊಳ್ಳಬಲ್ಲ.
- ಶಾಂತಚಿತ್ತದಿಂದ ಬೇರೆಯವರನ್ನು ನಿಯಂತ್ರಿಸಬಹುದು.

ನುಡಿಮುತ್ತು

ಕೋಪವೆಂಬುದು ಪಾಪದ ಫಲ.

-ಗಾದೆ

ಮೋಸದಿಂದ ಅಪಾಯ

ನಾಲ್ವರು ಗೆಳೆಯರು ಹತ್ತಿಯ ವಹಿವಾಟು ಆರಂಭಿಸಿದರು. ಹತ್ತಿಯ ಉಂಡೆಗಳನ್ನು ಶೇಖರಿಸಲು ಗೋದಾಮೊಂದನ್ನು ಬಾಡಿಗೆಗೆ ಪಡೆದರು. ಇಲಿ ಕಾಟ ಹೆಚ್ಚಿದ್ದರಿಂದ ಚುರುಕಾದ ಬೆಕ್ಕೊಂದನ್ನು ಸಾಕಿದರು.

ಆ ಬೆಕ್ಕು ಕಂಡರೆ ನಾಲ್ವರಿಗೂ ಪ್ರೀತಿ. ಹೀಗಾಗಿ, ನಾಲ್ಕೂ ಕಾಲಿಗೆ ಚಿನ್ನದ ಗೆಜ್ಜೆ ಹಾಕಿ ಒಂದು ಕಾಲನ್ನು ಒಬ್ಬೊಬ್ಬರು ವಹಿಸಿಕೊಂಡು ದೇಖರೇಖಿ ಮಾಡುತ್ತಿದ್ದರು.

ಒಂದು ದಿನ ಹತ್ತಿಯ ಮೂಟೆ ಮೇಲಿಂದ ನೆಗೆದು ಬೆಕ್ಕು ಕಾಲು ಏಟು ಮಾಡಿಕೊಂಡಿತು. ಗಾಯಗೊಂಡ ಕಾಲಿಗೆ ಮುಲಾಮು ಹಚ್ಚಿ, ಮಸ್ಲಿನ್‌ನ ಬಟ್ಟೆಯನ್ನು ಕಟ್ಟಿದರು. ಕೆಲಕಾಲದ ನಂತರ ಕಾಲಿಗೆ ಕಟ್ಟಿದ ಬಟ್ಟೆ ಬಿಚ್ಚಿಕೊಂಡು, ಬಾಲದಂತೆ ಬೆಕ್ಕು ಹೋದಲ್ಲೆಲ್ಲ ಹಿಂಬಾಲಿಸುತ್ತಿತ್ತು. ಆಕಸ್ಮಾತ್ತಾಗಿ ಅದಕ್ಕೆ ಬೆಂಕಿ ತಗುಲಿ, ಗಾಬರಿಗೊಂಡ ಬೆಕ್ಕು ಗೋದಾಮಿನಲ್ಲೆಲ್ಲ ಓಡಾಡಿದಾಗ ಹತ್ತಿಯ ಪಿಂಡಿಗಳಿಗೆ ಬೆಂಕಿ ಹೊತ್ತಿಕೊಂಡು ಕ್ಷಣಗಳಲ್ಲಿ ಇದ್ದ ಹತ್ತಿಯೆಲ್ಲ ಭಸ್ಮವಾಯಿತು.

ಗಾಯಗೊಂಡ ಕಾಲು ನಷ್ಟಕ್ಕೆ ಕಾರಣ ಎಂದು ಮೂವರು ಸ್ನೇಹಿತರು ಸೇರಿಕೊಂಡು, ನಾಲ್ಕನೆಯವನ ಬಳಿ ನಷ್ಟ ಕಟ್ಟಿಕೊಡಬೇಕೆಂದು ಹೇಳಿದರು. ನಡೆದದ್ದು ಆಕಸ್ಮಿಕ, ಅದಕ್ಕೆ ನಾನು ಜವಾಬ್ದಾರನಲ್ಲ ಎಂಬ ಆತನ ಅಳಲಿಗೆ ಯಾರೂ ಕಿವಿಗೊಡಲಿಲ್ಲ. ವಿಧಿಯಿಲ್ಲದೆ ಆತ ರಾಯನಿಗೆ ದೂರು ಕೊಟ್ಟ. ಈ ಕುರಿತು ವಿಚಾರಣೆ ನಡೆಯಿತು. ಈ ಕುರಿತು ತೀರ್ಪು ಕೊಡಬೇಕೆಂದು ರಾಮನಿಗೆ ಹೇಳಿದ ರಾಯ.

'ಗಾಯವಾದ ಕಾಲಿನದು ಏನೇನೂ ತಪ್ಪಿಲ್ಲ. ಆರೋಗ್ಯವಾಗಿದ್ದ ಕಾಲುಗಳು ಬೆಕ್ಕನ್ನು ಹೊತ್ತೊಯ್ದು, ಗೋದಾಮು ಸುಟ್ಟುಹೋಗಲು ಕಾರಣವಾಗಿವೆ. ಹೀಗಾಗಿ, ನಾಲ್ಕನೆಯವನಿಗೆ ಉಳಿದ ಮೂವರು ಪರಿಹಾರ ಕೊಡಬೇಕು' ಎಂದು ರಾಮ ತೀರ್ಪಿತ್ತ. ಮೋಸಕ್ಕೆ ತಕ್ಕ ಶಾಸ್ತಿಯಾಯಿತು ಎಂದು ಮೂವರಿಗೂ ಅರಿವಾಯಿತು.

ಜೀವನ ಪಾಠ

ತಪ್ಪು, ಸರಿ ಎನ್ನುವುದು ನಮ್ಮ ದೃಷ್ಟಿಕೋನವನ್ನು ಆಧರಿಸಿದೆ. ಇದನ್ನೇ ಫ್ರೆಡ್ರಿಕ್ ಲ್ಯಾಂಗ್‌ಬ್ರಿಡ್ಜ್ ಹೀಗೆ ಹೇಳುತ್ತಾರೆ, 'ಇಬ್ಬರು ಗುಂಡಿಗೆ ಬಿದ್ದ ಸ್ನೇಹಿತರಲ್ಲಿ ಒಬ್ಬ ಕೆಸರನ್ನು ಕಂಡರೆ, ಮತ್ತೊಬ್ಬ ನಕ್ಷತ್ರವನ್ನು ಕಾಣುತ್ತಾನೆ'. ಇದು ದೃಷ್ಟಿಕೋನಕ್ಕೆ ಸಂಬಂಧಿಸಿದ್ದು. ವಿವೇಕಿ ಸಮಸ್ಯೆಯೊಂದನ್ನು ಇದನ್ನು ಹಲವು ಪರಿಪ್ರೇಕ್ಷಗಳಿಂದ ಪರಿಶೀಲಿಸುತ್ತಾನೆ.

ಹಿತನುಡಿ

- ಘಟನೆ ಒಂದೇ ಆದರೂ, ನೋಡುವ ದೃಷ್ಟಿ ವಿಭಿನ್ನವಾಗಿರುತ್ತದೆ.
- ನಾವು ಯಾವುದನ್ನು ವೈಫಲ್ಯ ಎನ್ನುತ್ತೇವೋ, ಬೇರೆಯವರಿಗೆ ಅದು ಯಶಸ್ಸು ಆಗಿರಬಹುದು.
- ಘಟನೆಯೊಂದನ್ನು ತಾರ್ಕಿಕ ಮತ್ತು ಯುಕ್ತಾಯುಕ್ತತೆ ಮೂಲಕ ಮೌಲ್ಯಮಾಪನ ಮಾಡಬೇಕು.
- ಘಟನೆಯೊಂದನ್ನು ಅದಕ್ಕೆ ಅಂಟಿಕೊಳ್ಳದೆ ನಿರ್ಲಿಪ್ತವಾಗಿ ಪರಾಮರ್ಶಿಸಬೇಕು.

ನುಡಿಮುತ್ತು

ಇಬ್ಬರು ಒಂದೇ ಸರಳುಗಳ ಮೂಲಕ ನೋಡಿದರು. ಒಬ್ಬನಿಗೆ ಕೆಸರು ಕಂಡರೆ, ಮತ್ತೊಬ್ಬ ನಕ್ಷತ್ರಗಳನ್ನು ಕಂಡ.

-ಫ್ರೆಡ್ರಿಕ್ ಲ್ಯಾಂಗ್‌ಬ್ರಿಡ್ಜ್

ದುರಾಸೆಯ ಫಲ

ವಿಜಯನಗರದಲ್ಲೊಬ್ಬ ಲೇವಾದೇವಿಗಾರ. ಕೋಟೇಶ್ವರರಾವ್ ಹೆಸರಿನ ಆತ ಬಡ ಹಳ್ಳಿಗರಿಗೆ ಹಣ ಕೊಟ್ಟು ದುಬಾರಿ ಬಡ್ಡಿ ವಸೂಲು ಮಾಡುತ್ತಿದ್ದ. ವಿಷಯ ತೆನಾಲಿ ರಾಮನಿಗೂ ಗೊತ್ತಾಯಿತು. ಆತನಿಗೆ ಪಾಠ ಕಲಿಸಲು ಸಂಚು ರೂಪಿಸಿದ.

ಮರುದಿನ ಕೋಟೇಶ್ವರರಾವ್ ಮನೆಗೆ ಹೋದ ರಾಮ ಹೇಳಿದ, 'ಮನೆಯಲ್ಲಿ ಸಮಾರಂಭವಿದ್ದು, ಅಡುಗೆಗೆ 2 ದೊಡ್ಡ ಪಾತ್ರೆ ಅಗತ್ಯವಿದೆ. ಕೊಟ್ಟರೆ ಉಪಕಾರ ಆಗುತ್ತೆ'.

‘ಆಗಬಹುದು. ಆದರೆ, 5 ವರಹ ಬಾಡಿಗೆ ಕೊಡಬೇಕು’ ಎಂದ. ಪಾತ್ರೆ ಒಯ್ದ ರಾಮ ಮರುದಿನ 2 ದೊಡ್ಡ ಹಾಗೂ 2 ಸಣ್ಣ ಪಾತ್ರೆಗಳ ಜತೆ ರಾವ್ ಮನೆಗೆ ಹೋದ ‘ನಾನು ನಿಮ್ಮಿಂದ ಕೊಂಡೊಯ್ದ ದೊಡ್ಡ ಪಾತ್ರೆಗಳು ಗರ್ಭಧರಿಸಿದ್ದವು. ಬೆಳಗ್ಗೆ 2 ಮರಿ ಪಾತ್ರೆಗಳಿಗೆ ಜನ್ಮ ನೀಡಿವೆ. 4 ಪಾತ್ರೆಗಳೂ ನಿಮಗೆ ಸೇರಿವೆ’ ಎಂದ. ಶ್ರಮಪಡದೆ 2 ಪಾತ್ರೆ ಬಂದದ್ದಕ್ಕೆ ಖುಷಿಯಾದ ರಾವ್, ಪಾತ್ರೆ ತೆಗೆದುಕೊಂಡ. ಕೆಲದಿನ ಕಳೆಯಿತು. ಮತ್ತೊಮ್ಮೆ ರಾವ್ ಮನೆಗೆ ಹೋದ ರಾಮ, ‘ಸಮಾರಂಭವಿದೆ ಹಲವು ಪಾತ್ರೆ ಬೇಕಿದೆ’ ಎಂದು ಕೇಳಿದ. ‘ನಾನು ಒಂದು ಗಾಡಿ ಪಾತ್ರೆ ಕೊಟ್ಟಿದ್ದೇನೆ. ಎಲ್ಲವೂ ಗರ್ಭ ಧರಿಸಿವೆ. ಮರಿ ಪಾತ್ರೆಗಳೊಡನೆ ದೊಡ್ಡವನ್ನು ವಾಪಸ್ ಮಾಡು’ ಎಂದ ರಾವ್. ಹಾಗೆಯೇ ಮಾಡುವುದಾಗಿ ಹೇಳಿದ ರಾಮ, ಅಲ್ಲಿಂದ ತೆರಳಿದ.

ಹಲವು ವಾರ ಕಳೆದರೂ ರಾಮ ಪಾತ್ರೆ ವಾಪಸ್ ಮಾಡಲಿಲ್ಲ. ರಾಮನ ಮನೆಗೆ ತೆರಳಿದ ರಾವ್, ‘2 ದಿನದಲ್ಲಿ ಪಾತ್ರೆ ವಾಪಸ್ ಮಾಡುತ್ತೇನೆ ಎಂದಿದ್ದೆ. ನನ್ನ ಪಾತ್ರೆಗಳನ್ನು ಕೊಟ್ಟುಬಿಡು’ ಎಂದು ದಬಾಯಿಸಿದ.

ರಾಮ ಹೇಳಿದ, ‘ನಿಮ್ಮ ಪಾತ್ರೆಗಳು ಹೆರಿಗೆ ಸಮಯದಲ್ಲಿ ಸತ್ತು ಹೋದವು’. ಕೆರಳಿದ ರಾವ್, ‘ಮೋಸಗಾರ, ವಂಚಕ, ಪಾತ್ರೆಗಳು ಸಾಯುವುದು ಸಾಧ್ಯವೇ?’ ಎಂದ.

ರಾಮ ವಿವರಿಸಿದ, ‘ಗರ್ಭಿಣಿಯರು ಹೆರಿಗೆ ವೇಳೆ ಮೃತಪಡುವುದಿದೆ. ಅಂತೆಯೇ ನಿಮ್ಮ ಪಾತ್ರೆಗಳು ಮೃತಪಟ್ಟಿವೆ’.

‘ಪಾತ್ರೆಗಳು ಸಾಯುವುದು ಎಂದರೇನು? ಮೋಸಗಾರ. ನಾನು ರಾಜನಿಗೆ ದೂರು ಕೊಡುತ್ತೇನೆ’ ಎಂದವನೇ ಆಸ್ಥಾನಕ್ಕೆ ಹೋಗಿ ದೂರು ಕೊಟ್ಟ.

ವಾದ ಪ್ರತಿವಾದ ಕೇಳಿದ ರಾಯ ಹೇಳಿದ, ‘ತೆನಾಲಿ ರಾಮ ಮರಿ ಪಾತ್ರೆಗಳನ್ನು ಕೊಟ್ಟಾಗ ಏಕೆ ತೆಗೆದುಕೊಂಡೆ? ಪಾತ್ರೆಗಳು ಮರಿ ಹಾಕುವುದು ಸಾಧ್ಯವಿಲ್ಲ ಎನ್ನುವುದು ಗೊತ್ತಿರಲಿಲ್ಲವೇ?’ ಮರಿ ಹಾಕುವ ಪಾತ್ರೆಗಳು ಸಾಯುವುದು ಸಹಜವಲ್ಲವೇ?’, ರಾವ್ ತಲೆತಗ್ಗಿಸಿದ. ದುರಾಸೆಕೋರನಿಗೆ ರಾಮ ಪಾಠ ಕಲಿಸಿದ.

ಜೀವನ ಪಾಠ

ಅಪ್ರಾಮಾಣಿಕತೆಗೆ ದುರಾಸೆ ಕಾರಣ. ಅಪ್ರಾಮಾಣಿಕತೆ ತಿರುಗುಬಾಣ ಆಗಬಲ್ಲುದು. ಎಲ್ಲವೂ ಸರಿ ಇದೆ ಎಂದುಕೊಳ್ಳುತ್ತಿರುವಾಗ, ಆಘಾತ ಉಂಟು ಮಾಡುತ್ತದೆ.

ಹಿತನುಡಿ

- ಪ್ರಾಮಾಣಿಕತೆ ಮತ್ತು ಋಜುತ್ವ ನಿಜವಾದ ಸಂತೋಷಕ್ಕೆ ಮೆಟ್ಟಿಲುಗಳು.
- ಪ್ರಾಮಾಣಿಕತೆ ನಿಜವಾದ ಕಾರ್ಯನೀತಿ.
- ಅನೈತಿಕ ಕೆಲಸಗಳು ಅಪಮಾನಕ್ಕೆ ಕಾರಣ.
- ಅನೈತಿಕತೆ ಪಾಪ, ಅಪರಾಧ ಹಾಗೂ ನೀಚತನ.

ನುಡಿಮುತ್ತು

ಅಪ್ರಾಮಾಣಿಕತೆ ಎನ್ನುವುದು ಬೂಮರಾಂಗ್ ಇದ್ದಂತೆ. ಎಲ್ಲವೂ ಸರಿ ಇದೆ ಎನ್ನುವಾಗ ಆಘಾತ ನೀಡುತ್ತದೆ.

-ಎಚ್. ಜಾಕ್ಸನ್ ಬ್ರೌನ್

ಒಗ್ಗಟ್ಟಿನ ಬಲ

ಕಂಪ್ಲಿಯ ವ್ಯಾಪಾರಿ, ದಿವಾಕರ ಪ್ರಕಾಶಂ ಕಾಡಿನಲ್ಲಿ ದಾರಿ ತಪ್ಪಿದ. ದಾರಿ ಹುಡುಕುವ ಭರದಲ್ಲಿ ಆಕಸ್ಮಾತ್ತಾಗಿ ಗಾಡಿ ರಸ್ತೆ ಬದಿಯ ಗುಂಡಿಯಲ್ಲಿ ಸಿಕ್ಕಿಕೊಂಡಿತು. ಆತ ಅದೃಷ್ಟವಶಾತ್ ಬದುಕಿಕೊಂಡ.ಾದರೆ, ಗಾಡಿಗೆ ಕಟ್ಟಿದ ಕುದುರೆ ಮೃತಪಟ್ಟಿತು. ಜತೆಗೆ, ಗಾಡಿ ಕೆಸರಿನಲ್ಲಿ ಮುಳುಗಿತು.

ಪರದಾಡುತ್ತ ಹಂಪೆ ತಲುಪಿದ ಪ್ರಕಾಶಂ, ತೆನಾಲಿ ರಾಮನನ್ನು ಭೇಟಿ ಮಾಡಿದ. ತನ್ನ ಕೊಟ್ಟಿಗೆಯಲ್ಲಿದ್ದ ಬಡವಾದ, ವೃದ್ಧ ಕುದುರೆಯನ್ನು ತೋರಿಸುತ್ತ ರಾಮ ಹೇಳಿದ, 'ಶಂಕರ ನಿನ್ನ ಗಾಡಿಯನ್ನು ಕೆಸರಿನಿಂದ ಮೇಲೆತ್ತಬಲ್ಲ' ಎಂದ. ಪ್ರಕಾಶಂಗೆ ನಂಬಿಕೆ ಬರಲಿಲ್ಲ. ಈ ಬಡಕಲು ಕುದುರೆ ಹೇಗೆ ಭಾರಿ ತೂಕದ

ಗಾಡಿಯನ್ನು ಮೇಲೆತ್ತಬಲ್ಲುದು ಎಂದು ಯೋಚಿಸುತ್ತಿರುವಾಗಲೇ ರಾಮ ಮತ್ತೆ ಹೇಳಿದ, 'ಹೌದು. ಶಂಕರ ಈ ಕೆಲಸ ಮಾಡಲಿಲ್ಲ'. ಇಬ್ಬರೂ ನಡೆದು ಗಾಡಿ ಇದ್ದ ಸ್ಥಳ ತಲುಪಿದರು. ಗಾಡಿಗೆ ದಪ್ಪ ಹಗ್ಗ ಕಟ್ಟಿದ ರಾಮ, ಕುದುರೆಗೆ ಸಿಕ್ಕಿಸಿದ. 'ರಾಮ ಎಳೆ, ರಾಜುಲು ಎಳೆ. ರಾಮಯ್ಯ ಎಳೆ, ವೇಲು, ಮಣಿ, ಶಂಕರ ಎಲ್ಲರೂ ಸೇರಿ ಗಾಡಿ ಎಳೆಯಿರಿ' ಎಂದು ಕೂಗು ಹಾಕಿದ.

ಆಶ್ಚರ್ಯ! ಬಡಕಲು ಕುದುರೆ ಭಾರಿ ತೂಕದ ಗಾಡಿಯನ್ನು ಗುಂಡಿಯಿಂದ ಮೇಲೆ ಎಳೆಯಿತು.

ಪ್ರಕಾಶಂಗೆ ಈ ಪವಾಡ ಕಂಡು ದಿಗ್ಭ್ರಮೆ. ರಾಮನಿಗೆ ಧನ್ಯವಾದ ಹೇಳುತ್ತ ಆತ ಕೇಳಿದ. 'ಶಂಕರನ ಹೆಸರು ಜತೆಗೆ ಬೇರೆಲ್ಲ ಹೆಸರುಗಳನ್ನು ಕೂಗಿದ್ದೇಕೆ?'

ರಾಮ ಹೇಳಿದ, 'ಶಂಕರನಿಗೆ ಕಣ್ಣು ಕಾಣಿಸುವುದಿಲ್ಲ. ತಾನು ಒಂದು ತಂಡದಲ್ಲಿದ್ದೇನೆ ಎಂದು ಆತ ನಂಬಿದ್ದರಿಂದ, ಗಾಡಿಯನ್ನು ಎಳೆಯುವುದು ಆತನಿಗೆ ಕಷ್ಟವಾಗಲಿಲ್ಲ' ಎಂದ.

ಜೀವನ ಪಾಠ

ತಂಡದಲ್ಲಿ ಕೆಲಸ, ಇದು ಹೊಸ ಮಂತ್ರ. 'ನಾವೆಲ್ಲ ಸೇರಿ ಹುಟ್ಟು ಹಾಕದಿದ್ದರೆ ದೋಣಿ ಮುಂದೆ ಹೋಗದು' ಎನ್ನುತ್ತಾರೆ ಹಾರ್ವೆ ವ್ಯಾಕೆ. ತಂಡದಲ್ಲಿ ಭಾಗಿಯಾದರೆ, ವೈಯಕ್ತಿಕ ಬಲ ಕೂಡ ವೃದ್ಧಿಸುತ್ತದೆ.

ಹಿತನುಡಿ

- ದೊಡ್ಡ ಸಮಸ್ಯೆಯನ್ನು ಒಂಟಿ ವ್ಯಕ್ತಿ ಬಗೆಹರಿಸಲಾರ.
- ತಂಡವೊಂದು ಪಾಲ್ಗೊಂಡಿದ್ದರೆ, ಸಮಸ್ಯೆ ತನ್ನಿಂತಾನೇ ಪರಿಹಾರ ವಾಗುತ್ತದೆ.
- ಜೇಡರ ಬಲೆಯ ಎಳೆಗಳು ಒಟ್ಟಾದರೆ, ಸಿಂಹವನ್ನೂ ಕಟ್ಟಿಹಾಕಬಹುದು.
- ಸಂಘಟನೆಯಲ್ಲಿ ಬಲವಿದೆ.
- ಪವಾಡ ಸದೃಶ ಕೆಲಸಗಳನ್ನು ನಂಬಿಕೆ ಆಗುಮಾಡುತ್ತದೆ.

ನುಡಿಮುತ್ತು

ಜನ ಬಲವಿಲ್ಲದವರಲ್ಲ; ಬದಲಿಗೆ ಅವರಿಗೆ ಮನೋಸಾಮರ್ಥ್ಯವಿಲ್ಲ.

ವಿಕ್ಟರ್ ಹ್ಯೂಗೊ.

ನಾಪತ್ತೆಯಾದ ಗಂಟು

ವಿರುಪಾಕ್ಷ ದೇವಸ್ಥಾನದ ಎದುರು ವೃದ್ಧೆಯೊಬ್ಬಳು ಹೂವಿನ ಅಂಗಡಿ ಇಟ್ಟಿದ್ದಳು. ಒಮ್ಮೆ ನಾಲ್ವರು ಪ್ರಯಾಣಿಕರು ದೇವಸ್ಥಾನ ನೋಡಲೆಂದು ಬಂದು, ಆಕೆಯಿಂದ ಸ್ವಲ್ಪ ಹೂ ಖರೀದಿಸಿದರು. ಜತೆಗೆ, ತಮ್ಮ ಬಳಿಯಿದ್ದ ಗಂಟೊಂದನ್ನು ಆಕೆಯ ಬಳಿ ಇರಿಸಿ, ನಾಲ್ವರೂ ಇರುವಾಗ ಕೊಡಬೇಕು ಎಂದು ಕೋರಿದರು.

ಬಳಿಕ ಶೀಘ್ರವಾಗಿ ಹಿಂತಿರುಗಿಸಿದ ನಾಲ್ವರಲ್ಲಿ ಒಬ್ಬ ಆಕೆಯ ಬಳಿಯಿದ್ದ ಗಂಟನ್ನು ಕೇಳಿ ಪಡೆದು, ನಾಪತ್ತೆಯಾದ. ಸ್ವಲ್ಪ ನಂತರ ಬಂದ ಮೂವರು ತಾವು

ಇರಿಸಿದ್ದ ಗಂಟನ್ನು ವಾಪಸು ಕೊಡಬೇಕೆಂದು ಕೇಳಿದರು. ನಿಮ್ಮವ ಈಗಾಗಲೇ ಗಂಟನ್ನು ತೆಗೆದುಕೊಂಡು ಹೋದ ಎಂಬ ವೃದ್ಧೆಯ ಮಾತು ಕೇಳಿ ಮೂವರೂ ಸಿಟ್ಟಾದರು. ದೊರೆಯ ಹತ್ತಿರ ದೂರು ಕೊಟ್ಟರು.

ಎರಡೂ ಪಕ್ಷಗಳಿಂದ ವಿವರ ಪಡೆದ ರಾಯ, ಪ್ರಕರಣವನ್ನು ಇತ್ಯರ್ಥ ಗೊಳಿಸಬೇಕೆಂದು ರಾಮನಿಗೆ ಹೇಳಿದ. 'ಆಕೆ ನಮಗೆ ಪರಿಹಾರ ಕೊಡಬೇಕು' ಎಂದು ಮೂವರು ಹೇಳಿದರು. ರಾಮ ಹೇಳಿದ, 'ಪರಿಹಾರ ಏಕೆ ಕೊಡಬೇಕು? ಗಂಟನ್ನೇ ಕೊಡುತ್ತಾಳೆ, ನಾಲ್ವರೂ ಒಟ್ಟಾಗಿ ಬಂದರೆ ಮಾತ್ರ. ನಾಲ್ಕನೆಯವನನ್ನು ಕರೆತಂದು ಗಂಟನ್ನು ಪಡೆದುಕೊಳ್ಳಿ' ಎಂದ ರಾಮ.

ಆಸ್ಥಾನದಲ್ಲಿದ್ದವರೆಲ್ಲ ಗೊಳ್ ಎಂದು ನಕ್ಕರು. ಮೂವರು ಸ್ನೇಹಿತರು ತಾವು ಸೋತೆವೆಂದು ತಲೆ ತಗ್ಗಿಸಿ, ಜಾಗ ಖಾಲಿ ಮಾಡಿದರು.

ಜೀವನ ಪಾಠ

ಕ್ಷಕಿರಣ ಮಾಂಸವನ್ನು ಹಾಯ್ದುಹೋಗಿ ಮೂಳೆಯ ಚಿತ್ರವನ್ನು ಬಿಡಿಸಿಡುತ್ತದೆ. ತಾರ್ಕಿಕ-ಬುದ್ಧಿವಂತ ಮನಸ್ಸು ಮೋಸದ ಮುಖವಾಡವನ್ನು ಗ್ರಹಿಸಿ, ನಿಜವಾದ ಮುಖವನ್ನು ಅನಾವರಣಗೊಳಿಸುತ್ತದೆ.

ಹಿತನುಡಿ

- ಕೆಲ ಜನರನ್ನು ಎಲ್ಲ ಕಾಲ, ಎಲ್ಲರನ್ನೂ ಕೆಲ ಕಾಲ ವಂಚಿಸಬಹುದು. ಆದರೆ, ಎಲ್ಲರನ್ನೂ ಎಲ್ಲ ಕಾಲ ವಂಚಿಸಲು ಸಾಧ್ಯವಿಲ್ಲ.

ನುಡಿಮುತ್ತು

ಎಲ್ಲರೂ ನಿಷ್ಕಪಟಿಗಳಾಗಿ ಹುಟ್ಟುತ್ತಾರೆ, ಮೋಸಗಾರರಾಗಿ ಸಾಯು ತ್ತಾರೆ.

-ಮಾರ್ಕಿಸ್ ಡಿ ವಾವೆನಾರ್ಗೆಸ್

ಪ್ರಜೆಯಿಂದಲೇ ಸಮೃದ್ಧಿ

ಹೀಗೊಮ್ಮೆ ರಾಜನ ಆಸ್ಥಾನದಲ್ಲಿ 'ರಾಜ್ಯದ ಒಟ್ಟಾರೆ ಐಶ್ವರ್ಯ-ಸಮೃದ್ಧಿಗೆ ಯಾರು ಕಾರಣ?' ಎಂಬ ಕುರಿತು ಚರ್ಚೆ ನಡೆಯಿತು.

ಅಷ್ಟ ದಿಗ್ಗಜಗಳಲ್ಲೊಬ್ಬನಾದ ರಾಮರಾಜ ಭೂಷಣ, 'ರಾಜ ರಾಜ್ಯದ ಸಕಲ ಐಶ್ವರ್ಯಕ್ಕೆ ಕಾರಣ. ಸಮರ್ಥ ಆಡಳಿತದ ಮೂಲಕ ಜನ ತಮ್ಮ ವ್ಯವಹಾರ-ವೃತ್ತಿ ನಡೆಸಲು ಅನುವು ಮಾಡಿಕೊಡುತ್ತಾನೆ. ಇದರಿಂದ ರಾಜ್ಯ ಸಮೃದ್ಧವಾಗುತ್ತದೆ' ಎಂದ.

ಇದಕ್ಕೊಪ್ಪದ ಕೃಷ್ಣದೇವರಾಯ, 'ಸಮರ್ಥ ರಾಜ ಮುಖ್ಯ ನಿಜ. ಆದರೆ, ಆತನೇ ಎಲ್ಲವೂ ಅಲ್ಲ. ರಾಜ ಕ್ರೂರಿ ಇಲ್ಲವೇ ಅನೈತಿಕ ಪ್ರವೃತ್ತಿಯವ ಆಗಿರುವುದಿಲ್ಲ ಎನ್ನಲು ಖಾತ್ರಿ ಏನಿದೆ? ರಾಜ ಕೆಟ್ಟವನಾಗಿದ್ದರೆ, ರಾಜ್ಯದ ಪತನ ಖಂಡಿತ' ಎಂದ. ಮಹಾರಾಣಿ ಮೋಹನಾಂಗಿ ಹೇಳಿದಳು, 'ನನ್ನ ಪ್ರಕಾರ, ಜನರೇ ಸಾಮ್ರಾಜ್ಯದ ಸಂಪತ್ತು. ರೈತರು, ಕುಂಬಾರರು, ಅಕ್ಕಸಾಲಿಗರು, ಬಡಗಿಗಳು, ಬಣ್ಣಗಾರ, ಸಮಗಾರರು ರಾಜ್ಯದ ಬೆನ್ನೆಲುಬು. ಇವರ ಶ್ರಮದಿಂದಲೇ ರಾಜ್ಯ ಸಮೃದ್ಧವಾಗುತ್ತದೆ' ಎಂದಳು.

ರಾಯ ಇದನ್ನು ಒಪ್ಪಲಿಲ್ಲ. 'ಅನಕ್ಷರಸ್ಥರಾದ ಇವರು ಮಾತ್ರವೇ ರಾಜ್ಯದ ಸಮೃದ್ಧಿಗೆ ಕಾರಣವಲ್ಲ. ರಾಜ, ಸಚಿವರು, ಬ್ರಾಹ್ಮಣರ ಬೆಂಬಲ ಇವರಿಗೆ ಬೇಕಾಗುತ್ತದೆ' ಎಂದ.

ಪ್ರಧಾನಿ ಹೇಳಿದ, 'ರಾಜ್ಯದ ಐಶ್ವರ್ಯಕ್ಕೆ ಪ್ರಧಾನಿ ಕಾರಣ' ಎಂದ. 'ಪ್ರಧಾನಿ, ಮಹಾ ಪ್ರಧಾನಿ ರಾಜನನ್ನು ಅವಲಂಬಿಸಿರುತ್ತಾರೆ. ಸಚಿವನೊಬ್ಬನ ನಿರ್ಧಾರದಿಂದ ರಾಜ್ಯಕ್ಕೆ ಹಾನಿಯಾಗುವುದನ್ನು ತಳ್ಳಿ ಹಾಕಲಾಗದು' ಎಂದ ರಾಯ. 'ದಂಡನಾಯಕ ಮುಖ್ಯ', 'ಕೋಟೆಗಳು ಐಶ್ವರ್ಯಕ್ಕೆ ಕಾರಣ' ಎಂದು, ರಾಜಗುರು ತಾತಾಚಾರ್ಯ 'ಬ್ರಾಹ್ಮಣರು ಕಾರಣ' ಎಂಬ ಅಭಿಪ್ರಾಯ ವ್ಯಕ್ತವಾಯಿತು. ರಾಯನಿಗೆ ಒಂದೂ ಒಪ್ಪಿಗೆಯಾಗದೆ ರಾಮನನ್ನು ಕೇಳಿದ.

'ರಾಜಗುರುವಿನ ಅಭಿಪ್ರಾಯಕ್ಕೆ ನನ್ನ ಸಮ್ಮತಿಯಿಲ್ಲ. ವ್ಯಕ್ತಿಯ ಒಳ್ಳೆಯತನ ಕೆಡುಕಿನ ಪ್ರವೃತ್ತಿಗೂ ಜಾತಿಗೂ ಸಂಬಂಧವಿಲ್ಲ. ಜಾತಿ ಯಾವುದೇ ಇರಲಿ ಒಳ್ಳೆಯ ಪ್ರಜೆಯಿಂದ ರಾಜ್ಯಕ್ಕೆ ಒಳಿತಾಗುತ್ತದೆ. ಬ್ರಾಹ್ಮಣನಿಂದ ಕೂಡಾ ರಾಜ್ಯಕ್ಕೆ ಹಾನಿಯಾಗುವ ಸಾಧ್ಯತೆ ಇದೆ' ಎಂದ ತೆನಾಲಿ ರಾಮ.

ಇದರಿಂದ ಸಿಟ್ಟಿಗೆದ್ದ ರಾಜಗುರು 'ನೀನು ಬ್ರಾಹ್ಮಣರನ್ನು ಅವಮಾನಿಸುತ್ತಿದ್ದೀ. ಅವರೆಂದೂ ರಾಜ ಮತ್ತು ರಾಜ್ಯಕ್ಕೆ ಅನ್ಯಾಯ ಮಾಡರು' ಎಂದು ರಾಮನಿಗೆ ಹೇಳಿದ.

'ರಾಜಗುರುಗಳೇ, ನಿಮ್ಮ ಮಾತು ತಪ್ಪು ಎಂದು ಸಾಬೀತು ಮಾಡುತ್ತೇನೆ. ಕೆಟ್ಟ ಮನುಷ್ಯ ಬ್ರಾಹ್ಮಣನಾಗಿದ್ದರೂ, ಹಣಕ್ಕಾಗಿ ಯಾವುದೇ ಕೆಲಸಕ್ಕೆ ಮುಂದಾಗುತ್ತಾನೆ' ಎಂದು ರಾಮ ಸವಾಲೆಸೆದ.

ರಾಜ ಸಭೆಯನ್ನು ಮುಂದೂಡಿದ.

ಕೆಲ ತಿಂಗಳು ಕಳೆಯಿತು. ಎಲ್ಲರೂ ಆಸ್ಥಾನದಲ್ಲಿ ನಡೆದ ವಾದ-ವಿವಾದ ಮರೆತರು. ರಾಜಗುರುವಿನ ಮಾತು ಸರಿಯಲ್ಲ ಎಂಬುದನ್ನು ಸಾಬೀತುಪಡಿಸಲು ತಂತ್ರ ರೂಪಿಸಿದ ರಾಮ, ಈ ಕುರಿತು ದೊರೆಗೆ ವಿವರಿಸಿದ. ಬಳಿಕ ನಗರದ ಆಯ್ದ ಬ್ರಾಹ್ಮಣರಿಗೆ ರಾಯ ಬೆಳ್ಳಿತಟ್ಟೆಯಲ್ಲಿ ಚಿನ್ನದ ವರಹ ನೀಡುತ್ತಿರುವುದಾಗಿ ಹೇಳಿದ. ಖುಷಿಯಾದ ಅವರೆಲ್ಲ ಸ್ನಾನ ಮಾಡಿಕೊಂಡು ಬರುವುದಾಗಿ ಹೇಳಿದರು. 'ಸ್ನಾನ ಮಾಡಲು ಸಮಯವಿಲ್ಲ, ರಾಜರು ಕಾಯುತ್ತಿದ್ದಾರೆ. ನೀವು ಬರಲಿಲ್ಲ ಎಂದರೆ ಬೇರೆಯವರನ್ನು ಕರೆಯುತ್ತೇನೆ' ಎಂದ ರಾಮ.

'ಸ್ವಲ್ಪ ಇರು ರಾಮ. ನೀರನ್ನು ಪ್ರೋಕ್ಷಿಸಿಕೊಳ್ಳುತ್ತೇವೆ. ಇದು ಸ್ನಾನಕ್ಕೆ ಸಮಾನ' ಎಂದವರೇ ತಲೆ ಮೇಲೆ ನೀರು ಹನಿಸಿಕೊಂಡು, ತಿಲಕ, ನಾಮ ಇರಿಸಿಕೊಂಡು ಆಸ್ಥಾನಕ್ಕೆ ಧಾವಿಸಿದರು. ಬೆಳ್ಳಿ ತಟ್ಟೆಯಲ್ಲಿದ್ದ ಚಿನ್ನದ ನಾಣ್ಯಗಳನ್ನು ಕಂಡು ಸಂತೋಷಗೊಂಡರು. ದೊರೆ ಇನ್ನೇನು ದಾನ ನೀಡಲು ಆರಂಭಿಸಬೇಕು ಎನ್ನುವಷ್ಟರಲ್ಲಿ ಮಧ್ಯಪ್ರವೇಶಿಸಿದ ರಾಮ, 'ಈ ಬ್ರಾಹ್ಮಣರು ಸ್ನಾನ ಮಾಡದಿದ್ದರೂ, ದಾನ ತೆಗೆದುಕೊಳ್ಳಬಹುದು ತಾನೇ? ಬೇಗ ಬರಬೇಕಾದ್ದರಿಂದ ತಲೆ ಮೇಲೆ ನೀರು ಹನಿಸಿಕೊಂಡು ಬಂದಿದ್ದಾರೆ' ಎಂದ.

ಸಿಟ್ಟಿಗೆದ್ದ ರಾಜ, ಇದು ನಿಜವೇ ಎಂದು ಬ್ರಾಹ್ಮಣರನ್ನು ಕೇಳಿದ. ಹೌದೆಂದವರು ಶಬ್ದ ಮಾಡದೆ ಆಸ್ಥಾನದಿಂದ ತೆರಳಿದರು.

ರಾಮ ರಾಜಗುರುವಿಗೆ ಹೇಳಿದ, 'ಇಂದು ನಡೆದದ್ದರ ಬಗ್ಗೆ ಏನು ಹೇಳುವಿರಿ' ಹಣದ ಆಸೆಯಿಂದ ಆ ಬ್ರಾಹ್ಮಣರು ಸಂಪ್ರದಾಯವನ್ನು ಮರೆತರು. ಇದರಿಂದ ಜನರೇ ರಾಜ್ಯದ ಆಸ್ತಿ ಎಂಬ ಮಹಾರಾಣಿ ಮಾತು ನಿಜವಾಯಿತು. ಸಮರ್ಥ ರಾಜ, ಸಚಿವರು, ಅಧಿಕಾರಿಗಳ ನೇತೃತ್ವದಲ್ಲಿ ಸಾಮಾನ್ಯ ಜನ ರಾಜ್ಯಕ್ಕೆ ಸಮೃದ್ಧಿ ತರುತ್ತಾರೆ ಎಂಬುದು ಸರಿ'.

ರಾಜಗುರು ಒಪ್ಪಿ ತಲೆಯಾಡಿಸಿದ.

ಜೀವನ ಪಾಠ

ಯಾರೂ ದ್ವೀಪದಂತೆ ಇರಲು ಸಾಧ್ಯವಿಲ್ಲ. ದೇಶ ಇಲ್ಲವೇ ಸಂಸ್ಥೆಯೊಂದರ ಯಶಸ್ಸಿಗೆ ನಾಯಕರ ಜತೆಗೆ ಅನುಯಾಯಿಗಳೂ ಬೇಕು. ಚಿಂತಕರು ಮತ್ತು ಕೆಲಸ ಮಾಡುವವರು ಇರಬೇಕು. ಎಲ್ಲರೂ ಪಾಲು ಸಲ್ಲಿಸಿದರಷ್ಟೇ, ಯಶಸ್ಸು ಸಾಧ್ಯ.

ಹಿತನುಡಿ

- ಜನರು ದೇಶವೊಂದರ ಶಕ್ತಿ.
- ದೇಶ ಇಲ್ಲವೇ ಸಂಸ್ಥೆಯೊಂದರ ಯಶಸ್ಸು ಜನರನ್ನು ಆಧರಿಸಿರುತ್ತದೆ.
- ಅರ್ಥ ಮಾಡಿಕೊಳ್ಳುವವರು ಇಲ್ಲದಿದ್ದರೆ, ಎಂಥ ಘನ ನಿರ್ವಹಣೆ ಸಿದ್ಧಾಂತವೂ, ವಿಫಲವಾಗುತ್ತದೆ.

ನುಡಿಮುತ್ತು

ನಿನಗೆ ಹತ್ತು ದಿನಗಳ ಸಂತಸ ಬೇಕೆಂದರೆ, ಧಾನ್ಯ ಬೆಳೆ. 10 ವರ್ಷಗಳ ಸಂತಸಕ್ಕೆ ಮರವನ್ನು ಬೆಳೆಸು. 100 ವರ್ಷ ಸಂತೋಷ ಬೇಕಿದ್ದರೆ, ಜನರನ್ನು ಬೆಳೆಸು.

-ಹಾರ್ವೆ ಮ್ಯಾಕೆ

ದೇಶವೊಂದನ್ನು ಬಲಾಢ್ಯವಾಗಿಸುವುದು ಸೈನ್ಯವಲ್ಲ, ಪ್ರಜೆಗಳ ಸದ್ಗುಣ.

-ಅನಾಮಿಕ

ನಾಪತ್ತೆಯಾದ ಒಂಟೆ

ಒಮ್ಮೆ ಕೃಷ್ಣದೇವರಾಯ ಮತ್ತು ತೆನಾಲಿರಾಮ ಥಾರ್ ಮರುಭೂಮಿ ದಾಟಿ ಹೋಗಬೇಕಾಗಿ ಬಂದಿತು. ರಾಯ ಮತ್ತು ರಾಮ ಬೇರೆ ಬೇರೆ ಒಂಟೆಗಳ ಮೇಲೆ ಕುಳಿತಿದ್ದರು. ಉಳಿದವರು ಕುದುರೆ ಮೇಲೆ ಹಿಂಬಾಲಿಸುತ್ತಿದ್ದರು. ಒಂಟೆಗಳ ಮಾಲೀಕ ಎಲ್ಲರಿಗಿಂತ ಮುಂದೆ ಇದ್ದ.

ಕೆಲಕಾಲಾನಂತರ ಆತ ಸುಸ್ತಾಗಿ ಒಂಟೆಯೊಂದರ ಮೇಲೇರಿ ಕುಳಿತ. ಎಣಿಸಿದಾಗ 9 ಒಂಟೆಗಳ ಲೆಕ್ಕ ಸಿಕ್ಕಿತು. ಕೆಳಗಿಳಿದವನೇ ಕಳೆದ ಒಂಟೆಯನ್ನು ಹುಡುಕಲಾರಂಭಿಸಿದ. ಸಿಗಲಿಲ್ಲ. ದುಃಖಿಸುತ್ತ ವಾಪಸ್ ಬಂದು, ಮತ್ತೆ ಎಣಿಸಿದಾಗ ಹತ್ತು ಒಂಟೆಗಳು ಇದ್ದವು. ಸಂತೋಷಗೊಂಡು ಮತ್ತೆ ಒಂಟೆಯೇರಿ ಪ್ರಯಾಣಿಸಿದ.

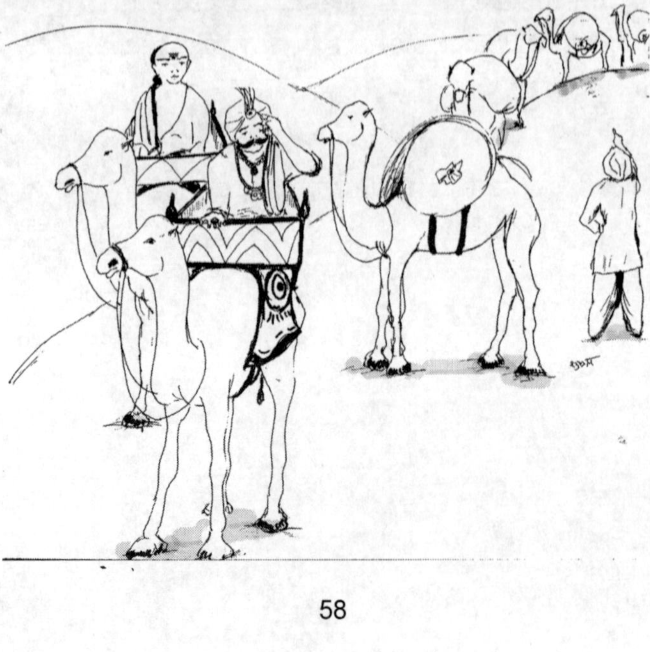

ಮತ್ತೆ ಅನುಮಾನ ಬಂದು ಎಣಿಸಿದರೆ, 9 ಒಂಟೆಗಳು ಮಾತ್ರ ಲೆಕ್ಕಕ್ಕೆ ಸಿಕ್ಕವು. ದಢದಢನೆ ಕೆಳಗಿಳಿದು ಮತ್ತೆ ಹುಡುಕಾಟ ಆರಂಭಿಸಿದ. ಕಳೆದ ಒಂಟೆ ಪತ್ತೆಯಾಗಲಿಲ್ಲ. ಮತ್ತೆ ವಾಪಸಾಗಿ, ಎಣಿಸಿದರೆ 10 ಒಂಟೆಗಳು ಸಾಲಿನಲ್ಲಿದ್ದವು. ಇದು ಅನೇಕ ಸಲ ಪುನರಾವರ್ತನೆ ಆಯಿತು.

ರಾಮ ಮತ್ತು ರಾಯ ಇದನ್ನೆಲ್ಲ ಗಮನಿಸುತ್ತ ಇದ್ದರು. ಒಂಟೆಕಾರನ ವರ್ತನೆಯಿಂದ ವಿಳಂಬವಾಗುತ್ತಿದ್ದು, ಬಿಸಿಲಿನಲ್ಲಿ ಬೆಂದು ಇಬ್ಬರೂ ಸುಸ್ತಾಗಿದ್ದರು. ಕೊನೆಗೆ ಆತ ರಾಮ-ರಾಯನನ್ನು ಕೇಳಿದ, 'ಪ್ರಯಾಣ ಆರಂಭಿಸಿದಾಗ ಹತ್ತು ಒಂಟೆಗಳಿದ್ದವು. ಈಗ 9 ಮಾತ್ರವಿದೆ. ಇನ್ನೊಂದು ಏನಾಯಿತು?'.

ತೆನಾಲಿ ಹೇಳಿದ, 'ಈ ಮರುಭೂಮಿಯಲ್ಲಿರುವ ರಾಕ್ಷಸ ಕ್ರೂರಿ ಇರುವಂತಿದೆ. ಆತ ತನ್ನ ಹಸಿವು ತೀರಿಸಿಕೊಳ್ಳಲು ನಿನ್ನ ಒಂಟೆಗಳನ್ನು ತಿನ್ನುತ್ತಿರುವಂತಿದೆ. ಇದಕ್ಕಿರುವ ಪರಿಹಾರವೆಂದರೆ, ನೀನು ನಡೆದುಕೊಂಡು ಒಂಟೆಗಳನ್ನು ಮುನ್ನಡೆಸು. ಆಗ ಒಂಟೆ ನಾಪತ್ತೆ ಆಗುವುದು ತಪ್ಪುತ್ತದೆ'.

'ನೀವು ಹೇಳಿದ್ದು ಸರಿ. ಒಂಟೆ ಏರುವ ಬದಲು ನಾನು ನಡೆಯುವುದೇ ಒಳಿತು' ಎಂದನಾತ.

ರಾಮ-ರಾಯ ಪರಸ್ಪರ ನೋಡಿಕೊಂಡು ಮುಗುಳ್ನಕ್ಕರು.

ಜೀವನ ಪಾಠ

ಅಜ್ಞಾನ ಶಾಪವಿದ್ದಂತೆ. ಅಜ್ಞಾನದ ಕತ್ತಲನ್ನು ವಿದ್ಯೆಯೆಂಬ ದೀಪದಿಂದ ತೊಲಗಿಸಬಹುದು.

ಹಿತನುಡಿ

- ಅಜ್ಞಾನ ಅಪಾಯಕಾರಿ. ಅದು ಸಂತಸವನ್ನು ಕಿತ್ತುಕೊಳ್ಳುತ್ತದೆ.
- ಅಜ್ಞಾನ ದೊಡ್ಡ ದೋಷ.
- ಜ್ಞಾನದಿಂದ ಅದನ್ನು ಹೊಡೆದೋಡಿಸಬಹುದು.

ನುಡಿಮುತ್ತು

ತನ್ನ ಅಜ್ಞಾನದ ಬಗ್ಗೆ ಅರಿವಿಲ್ಲದಿರುವುದು ಅಜ್ಞಾನಿಯ ದೋಷ.

- ಎ. ಬಿ. ಅಲ್ಕಾಟ್

ಅಮರತ್ವದ ಹಣ್ಣು

ಕೃಷ್ಣದೇವರಾಯನ ಆಳ್ವಿಕೆಯಲ್ಲಿ ವ್ಯಾಪಾರ-ವಹಿವಾಟು ಅಭಿವೃದ್ಧಿಗೊಂಡಿತ್ತು. ಚೀನಾ, ಶ್ರೀಲಂಕಾ, ಪೋರ್ಚುಗಲ್, ಮಧ್ಯಏಷ್ಯಾಕ್ಕೂ ವ್ಯಾಪಾರ ವ್ಯಾಪಿಸಿತ್ತು.

ಒಮ್ಮೆ ಚೀನಾದ ಅರಸ ರಾಯನಿಗೆ ಬುಟ್ಟಿ ಪೀಚ್ ಹಣ್ಣುಗಳನ್ನು ಕಳಿಸಿದ್ದ. ಜತೆಗೆ 'ಈ ಹಣ್ಣುಗಳು ದೀರ್ಘ ಜೀವನ ಮತ್ತು ಚೈತನ್ಯ ನೀಡಬಲ್ಲ ವಿಶಿಷ್ಟ ಗುಣ ಹೊಂದಿವೆ' ಎಂಬ ಚೀಟಿ ಕೂಡಾ ಇತ್ತು.

ರಾಯನಿಗೆ ಹಣ್ಣಿನ ಬುಟ್ಟಿ ಅರ್ಪಿಸಲಾಯಿತು. ಮಾಗಿದ ಹಣ್ಣುಗಳನ್ನು ಕಂಡ ರಾಮ ಆಸೆ ತಡೆಯಲಾಗದೆ, ರಾಜನ ಅನುಮತಿ ಪಡೆಯದೆ ಬುಟ್ಟಿಗೆ ಕೈಹಾಕಿ ಹಣ್ಣು ಎತ್ತಿಕೊಂಡು ತಿಂದುಬಿಟ್ಟ!

ರಾಜನಿಗೆ ಅಸಾಧ್ಯ ಸಿಟ್ಟುಬಂತು. 'ನೀನು ನನಗಾಗಿ ಕಳಿಸಿದ ಹಣ್ಣನ್ನು ತಿಂದಿದ್ದೀಯೆ. ನನಗೆ ಅವಮಾನ ಮಾಡಿದ ನಿನಗೆ ಸಾವೇ ಸರಿಯಾದ ಶಿಕ್ಷೆ' ಎಂದ.

ರಾಮನನ್ನು ಬಂಧಿಸಿದ ಸೈನಿಕರು ಆತನನ್ನು ಕರೆದೊಯ್ಯುತ್ತಿದ್ದಾಗ ರಾಮ ಜೋರಾಗಿ ಹೇಳಿದ, 'ಚೀನಾದ ದೊರೆ ಸುಳ್ಳುಗಾರ. ಹಣ್ಣು ತಿಂದವರಿಗೆ ದೀರ್ಘಾಯಸ್ಸು ಎಂದು ಆತ ಬರೆದಿದ್ದಾನೆ. ನಾನು ತಿಂದಿದ್ದು ಒಂದೇ ಹಣ್ಣು. ಆದರೆ, ನನಗೆ ಸಾವಿನ ಶಿಕ್ಷೆ. ಎಲ್ಲ ಹಣ್ಣು ತಿಂದವರಿಗೆ, ಏನಾಗಬಹುದು?'

ಇದನ್ನು ಕೇಳಿದ ರಾಯ, ರಾಮನ ಸಮಯ-ಹಾಸ್ಯಪ್ರಜ್ಞೆಗೆ ಬೆರಗಾದ. ಆತನನ್ನು ಕ್ಷಮಿಸಿದ್ದಲ್ಲದೆ, ಮನೆಗೆ ಕೊಂಡೊಯ್ಯಲು ಒಂದಷ್ಟು ಹಣ್ಣು ಕೊಟ್ಟ.

ಜೀವನ ಪಾಠ

ಬರಿದೇ ನುಗ್ಗಬೇಡಿ. ತತ್‌ಕ್ಷಣ ಪ್ರತಿಕ್ರಿಯಿಸುವುದು, ಯೋಚನೆ ಮಾಡದೆ ಮುನ್ನುಗ್ಗುವುದು ಅಪ್ರಬುದ್ಧ ಮನಸ್ಥಿತಿಯ ಪ್ರತೀಕ. ನಿಧಾನಿಸು, ಯೋಚಿಸು, ಕ್ರಿಯೆಗೆ ಮುಂದಾಗು- ಇದು ಸರಿಯಾದ ರೀತಿ.

ಹಿತನುಡಿ

- ಆಮಿಷ ತಡೆಯಲಾಗದ ಶಕ್ತಿಯಾಗಿದ್ದು, ಅದರಿಂದ ಸಮಸ್ಯೆ ಖಾತ್ರಿ.
- ಗಾಳಕ್ಕೆ ಸಿಲುಕಿ, ಪಶ್ಚಾತ್ತಾಪಪಟ್ಟು, ಒದ್ದಾಡುವ ಬದಲು ಅದನ್ನು ನಿರ್ಲಕ್ಷಿಸುವುದು ಒಳಿತು.
- ಆಮಿಷವನ್ನು ತಳ್ಳಿಹಾಕಲು ಸಾಮರ್ಥ್ಯ- ಧೈರ್ಯ ಬೇಕು.

ನುಡಿಮುತ್ತು

ಹತಾಶನಾದ ಮನುಷ್ಯನಿಗೆ ಆಮಿಷ ಒಡ್ಡಬೇಡ -ಷೇಕ್ಸ್‌ಪಿಯರ್

ಪ್ರಚೋದನೆಯನ್ನು ನಿವಾರಿಸಿದಲ್ಲಿ, ಪಾಪವನ್ನು ತೆಗೆದೆ ಎಂದೇ ಅರ್ಥ

-ಡಾನ್ ಕ್ವಿಕ್ಸೋಟ್

ಗರ್ವಭಂಗ

ಚಳಿಗಾಲದ ಒಂದು ರಾತ್ರಿ ವಿಜಯನಗರಕ್ಕೆ ವಾಪಸಾಗುತ್ತಿದ್ದ ತೆನಾಲಿ ರಾಮನಿಗೆ, ಬೆಂಕಿ ಕಾಯಿಸಿಕೊಳ್ಳುತ್ತ ಕುಳಿತಿದ್ದ ಸೈನಿಕರು ಕಾಣಿಸಿದರು. ಅವರನ್ನು ಸೇರಿಕೊಂಡ ರಾಮನಿಗೆ ಅವರೆಲ್ಲರೂ ಉತ್ತಮ ತರಬೇತಿ ಪಡೆದ ಸೈನಿಕರು ಎಂದು ಗೊತ್ತಾಯಿತು. ಯುದ್ಧರಂಗದಲ್ಲಿ ತಮ್ಮ ಸಾಹಸ ಕುರಿತು ಎಲ್ಲರೂ ಹೇಳಿಕೊಳ್ಳಲಾರಂಭಿಸಿದರು.

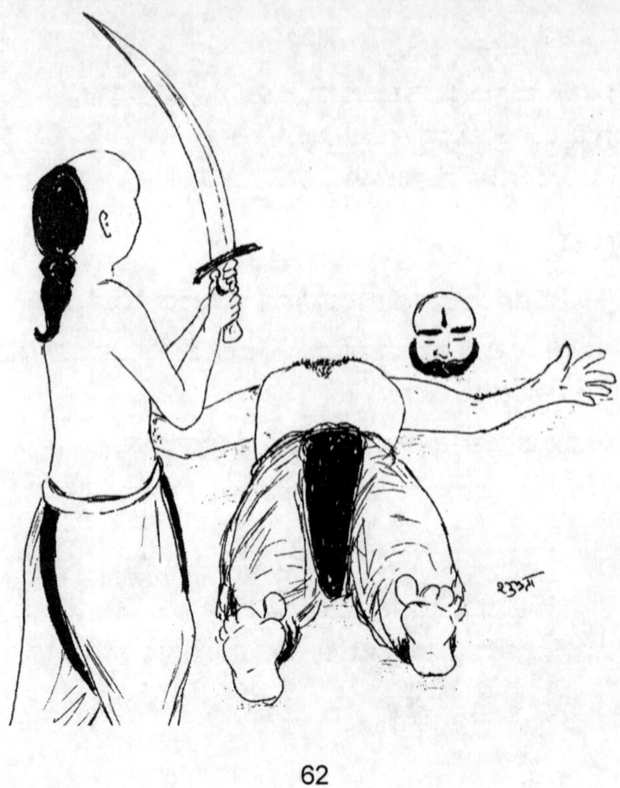

ಸಿಂಹಾಚಲದ ಯುದ್ಧದಲ್ಲಿ ಏಕಾಂಗಿಯಾಗಿ 10 ಸೈನಿಕರ ಜತೆ ಹೋರಾಡಿದ್ದನ್ನು ಒಬ್ಬ ವಿವರಿಸಿದ. ವಿನುಕೊಂಡದ ಕೋಟೆಯನ್ನು ವಶಪಡಿಸಿಕೊಳ್ಳುವಾಗ ಶತ್ರು ಸೈನ್ಯವನ್ನು ಹೇಗೆ ತಡೆಹಿಡಿಯಲಾಯಿತು ಎಂದು ಇನ್ನೊಬ್ಬ ವಿವರಿಸಿದ. ಎಲ್ಲರ ವಿವರಣೆ ಮುಗಿದ ಬಳಿಕ ತೆನಾಲಿ ರಾಮನೆಡೆ ದೃಷ್ಟಿಹರಿಸಿದರು.

'ಇಂಥ ಘಟನೆ ನಿನ್ನ ಬದುಕಿನಲ್ಲಿ ನಡೆದಿಲ್ಲ ಎಂಬುದು ನನ್ನ ಭಾವನೆ' ಎಂದು ಹಿರಿಯ ಸೈನಿಕನೊಬ್ಬ ಕಿಚಾಯಿಸಿದ.

'ಇಲ್ಲ, ಅಂಥ ಘಟನೆ ಒಂದಿದೆ' ಎಂದ ರಾಮ.

'ಹೌದಾ. ನಿಜವಾಗಿಯೂ' ಎಂದು ಎಲ್ಲರೂ ಅಪಹಾಸ್ಯ ಮಾಡಿದರು.

'ನಾನೊಮ್ಮೆ ಬೆಲ್ಲಮಕೊಂಡದಿಂದ ಬರುತ್ತಿದ್ದೆ. ಭಾರಿ ಗುಡಾರವೊಂದು ಕಂಡುಬಂತು. ಒಳಪ್ರವೇಶಿಸಿ ನೋಡಿದರೆ, ನಾನು ಆವರೆಗೆ ಕಂಡಿರದ ಭಾರಿ ಗಾತ್ರದ ಮನುಷ್ಯನೊಬ್ಬ ಮಲಗಿದ್ದನ್ನು ಕಂಡೆ. ಸರಿಯಾಗಿ ನೋಡಿದಾಗ, ಹಲವು ವರ್ಷಗಳಿಂದ ಜನರನ್ನು ಕಾಡುತ್ತಿದ್ದ ಡಕಾಯಿತ ಆತ ಎಂದು ಗೊತ್ತಾಯಿತು' ಎಂದ ರಾಮ.

ಕುತೂಹಲ ಕೆರಳಿದ್ದ ಸೈನಿಕರು, 'ಸರಿ, ನಂತರ ಏನು ಮಾಡಿದೆ?' ಎಂದು ಕೇಳಿದರು.

'ಕತ್ತಿ ಹಿರಿದು ಆತನ ಕಾಲನ್ನು ಕತ್ತರಿಸಿ, ಅಲ್ಲಿಂದ ಓಡಿದೆ' ಎಂದ ರಾಮ.

'ಕಾಲು? ಆತನ ತಲೆ ಕತ್ತರಿಸಬಹುದಿತ್ತಲ್ಲ' ಎಂದ ಸೈನಿಕನೊಬ್ಬ.

'ಬೇರೆಯವರ್‍ಯಾರೋ ಆ ಕೆಲಸ ಮಾಡಿದ್ದರು. ಆತನ ತಲೆ ಪಕ್ಕದಲ್ಲೇ ಬಿದ್ದಿತ್ತು' ಎಂದು ನಗುತ್ತ ಹೇಳಿದ ರಾಮ.

ಅವರೆಲ್ಲರೂ ನಗಬೇಕೆಂದುಕೊಂಡರೂ, ನಗಲಿಲ್ಲ.

ಜೀವನ ಪಾಠ

ದೊಡ್ಡವರ ಅಹಂಅನ್ನು ಕತ್ತರಿಸಲು ಸಣ್ಣವರಿಂದಷ್ಟೆ ಸಾಧ್ಯ. ಚುರುಕಾದ ನಾಲಿಗೆ ಮತ್ತು ಜ್ಞಾನ ಇರಬೇಕಷ್ಟೆ.

ಹಿತನುಡಿ

- ತನ್ನ ಶೌರ್ಯ ಇಲ್ಲವೇ ಜ್ಞಾನದ ಬಗ್ಗೆ ಕೊಚ್ಚಿಕೊಳ್ಳುವವ, ತನ್ನ ಅಜ್ಞಾನವನ್ನು ತಾನೇ ಬಹಿರಂಗಗೊಳಿಸುತ್ತಿರುತ್ತಾನೆ.
- ಬೊಗಳೆ ದಾಸರು ಸೋಲುವುದು ಹೆಚ್ಚು.
- ಐಶ್ವರ್ಯ-ಗೌರವದ ಬಗ್ಗೆ ಕೊಚ್ಚಿಕೊಳ್ಳುವವರು, ಪತನವನ್ನು ತಂದು ಕೊಳ್ಳುತ್ತಾರೆ.

ನುಡಿಮುತ್ತು

ಬೊಗಳೆ ಬಿಡಬೇಡ. ಅದು ರೈಲು ಹೊರಡುವ ಮೊದಲಿನ ಶೀಟಿ ಯಲ್ಲ.

-ಹ್ಯಾರಿ ಥಾಮ್ಸನ್

ವಟವಟ ಮಾತನ್ನಾಡಲು ಪ್ರಾರಂಭಿಸಿದರೆ, ಬೆಳವಣಿಗೆ ಸ್ಥಗಿತ ಆಗಿಬಿಡುತ್ತದೆ.

-ಆಲ್ಬರ್ಟ್ ಬಿ.ಲಾಯ್ಡ್

ಹಿತನುಡಿ

- ಧೈರ್ಯ ಎಂಬುದು ಹೆದರಿಕೆಯಿಲ್ಲದ ಇಲ್ಲವೇ ಅಪಾಯವನ್ನು ನಿರ್ಲಕ್ಷಿಸುವ ಸ್ಥಿತಿಯಲ್ಲ. ಬದಲಿಗೆ, ಬುದ್ಧಿವಂತಿಕೆ ಬಳಸಿ ಪರಿಸ್ಥಿತಿಯನ್ನು ಮಣಿಸುವ ಪ್ರವೃತ್ತಿ.
- ವಿವೇಕದಿಂದ ಒಳ್ಳೆಯ ಅಭಿಪ್ರಾಯ ಮೂಡಿಸಬಹುದು.
- ವಿವೇಕದ ಕೊರತೆ ಇದ್ದಲ್ಲಿ, ಅಂಥವರನ್ನು ಸಂಪೂರ್ಣರು ಎನ್ನಲಾಗದು.
- ವಿವೇಕದಿಂದ ಘರ್ಷಣೆ ತಪ್ಪುತ್ತದೆ.

ನುಡಿಮುತ್ತು

ವಿವೇಕವು ನಮ್ಮ ನೈತಿಕ ಗುಣಗಳ ಮುಂದೆ ಸೇರಿಸಿದ ಸೊನ್ನೆ. ಆದರೆ ಅದು ಒಂಟಿಯಾಗಿದ್ದರೆ ಏನನ್ನೂ ಪ್ರತಿನಿಧಿಸದು.

-ಸಿ.ಜೋರ್ಡಾನ್

ದುಷ್ಟತನದಿಂದ ಲಾಭವಿಲ್ಲ

ಒಂದು ದಿನ ತೆನಾಲಿ ರಾಮ ಮಾರುಕಟ್ಟೆ ಮೂಲಕ ಹಾದುಹೋಗುತ್ತಿರುವಾಗ, ಕೋಳಿ ಅಂಗಡಿ ಮುಂದೆ ಜನಸಂದಣಿ ಇದ್ದುದನ್ನು ಕಂಡ. ಏನೆಂದು ವಿಚಾರಿಸಿದಾಗ, ರೈತನೊಬ್ಬ ಧಾನ್ಯದ ಮೂಟೆಯನ್ನು ಕೋಳಿ ಮೇಲೆ ಎತ್ತಿ ಹಾಕಿದ್ದರಿಂದ ಅದು ಸತ್ತುಹೋಯಿತು ಎಂದು ಗೊತ್ತಾಯಿತು.

ಅದು ಸಣ್ಣ ಗಾತ್ರದ ಕೋಳಿ. ಮೌಲ್ಯ ಹೆಚ್ಚೆಂದರೆ 5 ವರಹ ಇರಬಹುದು. ಆದರೆ, ಅಂಗಡಿ ಮಾಲೀಕ ರೈತನ ಕುತ್ತಿಗೆ ಪಟ್ಟಿ ಹಿಡಿದು, 50 ವರಹ ಕೊಡಬೇಕೆಂದು

ಜೋರು ಮಾಡುತ್ತಿದ್ದ. ಹೆಚ್ಚು ಹಣ ಕೇಳಲು ಆತ ನೀಡಿದ ಕಾರಣ- 2 ವರ್ಷದಲ್ಲಿ ಕೋಳಿ ದಷ್ಟಪುಷ್ಟವಾಗಿ ಬೆಳೆದು 50 ವರಹ ಬೆಲೆ ಬರುತ್ತಿತ್ತು.

ಸುತ್ತ ಇದ್ದವರಲ್ಲಿ ಒಬ್ಬ ತೆನಾಲಿ ರಾಮನನ್ನು ಗುರುತಿಸಿ, ದಾರಿ ಮಾಡಿಕೊಟ್ಟ. 'ಈ ಮನುಷ್ಯ ತನ್ನ ನಿರ್ಲಕ್ಷ್ಯದಿಂದ 2 ವರ್ಷದಲ್ಲಿ 50 ವರಹ ತಂದುಕೊಡುತ್ತಿದ್ದ ಕೋಳಿಯನ್ನು ಕೊಂದು ಹಾಕಿದ್ದಾನೆ' ಎಂದು ಮಾಲೀಕ ದೂರಿದ. ಭಯದಿಂದ ರೈತ ಏನು ಹೇಳಿದನೋ ಯಾರಿಗೂ ಅರ್ಥವಾಗಲಿಲ್ಲ.

ರಾಮ ಹೇಳಿದ, 'ನೀನು ಅಂಗಡಿ ಮಾಲೀಕನಿಗೆ 50 ವರಹ ಕೊಡಬೇಕು'. ರೈತ ಸೇರಿದಂತೆ ಎಲ್ಲರೂ ದಿಗ್ಭ್ರಾಂತರಾದರು. ರಾಮ ರೈತನ ಪರವಾಗಿ ತೀರ್ಪು ಕೊಡುತ್ತಾನೆ ಎಂಬುದು ಎಲ್ಲರ ಗ್ರಹಿಕೆಯಾಗಿತ್ತು. ಕೋಳಿಯ ಮಾಲೀಕ ಹೇಳಿದ, 'ನೀವು ನ್ಯಾಯದ ವಿಷಯದಲ್ಲಿ ನಿಷ್ಪಕ್ಷಪಾತಿ ಎನ್ನುತ್ತಾರೆ. ಈಗ ಅದು ಸಾಬೀತಾಯಿತು'. ರಾಮ ನಗುತ್ತ ಹೇಳಿದ, 'ಕಾನೂನಿನ ಮುಂದೆ ಎಲ್ಲರೂ ಒಂದೇ. ಈಗ ಹೇಳು, ನಿನ್ನ ಕೋಳಿ ವರ್ಷವೊಂದಕ್ಕೆ ಎಷ್ಟು ಕಾಳು ತಿನ್ನುತ್ತಿತ್ತು?'

'ಸುಮಾರು ಅರ್ಧ ಮೂಟೆ' ಮಾಲೀಕ ಹೇಳಿದ.

'ಅಂದರೆ ನಿನ್ನ ಕೋಳಿ ಸಾಯದಿದ್ದಲ್ಲಿ 2 ವರ್ಷದಲ್ಲಿ ಒಂದು ಮೂಟೆ ಕಾಳು ತಿನ್ನುತ್ತಿತ್ತು ಎಂದಾಯ್ತು. ಹೀಗಾಗಿ, ನೀನು ಆ ರೈತನಿಗೆ ಒಂದು ಮೂಟೆ ಕಾಳು ಕೊಡಬೇಕು. ಏಕೆಂದರೆ ಆತ ಅಷ್ಟು ಕಾಳನ್ನು ಉಳಿಸಿದ್ದಾನೆ'. ರಾಮನ ಮಾತು ಕೇಳಿ ಕೋಳಿ ಮಾಲೀಕನ ಮುಖ ಪೇಲವವಾಯಿತು. ಒಂದು ಕಾಳು ಚೀಲದ ಬೇಲೆ 50 ವರಹಕ್ಕಿಂತ ಹೆಚ್ಚು. ನೆರೆದಿದ್ದವರೆಲ್ಲ ತನ್ನನ್ನು ಹಾಸ್ಯ ಮಾಡುತ್ತಿದ್ದುದನ್ನು ಕಂಡ ಮಾಲೀಕ, ದುರಾಸೆಗೆ ತಕ್ಕ ಶಾಸ್ತಿ ಆಯಿತು ಎಂದುಕೊಂಡ. ರೈತನಿಂದ ಹಣ ತೆಗೆದುಕೊಳ್ಳುವುದಿಲ್ಲ ಎಂದವನೇ ಅಂಗಡಿಯ ಒಳಹೊಕ್ಕ.

ಜೀವನ ಪಾಠ

ಶ್ರೀಮಂತರ ಧಾರ್ಷ್ಟ್ಯ ಕ್ಷಮಾರ್ಹವಲ್ಲ. ಇದರಿಂದಾಗಿ ಪವಿತ್ರ ಪುಸ್ತಕ 'ಸೂಜಿಯ ಕಣ್ಣಿನಲ್ಲಿ ಒಂಟೆ ಹಾಯ್ದು ಹೋಗಬಹುದು. ಆದರೆ ಕ್ರೂರಿ ಶ್ರೀಮಂತ ಸ್ವರ್ಗ ಪ್ರವೇಶಿಸಲಾರ' ಎಂದಿದೆ.

ಹಿತನುಡಿ

- ಕೆಟ್ಟತನ ದೌರ್ಬಲ್ಯ.
- ಕೆಟ್ಟ ಮನುಷ್ಯ ಅತಾರ್ಕಿಕವಾಗಿ ವರ್ತಿಸುತ್ತಾನೆ.
- ಕೆಟ್ಟತನವೆಂಬುದು ಹೆಚ್ಚುತ್ತಾ ಹೋಗುತ್ತದೆ. ಆದರೆ, ದೇವರು ಸದಾಕಾಲ ಕೆಟ್ಟವನನ್ನು ರಕ್ಷಿಸುವುದಿಲ್ಲ.
- ಕೆಡುಕು ದೇವರ ಸೃಷ್ಟಿಯಲ್ಲ. ಆದ್ದರಿಂದ ಮನುಷ್ಯನು ಪ್ರಾಮಾಣಿಕರಾಗಿರಬೇಕು.

ನುಡಿಮುತ್ತು

ಗಾಡಿಯಿಂದ 5 ಗಜ, ಕುದುರೆಯಿಂದ 10 ಗಜ ಹಾಗೂ ಆನೆಯಿಂದ 100 ಗಜ ದೂರದಲ್ಲಿರಬೇಕು. ಆದರೆ, ಕೆಡುಕನಿಂದ ಇರಬೇಕಾದ ದೂರವನ್ನು ಅಳೆಯಲಾಗದು.

-ಗಾದೆ ಮಾತು

ಸ್ವಾತಂತ್ರ್ಯದ ಮಹತ್ವ

ಪೋರ್ಚುಗೀಸ್ ಪ್ರವಾಸಿ ಡೊಮಿಂಗೊ ಪೇಸ್‌ಗೆ ವಿಜಯನಗರ ಅಚ್ಚುಮೆಚ್ಚು. ಅದಕ್ಕಿಂತ ಇಷ್ಟವಾದದ್ದು ಭುವನ ವಿಜಯದಲ್ಲಿದ್ದವರ ಬುದ್ಧಿಮತ್ತೆ ಮತ್ತು ವಿವೇಕ. ಒಂದು ದಿನ ಆತ ಕೇಳಿದ, 'ನಿಮ್ಮ ರಾಜ್ಯದಲ್ಲಿ ಅತ್ಯಂತ ಬೆಲೆ ಬಾಳುವಂತದ್ದು ಯಾವುದು?'

ಆಸ್ಥಾನಿಕರು ಬೇರೆ ಬೇರೆ ಉತ್ತರ ಕೊಟ್ಟರು. 'ಅರಮನೆ' ಎಂದು ರಾಜಗುರು, 'ತಿರುಪತಿ ದೇವಸ್ಥಾನ' ಎಂದು ನಂದಿ ತಿಮ್ಮಣ್ಣ, 'ಖಜಾನೆ' ಎಂದು ಅಲ್ಲಸಾನಿ ಪೆದ್ದನ

ಹೇಳಿದರು. ರಾಯ ತೆನಾಲಿ ರಾಮನಿಗೆ ಉತ್ತರಿಸಲು ಹೇಳಿದ. 'ಸ್ವಾತಂತ್ರ್ಯ. ನಮ್ಮ ಪ್ರಜೆಗಳು ಯಾರ ಗುಲಾಮರೂ ಅಲ್ಲ. ಸಂತೃಪ್ತ, ಸಂತಸಕರ ಬದುಕು ಬದುಕಲು ಅವರು ಸ್ವತಂತ್ರರು' ಎಂದ ತೆನಾಲಿ ರಾಮ. 'ನೀನು ವಿದ್ವಾಂಸ ಎಂದು ನನಗೆ ಗೊತ್ತು. ನಿನ್ನ ಮಾತನ್ನು ಸಾಬೀತು ಮಾಡಿ ತೋರಿಸು' ಎಂದ ಪೇಸ್. ರಾಮ ಸ್ವಲ್ಪ ಕಾಲಾವಕಾಶ ಕೊಡಬೇಕೆಂದು ಕೋರಿದ. 'ಅಷ್ಟರವರೆಗೆ ನೀವು ನಮ್ಮ ಅತಿಥಿ ಆಗಿರಬೇಕು. ನಿಮಗೆ ಬೇಕಾದ ಸೌಲಭ್ಯಗಳನ್ನು ರಾಮ ಸಿದ್ಧಗೊಳಿಸುತ್ತಾನೆ' ಎಂದ ರಾಯ.

ರಾಜನ ಅತಿಥಿಗೃಹದಲ್ಲಿ ಡೊಮಿಂಗೋಗೆ ಉಳಿದುಕೊಳ್ಳುವ ವ್ಯವಸ್ಥೆ ಯಾಯಿತು. ರಾಜವೈಭವ, ಕೈಗೆ ಕಾಲಿಗೆ ಆಳುಗಳು, ಬೇಕೆಂದ ತಿಂಡಿ-ತೀರ್ಥ ಒದಗಿಸಲಾಯಿತು. ಮೊದಲ ಎರಡು ದಿನ ಡೊಮಿಂಗೋ ಉಂಡುಟ್ಟು ಆರಾಮ ವಾಗಿದ್ದ. 3ನೇ ದಿನ ಹೊರಹೋಗಲು ಯತ್ನಿಸಿದಾಗ, ಕಾವಲಿನ ಆಳು ತಡೆದ. ಕೇಳಿದಾಗ ಹೊರಗೆ ಹೋಗದಂತೆ ನೋಡಿಕೊಳ್ಳಬೇಕೆಂದು ಆದೇಶವಿದೆ ಎಂದು ಹೇಳಿದ.

ಪ್ರಾಯಶಃ ಇದು ಸುರಕ್ಷೆಗಾಗಿ ತಂದಿರುವ ನಿಯಮ ಎಂದುಕೊಂಡ ಡೊಮಿಂಗೋ ಸುಮ್ಮನಾದ. ಇದಾದ ಮೂರು ದಿನಗಳ ಬಳಿಕ ಹೊರಹೋಗಲು ಯತ್ನಿಸಿದ ಆತನನ್ನು ಮತ್ತೆ ತಡೆಯಲಾಯಿತು. ಇದು 15 ದಿನ ನಡೆಯಿತು. ಎಲ್ಲ ಸೌಲಭ್ಯ ಇದ್ದರೂ ಅತಿಥಿಗೃಹ ಸೆರೆಮನೆಯಂತಾಯಿತು. 3 ವಾರಗಳ ಬಳಿಕ ರಾಯ ಡೊಮಿಂಗೋನನ್ನು ಕರೆಸಿಕೊಂಡ. ಹೇಗಿದ್ದೀ ಎಂದು ವಿಚಾರಿಸಿದ.

'ಮಹಾರಾಜರೇ, ಕಳೆದ ಮೂರು ದಿನದಿಂದ ನಾನು ಏನನ್ನೂ ತಿಂದಿಲ್ಲ. ಪರಿಸ್ಥಿತಿ ಚಿಂತಾಜನಕವಾಗಿತ್ತು' ಎಂದ ಡೊಮಿಂಗೊ.

'ತೆನಾಲಿ ರಾಮ ಸೂಕ್ತ ವ್ಯವಸ್ಥೆ ಮಾಡಿರಲಿಲ್ಲವೇ?' ಕೇಳಿದ ರಾಜ.

'ಸಕಲ ಸೌಕರ್ಯವಿತ್ತು. ಆದರೆ, ನನಗೆ ಹೊರಗೆ ಹೋಗಲು ಬಿಡುತ್ತಿರಲಿಲ್ಲ. 3 ವಾರದಿಂದ ನಾನು ಜೇಲಿನಲ್ಲಿ ಇದ್ದಂತೆ ಆಗಿತ್ತು' ಎಂದ ಡೊಮಿಂಗೊ.

ಅತಿಥಿಗೃಹದ ಅಧಿಕಾರಿಗಳನ್ನು ಕೇಳಿದಾಗ, ತೆನಾಲಿ ರಾಮ ಆ ರೀತಿ ಆದೇಶ ನೀಡಿದ್ದಾಗಿ ತಿಳಿದು ಬಂದಿತು. ಸಿಟ್ಟಿಗೆದ್ದ ರಾಯ, ರಾಮನನ್ನು ಕರೆಸಿ, ಆತನ ವರ್ತನೆಯನ್ನು ಪ್ರಶ್ನಿಸಿದ.

'ಮಹಾರಾಜ, ನಾನು ನಮ್ಮ ಅತಿಥಿ ಕೇಳಿದ್ದನ್ನೇ ಮಾಡಿದ್ದೇನೆ. ನಮ್ಮ

ಸಾಮ್ರಾಜ್ಯದಲ್ಲಿ ಅತ್ಯಂತ ಬೆಲೆಬಾಳುವಂತದ್ದು ಸ್ವಾತಂತ್ರ್ಯ ಎಂದು ಹೇಳಿದ್ದೆ. ಸ್ವಾತಂತ್ರ್ಯ ಅತ್ಯಂತ ಮುಖ್ಯವಾದ್ದು ಎಂದು ಸಾಬೀತು ಮಾಡಿದ್ದೇನೆ' ಎಂದು ರಾಮ ಉತ್ತರಿಸಿದ.

ಉತ್ತರ ಕೇಳಿ ರಾಯ ಮತ್ತು ಡೊಮಿಂಗೊ ನಸುನಕ್ಕರು.

ಜೀವನ ಪಾಠ

'ಸ್ವಾತಂತ್ರ್ಯ ನನ್ನ ಜನ್ಮಸಿದ್ಧ ಹಕ್ಕು. ನಾನು ಅದನ್ನು ಪಡೆದೇ ಪಡೆಯುತ್ತೇನೆ' ಎಂದಿದ್ದರು ಗೋಪಾಲಕೃಷ್ಣ ಗೋಖಲೆ. ನೆಲ್ಸನ್‌ಮಂಡೇಲಾ ಮತ್ತು ಮಹಾತ್ಮಗಾಂಧಿ ಜನರಿಗೆ ಸ್ವಾತಂತ್ರ್ಯ ತಂದುಕೊಡಲು ದಶಕಗಳ ಕಾಲ ಶ್ರಮಿಸಿದರು. ದೇಹ, ಮನಸ್ಸು ಮತ್ತು ಆತ್ಮದ ಸ್ವಾತಂತ್ರ್ಯ - ಅತ್ಯಂತ ಪ್ರಮುಖವಾದವು.

ಹಿತನುಡಿ

- ವೈಯಕ್ತಿಕ ಸ್ವಾತಂತ್ರ್ಯ ಪರಮೋಚ್ಚ.
- ದೈಹಿಕವಾಗಿ ಮಾತ್ರವಲ್ಲ ಮಾನಸಿಕ ಅಡೆತಡೆಗಳಿಂದಲೂ ನಾವು ಮುಕ್ತರಾಗಿರಬೇಕು.
- ಸ್ವಂತಿಕೆ ಬಹಳ ಮುಖ್ಯ.

ನುಡಿಮುತ್ತು

ತನ್ನ ಕಾಲಿನ ಮೇಲೆ ನಿಂತು ಸಾಯುವುದು ಮಂಡಿಯೂರಿ ಬದುಕುವುದಕ್ಕಿಂತ ಉತ್ತಮ.

-ಡೊಲೊರೆಸ್ ಇಬರೂರಿ

ಕನಸು ನಿಜವಲ್ಲ

ಒಂದು ದಿನ ಕನಸಿನಲ್ಲಿ ಕೃಷ್ಣದೇವರಾಯ ಅಭೂತಪೂರ್ವ ಎನಿಸುವಂತ ಅರಮನೆಯನ್ನು ಕಂಡ. ಬಳಿಕ ತಿಂಗಳಿಡೀ ಆ ಅರಮನೆ ಕುರಿತ ಮಾತನಾಡಿದ. ಜತೆಗೆ ಅಂಥ ಅರಮನೆ ನಿರ್ಮಿಸಿಕೊಡುವವರಿಗೆ ಭಾರಿ ಇನಾಮು ಕೊಡುವುದಾಗಿ ಘೋಷಿಸಿದ. ಇದರಿಂದ ಅಷ್ಟ ದಿಗ್ಗಜರಲ್ಲದೆ, ಆಸ್ಥಾನಿಕರೆಲ್ಲ ದಂಗಾದರು. ಕನಸಿನಲ್ಲಿ ಕಂಡದ್ದನ್ನು ನಿಜವಾಗಿಸುವುದು ಸಾಧ್ಯವಿಲ್ಲ ಎಂಬುದು ಗೊತ್ತಿದ್ದರೂ, ಹೆದರಿ ಯಾರೂ ರಾಯನಿಗೆ ಹೇಳಲು ಮುಂದಾಗಲಿಲ್ಲ.

ಕನಸಿನ ಅರಮನೆಯ ನೀಲನಕ್ಷೆ ತಯಾರಿಸಲು ವಾಸ್ತುಶಿಲ್ಪಿಗಳು- ನಕ್ಷೆಕಾರರನ್ನು ನೇಮಿಸಿದನಲ್ಲದೆ, ಅತ್ಯುತ್ತಮವಾದ ಪದಾರ್ಥ ಬಳಸಬೇಕೆಂದು ಹೇಳಿದ್ದರಿಂದ ಖಜಾನೆಯಿಂದ ಹಣ ಹರಿಯತೊಡಗಿತು. ದೊರೆಯ ಸಿಟ್ಟಿಗೆ ಹೆದರಿ ಎಲ್ಲರೂ ಸುಮ್ಮನಿದ್ದರು. ಕೊನೆಗೆ ತಡೆಯಲಾಗದೆ, ಏನಾದರೂ ಮಾಡಬೇಕೆಂದು ತೆನಾಲಿ ರಾಮನನ್ನು ಕೋರಿದರು.

ರಾಯ ಆಸ್ಥಾನದಲ್ಲಿದ್ದಾಗ ವೃದ್ಧನೊಬ್ಬ ಅಳುತ್ತ ಪ್ರವೇಶಿಸಿದ. 'ನನ್ನ ಆಸ್ತಿಯನ್ನೆಲ್ಲ ದರೋಡೆ ಮಾಡಲಾಗಿದೆ. ನನ್ನನ್ನು ರಕ್ಷಿಸು' ಎಂದು ಗೋಳಾಡಿದ.

ರಾಯ ಆಶ್ಚರ್ಯಚಕಿತನಾಗಿ ಹೇಳಿದ, 'ಏನಾಯಿತು? ವಿವರವಾಗಿ ಹೇಳು?'

'ನಾನು ಕಮಲಾಪುರದ ನಿವಾಸಿ ತ್ರಿವಿಕ್ರಮ. ಅಧಿಕಾರಿಗಳು ನನ್ನೆಲ್ಲ ಆಸ್ತಿ ಹೊತ್ತೊಯ್ದು ನನ್ನನ್ನು ಭಿಕಾರಿ ಆಗಿಸಿದ್ದಾರೆ. ಮಕ್ಕಳು-ಪತ್ನಿಯ ಭವಿಷ್ಯ ಕುರಿತು ಚಿಂತೆಯಾಗಿದೆ' ಎಂದ ವ್ಯಕ್ತಿ.

ಸಿಟ್ಟಿಗೆದ್ದ ರಾಯ, 'ಅಂದರೆ ಅರಮನೆಯ ಅಧಿಕಾರಿಗಳು ನಿನ್ನ ಆಸ್ತಿ ದೋಚಿದರೇ?'

'ಹೌದು. ಅಧಿಕಾರಿಗಳು ಮಾತ್ರವಲ್ಲ ಅವರ ಜತೆ...'

'ಹೆದರಬೇಡ. ನಿನಗೆ ನಾನು ರಕ್ಷಣೆ ಕೊಡುತ್ತೇನೆ. ಭಯಪಡದೆ ಹೇಳು' ಎಂದ ರಾಯ.

'ಮಹಾರಾಜ. ಕಳೆದ ರಾತ್ರಿ ನಾನು ನಿದ್ರಿಸುತ್ತಿದ್ದೆ. ಕನಸಿನಲ್ಲಿ ನೀವು ಸೈನಿಕರೊಂದಿಗೆ ನನ್ನ ಮನೆ ಪ್ರವೇಶಿಸಿದಿರಿ. ನನ್ನ ಜೀವಮಾನದ ಗಳಿಕೆಯಾದ ಟ್ರಂಕ್ ಹೊತ್ತೊಯ್ದಿರಿ' ಎಂದ ತ್ರಿವಿಕ್ರಮ.

'ಬುದ್ಧಿಯಿಲ್ಲದವನೇ, ನಿನ್ನ ಕನಸಿನಲ್ಲಿ ನಾನು ಬಂದು ಟ್ರಂಕ್ ಹೊತ್ತೊಯ್ದೆ ಎನ್ನುತ್ತಿದ್ದಿ. ಕನಸು ಎಂದಾದರೂ ನನಸಾಗಲು ಸಾಧ್ಯವೇ? ಮೂರ್ಖ ನೀನು' ಎಂದ ರಾಯ.

'ನೀವು ಹೇಳುವುದು ನಿಜ. ಅದು ನನ್ನ ಕನಸಾಗಲೀ ಇಲ್ಲವೇ ನಿಮ್ಮ ಕನಸಿನ ಅರಮನೆಯಾಗಲಿ, ನನಸಾಗಲು ಸಾಧ್ಯವಿಲ್ಲ. ಅದನ್ನು ನಂಬುವುದು ಹುಚ್ಚುತನ' ಎಂದವನೇ ಮಾರುವೇಷ ಕಳಚಿದ. ಅಲ್ಲಿ ನಿಂತದ್ದು ತೆನಾಲಿ ರಾಮ.

ದೊರೆ ಬಾಯಿ ತೆರೆಯುವ ಮುನ್ನವೇ ರಾಯ ಹೇಳಿದ, 'ಮಹಾರಾಜ, ನನಗೆ ನೀವು ಸಂಪೂರ್ಣ ರಕ್ಷಣೆ ಕೊಟ್ಟಿದ್ದೀರಿ. ನನ್ನ ನಡತೆಯನ್ನು ಕ್ಷಮಿಸಿ'

ನಕ್ಕುಬಿಟ್ಟ ರಾಜ, ಅರಮನೆ ನಿರ್ಮಾಣ ಯೋಜನೆಯನ್ನು ಸ್ಥಗಿತಗೊಳಿಸಿದ.

ಜೀವನ ಪಾಠ

ಕನಸು ಮತ್ತು ವಾಸ್ತವದ ನಡುವಿನ ವ್ಯತ್ಯಾಸವನ್ನು ಗುರುತಿಸಲು ತಾರ್ಕಿಕ ಹಾಗೂ ನಿರ್ಧಾರ ತೆಗೆದುಕೊಳ್ಳಬಲ್ಲ ಮನೋಸಾಮರ್ಥ್ಯ ಇರಬೇಕು.

ಹಿತನುಡಿ

- ಎಲ್ಲ ಕನಸು ನನಸಾಗದು.
- ಕನಸನ್ನು ಅರ್ಥೈಸಿ, ವಾಸ್ತವ ದೃಷ್ಟಿಯಲ್ಲಿ ನೋಡಬೇಕು.
- ಕನಸುಗಳು ಸೋಮಾರಿ ಮನಸ್ಸಿನ ಕೂಸುಗಳು.

ನುಡಿಮುತ್ತು

ಕನಸು ಪತ್ನಿಯಿದ್ದಂತೆ, ಮಾತನಾಡಲೇಬೇಕು; ನಿದ್ರೆ ಪತಿಯಿದ್ದಂತೆ ಮೌನವಾಗಿ ತೊಂದರೆ ಅನುಭವಿಸುತ್ತದೆ.

-ರವೀಂದ್ರನಾಥ ಟ್ಯಾಗೋರ್

ಕಣ್ಣು ತೆರೆಸಿದ ಭೀತಿ

ಕೃಷ್ಣದೇವರಾಯ ಪ್ರತಿನಿತ್ಯ ಮುಂಜಾನೆ ವ್ಯಾಯಾಮ ಮಾಡುತ್ತಿದ್ದ. ಮೈಗೆ ಎಣ್ಣೆ ಹಚ್ಚಿ ಅದು ಕರಗಿಹೋಗುವವರೆಗೆ ಕಸರತ್ತು ಮಾಡುತ್ತಿದ್ದ. ಬಳಿಕ ಕುದುರೆ ಸವಾರಿ ಮಾಡುವುದು ಅವನ ನಿತ್ಯದ ಅಭ್ಯಾಸವಾಗಿತ್ತು.

ಏನಾಯ್ತೋ ಏನೋ, ರಾಯ ಸೋಮಾರಿತನ ಬೆಳೆಸಿಕೊಂಡ ಎಲ್ಲ ದೈಹಿಕ ಚಟುವಟಿಕೆ ನಿಲ್ಲಿಸಿ, ತಿನ್ನುವುದೊಂದೇ ಕಾಯಕ ಮಾಡಿಕೊಂಡ. ಇದರಿಂದ ದೇಹ ಸಿಕ್ಕಾಪಟ್ಟೆ ಊದಿಕೊಂಡಿತಲ್ಲದೆ, ಆತನ ಮನೋಪ್ರವೃತ್ತಿ ಕೂಡಾ ಬದಲಾಯಿತು.

ರಾಜ ವೈದ್ಯರ ಎಚ್ಚರಿಕೆ ರಾಯನ ಕಿವಿಗೆ ತಾಕಲಿಲ್ಲ. 'ತಿನ್ನುವುದನ್ನು ಕಡಿಮೆ ಮಾಡುವುದು ಬಿಟ್ಟು ಬೇರೆ ಮಾರ್ಗ ಸೂಚಿಸಿ ಒಂದು ವೇಳೆ ಸೂಚಿಸಿದ ವೈದ್ಯದಿಂದ

ಸಮಸ್ಯೆ ಬಗೆಹರಿಯದಿದ್ದಲ್ಲಿ ಪ್ರಾಣ ಕಳೆದುಕೊಳ್ಳಬೇಕಾಗುತ್ತದೆ' ಎಂದ ರಾಯ. ಬೇರೆ ದಾರಿ ಕಾಣದೆ ಆಸ್ಥಾನಿಕರೆಲ್ಲ ರಾಮನ ಮೊರೆ ಹೋದರು.

ಮರುದಿನ ಜ್ಯೋತಿಷಿಯೊಬ್ಬ ರಾಜನಿಗೆ ಒಂದು ತಿಂಗಳು ಮಾತ್ರ ಆಯುಷ್ಯ ಉಳಿದಿದೆ ಎಂದು ಭವಿಷ್ಯ ನುಡಿದ. ಆತನನ್ನು ಬಂಧಿಸಿ, ಸೆರೆಮನೆಗೆ ತಳ್ಳಬೇಕೆಂದು ರಾಯ ಆಜ್ಞಾಪಿಸಿದ. ಸಾವಿನ ಭೀತಿಯಿಂದ ರಾಜನಿಗೆ ಆಹಾರ ಕಂಡರೆ ವಾಂತಿ ಬರುವಂತಾಯಿತು. ಒಂದು ತಿಂಗಳಲ್ಲಿ ಆತನ ತೂಕ ಭಾರಿ ಪ್ರಮಾಣದಲ್ಲಿ ಇಳಿಯಿತು.

ಒಂದು ತಿಂಗಳು ಕಳೆದರೂ ಏನೂ ಆಗಲಿಲ್ಲ. ಜ್ಯೋತಿಷಿಯನ್ನು ಕರೆಸಿದ ರಾಯ, 'ಹೇಳು, ನಾನೇಕೆ ನಿನ್ನ ತಲೆ ತೆಗೆಯಬಾರದು?'

ಜ್ಯೋತಿಷಿ ಹೇಳಿದ, 'ಕನ್ನಡಿಯನ್ನು ನೋಡಿ. ನೀವು ರೋಗಮುಕ್ತರಾಗಿರುವುದು ಗೊತ್ತಾಗುತ್ತದೆ'

ಕನ್ನಡಿಯಲ್ಲಿ ತನ್ನ ಪ್ರತಿಬಿಂಬ ಕಂಡ ರಾಯ, ಆಶ್ಚರ್ಯಚಕಿತನಾದ.

'ತಾನೊಬ್ಬ ವೈದ್ಯ. ತೆನಾಲಿ ರಾಮನ ಸಲಹೆಯಂತೆ ಹೀಗೆ ಮಾಡಿದೆ. ಸಾವಿನ ಭಯದಿಂದ ನೀವು ತಿನ್ನುವುದನ್ನು ಕಡಿಮೆ ಮಾಡಿ, ಆರೋಗ್ಯ ಗಳಿಸಿಕೊಂಡಿದ್ದೀರಿ' ಎಂದು ಜ್ಯೋತಿಷಿ ತಿಳಿಸಿದ.

ಖುಷಿಯಾದ ರಾಜ, ಇನ್ನೆಂದೂ ಕೆಟ್ಟ ಅಭ್ಯಾಸ ಬೆಳೆಸಿಕೊಳ್ಳುವುದಿಲ್ಲ ಎಂದು ವಾಗ್ದಾನ ಮಾಡಿದ.

ಜೀವನ ಪಾಠ

ಕೆಟ್ಟ ಅಭ್ಯಾಸಗಳನ್ನು ಬೆಳೆಸಿಕೊಳ್ಳುವುದು ಸುಲಭ. ತ್ಯಜಿಸುವುದು ಕಷ್ಟ. ಕೆಟ್ಟ ಅಭ್ಯಾಸ ತೊಲಗಿಸಲು ಭೀತಿಯನ್ನು ಬಳಸುವುದು ಕೆಲಸಂದರ್ಭದಲ್ಲಿ ಸಮರ್ಥನೀಯ.

ಹಿತನುಡಿ

- ಹವ್ಯಾಸಗಳು ದುರ್ಬಲವಾದವು ಎನ್ನಿಸಬಹುದು. ಆದರೆ, ಅವುಗಳಿಂದ ಹೊರಬರುವುದು ಸುಲಭವಲ್ಲ.
- ಆಮಿಷಗಳನ್ನು ಹತ್ತಿಕ್ಕಿದರೆ ಮಾತ್ರ ಒಳ್ಳೆಯ ಹವ್ಯಾಸ ಬೆಳೆಯುತ್ತದೆ.
- ಕೆಟ್ಟ ಹವ್ಯಾಸಗಳು ಕಾಲಹರಣಕ್ಕೆ ಕಾರಣ. ಅವು ಸುಲಭವಾಗಿ ತೊಲಗುವುದಿಲ್ಲ.

ನುಡಿಮುತ್ತು

ಹವ್ಯಾಸಗಳನ್ನು ನಿಯಂತ್ರಿಸದಿದ್ದಲ್ಲಿ, ಕಾಲಕ್ರಮೇಣ ಅವು ಅಗತ್ಯಗಳಾಗಿ ಬದಲಾಗುತ್ತವೆ.

-ಸೇಂಟ್ ಅಗಸ್ಟಿನ್

ಮಾರಾಟ ತಂತ್ರ

ತೆನಾಲಿ ರಾಮನ ಸ್ನೇಹಿತ ತಿರುಮಲ, ಹಂಪಿಯಲ್ಲಿ 'ದಕ್ಷಿಣದ ಸೂರ್ಯ' ಹೆಸರಿನ ಹೋಟೆಲ್ ಹೊಂದಿದ್ದ. ಉತ್ತಮ ಸೇವೆ, ಗುಣಮಟ್ಟದ ತಿನಿಸು, ಅತ್ಯುತ್ತಮ ವಾತಾವರಣ ಕಲ್ಪಿಸಿದ್ದರೂ, ವಹಿವಾಟು ಕೈಗೆ ಹತ್ತಿರಲಿಲ್ಲ. ಏನಾದರೂ ಉಪಾಯ ಸೂಚಿಸು ಎಂದು ರಾಮನ ಬೆನ್ನು ಹತ್ತಿದ.

ಎಲ್ಲ ವಿವರ ಪಡೆದ ರಾಮ ಹೇಳಿದ, 'ನಿನ್ನ ಹೋಟೆಲಿನ ಹೆಸರು ಬದಲಿಸು'

‘ಸಾಧ್ಯವೇ ಇಲ್ಲ. ಸಾಮ್ರಾಜ್ಯದಲ್ಲಿ ಅದೇ ಹೆಸರಿನಲ್ಲಿ ಖ್ಯಾತಿ ಪಡೆದಿದೆ. ಹಲವು ತಲೆಮಾರುಗಳಿಂದ ಬಂದ ಹೆಸರದು’ ಎಂದ ತಿರುಮಲ.

‘ಕೇಳಿಸಿಕೋ, ಫೈವ್ ಬೆಲ್ಸ್ ಎಂದು ಹೆಸರಿಡು. ಮುಖ್ಯ ದ್ವಾರದಲ್ಲಿ ಆರು ಘಂಟೆಗಳನ್ನು ನೇತು ಹಾಕು’ ಹೇಳಿದ ರಾಮ.

‘ಆರು ಘಂಟೆ. ಅದರಿಂದ ಏನಾಗುತ್ತದೆ? ಇದು ಅರ್ಥವಿಲ್ಲದ ಕೆಲಸ’ ಎಂದ ತಿರುಮಲ.

‘ಪ್ರಯತ್ನಿಸು. ಪರಿಣಾಮ ನಿನಗೇ ಗೊತ್ತಾಗುತ್ತದೆ’ ಎಂದ ರಾಮ.

ರಾಮನ ಸಲಹೆಯಂತೆ ತಿರುಮಲ ಹೋಟೆಲಿನ ಹೆಸರು ಬದಲಿಸಿದ. ರಸ್ತೆಯಲ್ಲಿ ಹೋಗುತ್ತಿದ್ದವರೆಲ್ಲ ಫೈವ್ ಬೆಲ್ಸ್ ಎಂದು ಹೆಸರಿದ್ದು, ಆರು ಘಂಟೆಗಳನ್ನು ನೇತು ಹಾಕಲಾಗಿದೆ ಎಂದು, ಯಾರೂ ಕಂಡುಹಿಡಿಯದ ತಪ್ಪು ಗುರುತಿಸಿದ್ದೇವೆ ಎಂದು ಒಳಗೆ ಬಂದು ಹೇಳಲಾರಂಭಿಸಿದರು. ಒಳಗೆ ಬಂದವರು ಅಲ್ಲಿನ ವಾತಾವರಣ, ಸೇವೆ ಕಂಡು ಕೆಲಕಾಲ ಕುಳಿತು, ತಿನಿಸು-ಪಾನೀಯ ಸೇವಿಸಲಾರಂಭಿಸಿದರು.

ತಿರುಮಲನ ಹಣೆಬರಹ ಬದಲಾಯಿತು.

ಜೀವನ ಪಾಠ

ಬಹುತೇಕರು ಟೀಕೆಗಳನ್ನು ಸಹಿಸುವುದಿಲ್ಲ, ಹೊಗಳಿಕೆಯನ್ನಷ್ಟೇ ಅಪೇಕ್ಷಿಸುತ್ತಾರೆ. ಅದು ಮನುಷ್ಯ ಸ್ವಭಾವ. ತಮ್ಮ ತಪ್ಪು ತಿದ್ದಿಕೊಳ್ಳುವ ಬದಲು ಬೇರೆಯವರ ಕಡೆಗೆ ಬೊಟ್ಟು ಮಾಡುತ್ತಾರೆ. ಬುದ್ಧಿವಂತ ತನ್ನ ಗುರಿ ಸಾಧಿಸಲು ತನ್ನ ನೈಪುಣ್ಯವನ್ನೆಲ್ಲ ಬಳಸುತ್ತಾನೆ.

ಹಿತನುಡಿ

- ನಾವು ಟೀಕೆಗೆ ಹೆದರಬಾರದು. ಅದು ಮುಂದೆ ಯಶಸ್ಸಿಗೆ ದಾರಿ ಮಾಡಿಕೊಡಬಹುದು.
- ಟೀಕೆಯಿಂದ ಉಳಿದುಕೊಳ್ಳುವ ಬದಲು ಹೊಗಳಿಕೆಯಿಂದ ನಾಶವಾಗುವುದನ್ನು ಬಯಸುವುದು ಸರಿಯಲ್ಲ.
- ಯಶಸ್ಸು- ಚಲನಶೀಲತೆಯ ಜೀವನ ಸಾಗಿಸುವವರಿಗೆ ಟೀಕೆ ಎದುರಾಗು ವುದು ಸಹಜ.
- ತಪ್ಪು ಕಂಡುಹಿಡಿಯುವವರು, ತಾವು ಬುದ್ಧಿವಂತರು ಎಂದುಕೊಂಡಿರು ವವರು ಟೀಕಿಸುತ್ತಾರೆ.

ನುಡಿಮುತ್ತು

ಟೀಕೆಗೆ ಹೆದರಬೇಕಿಲ್ಲ, ಸರಂಜಾಮಿನ ಚೀಟಿ ಬರೆಯುವವ ಕೂಡಾ ತಾನೂ ಲೇಖಕ ಎಂದುಕೊಳ್ಳಬಹುದು. ಚೀಟಿ ಬರೆಯಲಾಗದವ ತಾನು ವಿಮರ್ಶಕ ಎಂದುಕೊಳ್ಳಬಹುದು.

-ಜಾರ್ಜ್ ಸೇಟನ್

ಬೇರೆಯವರನ್ನು ಅವರ ಜಾಗದಲ್ಲಿ ಇಡುವ ಬದಲು ಅವರ ಜಾಗದಲ್ಲಿ ನಿನ್ನನ್ನು ಕಲ್ಪಿಸಿಕೋ.

-ಅನಾಮಿಕ

ಹಣ್ಣಿನ ಆಸೆ

ಬೇಸಿಗೆಯ ಮುಂಜಾವು. ರಾಮನ ಪತ್ನಿ ತವರು ತಂಜಾವೂರಿನ ಸಮೀಪದ ಗ್ರಾಮವೊಂದರ ನೆಂಟನೊಬ್ಬನನ್ನು ನಿರೀಕ್ಷಿಸುತ್ತಿದ್ದಳು.

ಚೆನ್ನಾಗಿ ಹಣ್ಣಾದ 2 ಮಾವನ್ನು ರಾಮನಿಗೆ ಕೊಟ್ಟು ಕತ್ತರಿಸಿ ಇಡಬೇಕೆಂದು ಹೇಳಿದಳು. ಹಣ್ಣನ್ನು ಕತ್ತರಿಸಿದ ರಾಮ, ತಡೆಯಲಾಗದೆ ರುಚಿ ನೋಡಿದ. ರುಚಿಗೆ

ಮನಸೋತ ಇನ್ನೊಂದು ಚೂರು ತಿಂದ. ನೋಡುನೋಡುತ್ತಿದ್ದಂತೆ ತಟ್ಟೆ ಬರಿದಾಯಿತು.

ಅತಿಥಿ ಆದಿನಾರಾಯಣರಾವ್ ರಸ್ತೆಯ ಕೊನೆಯಲ್ಲಿ ಬರುತ್ತಿದ್ದುದು ರಾಮನಿಗೆ ಕಂಡಿತು. ತಕ್ಷಣ ತಂತ್ರವೊಂದನ್ನು ರೂಪಿಸಿದ. ಅಲ್ಲೇ ಇದ್ದ ತುಕ್ಕು ಹಿಡಿದಿದ್ದ ಚಾಕು ತೆಗೆದುಕೊಂಡು ಒಳಗೆ ಹೋಗಿ, ಮೊಂಡು ಚಾಕುವಿನಿಂದ ಹಣ್ಣು ಕತ್ತರಿಸಲು ಆಗಲಿಲ್ಲ ಎಂದ.

'ಸರಿ, ಅದನ್ನು ಸಾಣೆ ಹಿಡಿದುಕೊಡುತ್ತೇನೆ' ಎಂದ ಪತ್ನಿ, ಹೊರಗೆ ಹೋಗಿ ಚಾಕುವನ್ನು ಚೂಪುಗೊಳಿಸತೊಡಗಿದಳು.

ಓಡುತ್ತಾ ಆದಿನಾರಾಯಣನ ಬಳಿಗೆ ಹೋದ ರಾಮ, 'ಮನೆಗೆ ಬರಬೇಡ. ನನ್ನ ಹೆಂಡತಿ ಸಿಟ್ಟಿಗೆದ್ದಿದ್ದಾಳೆ. ನಿನ್ನ ಕಿವಿ ಕತ್ತರಿಸುತ್ತಾಳೆ' ಎಂದ. ನಂಬದ ಆತ 'ನಾನು ನಿನ್ನನ್ನು ನಂಬುವುದಿಲ್ಲ. ಅಂತ ತಪ್ಪನ್ನೇನೂ ನಾನು ಮಾಡಿಲ್ಲ' ಎಂದ.

'ಸರಿ, ನೀನೇ ನೋಡು' ಎಂದು ಪತ್ನಿ ಚಾಕುವನ್ನು ಕಲ್ಲಿಗೆ ತಿಕ್ಕುತ್ತಿದ್ದುದನ್ನು ತೋರಿಸಿದ.

ಹೆದರಿದ ಆದಿನಾರಾಯಣ, ತಿರುಗಿ ನೋಡದೆ ಓಡತೊಡಗಿದ. ಹಿತ್ತಲಿಗೆ ಹೋದ ರಾಮ ಪತ್ನಿಗೆ 'ನಿನ್ನ ನೆಂಟ ವಿಚಿತ್ರವಾಗಿ ಆಡುತ್ತಿದ್ದಾನೆ. ಎರಡೂ ಹಣ್ಣನ್ನು ಹೊತ್ತೊಯ್ಯುತ್ತಿದ್ದಾನೆ' ಎಂದು ದೂರಿದ.

'ಏನು? ಅವನಿಗೇನು ತಲೆ ಕೆಟ್ಟಿದೆಯೇ? ಎಂಥ ದುರಾಸೆಯ ಮನುಷ್ಯ' ಎಂದವಳೇ ರಸ್ತೆಗಿಳಿದು 'ಒಂದಾದರೂ ಕೊಡು' ಎನ್ನುತ್ತ ಓಡತೊಡಗಿದಳು.

ಆಕೆ ತನ್ನ ಒಂದು ಕಿವಿಯನ್ನು ಕೇಳುತ್ತಿದ್ದಾಳೆ ಎಂದುಕೊಂಡ ಆದಿನಾರಾಯಣ ಶಕ್ತಿ ಮೀರಿ ಓಡಿ ತಪ್ಪಿಸಿಕೊಂಡ.

ಎರಡೂ ಹಣ್ಣು ತಿಂದ ರಾಮ, ಸಂತಸದ ನಗೆ ನಕ್ಕ.

ಜೀವನ ಪಾಠ

ಭಾವನೆಗೆ ಪಕ್ಕಾಗಿ, ಕೆಲವೊಮ್ಮೆ ಅತಾರ್ಕಿಕ ನಿರ್ಧಾರಗಳನ್ನು ತೆಗೆದುಕೊಳ್ಳಲಾಗುತ್ತದೆ. ಇಂಥ ನಿರ್ಧಾರವನ್ನು ಸಮರ್ಥಿಸಿಕೊಳ್ಳಲು ಸುಳ್ಳು ಹೇಳಬೇಕಾಗುತ್ತದೆ. ಇದರಿಂದ ಆತ್ಮವಿಶ್ವಾಸ ಕುಗ್ಗುತ್ತದೆ.

ಹಿತನುಡಿ

- ಆಸೆ ನಮ್ಮನ್ನು ಎಂಥ ಕ್ರಿಯೆಗೂ ಎಳಸುತ್ತದೆ.
- ಆಸೆಗೆ ತುತ್ತಾದವ ಅದರ ಗುಲಾಮನಾಗುತ್ತಾನೆ.
- ಬೆಂಕಿ-ನೀರಿನಂತೆ ಆಸೆ ಉತ್ತಮ ಸೇವಕ, ಆದರೆ ಕೆಟ್ಟ ಮಾಲೀಕ.
- ಭಾವನೆಗಳನ್ನು ನಾವು ನಿಯಂತ್ರಿಸಬೇಕೇ ಹೊರತು ಅವು ನಮ್ಮನ್ನು ನಿಯಂತ್ರಿಸುವಂತಾಗಬಾರದು.
- ದುಃಖಕ್ಕೆ ಬಡತನ ಕಾರಣವಲ್ಲ, ದುರಾಸೆ ಕಾರಣ.

ನುಡಿಮುತ್ತು

ಭಾವನೆಗಳು ನಮ್ಮನ್ನು ಆಳುವಂತಾದಾಗ, ತರ್ಕವೆಂಬುದು ದುರ್ಬಲವಾಗುತ್ತದೆ.

-ಜಾನ್ ಡ್ರೈಡನ್

ನಂಬಿಸುವುದು ಸುಲಭ

ಜನರನ್ನು ಸುಲಭವಾಗಿ ನಂಬಿಸಿಬಿಡಬಹುದೇ, ಇಲ್ಲವೇ ಎಂಬ ಕುರಿತು ರಾಯ ಮತ್ತು ರಾಮನ ನಡುವೆ ಒಮ್ಮೆ ಗಂಭೀರ ಚರ್ಚೆ ನಡೆಯಿತು. ಜನರನ್ನು ಸುಲಭವಾಗಿ ಮೋಸಗೊಳಿಸಲು ಸಾಧ್ಯವಿಲ್ಲ ಎಂದು ರಾಜ ಹೇಳಿದರೆ, ಸುಲಭವಾಗಿ ನಂಬುವಂತೆ ಮಾಡಿಬಿಡಬಹುದು ಎಂದು ರಾಮ ಹೇಳಿದ.

'ಇದನ್ನು ನಾನು ಒಪ್ಪುವುದಿಲ್ಲ' ಎಂದು ರಾಜ ಹೇಳಿದ. 'ಸಾರ್ವಜನಿಕವಾಗಿ ನಿಮ್ಮತ್ತ ಚಪ್ಪಲಿ ಎಸೆಯುವಂತೆ ಮಾಡಬಲ್ಲೆ' ಎಂದು ರಾಮ ಸವಾಲೆಸೆದ. ಜತೆಗೆ ಕಾಲಾವಕಾಶ ಕೇಳಿದ. ದೊರೆ ಇದಕ್ಕೆ ಒಪ್ಪಿದ.

ಕೆಲ ತಿಂಗಳು ಕಳೆಯಿತು. ರಾಯ ಕೊಡಗಿನ ಬುಡಕಟ್ಟಿನ ಮುಖ್ಯಸ್ಥನ ಮಗಳನ್ನು ಮದುವೆಯಾಗಲು ನಿರ್ಧರಿಸಿದ. ಆ ಮುಖ್ಯಸ್ಥನಿಗೆ ರಾಜ ಮನೆತನದ ಸಂಪ್ರದಾಯ, ನಡವಳಿಕೆ ಬಗ್ಗೆ ಅರಿವು ಇರಲಿಲ್ಲ.

ರಾಯ ಮುಖ್ಯಸ್ಥನಿಗೆ ಹೇಳಿದ, 'ನಿನ್ನ ಮಗಳನ್ನು ಮದುವೆಯಾಗಲು ಇಚ್ಛಿಸಿದ್ದೇನೆ. ಸಂಪ್ರದಾಯ ಮತ್ತು ಆಚರಣೆಗಳು ಒಂದೊಂದು ರಾಜ್ಯದಲ್ಲಿ ಒಂದೊಂದು ರೀತಿ ಇರುತ್ತದೆ. ಆ ಬಗ್ಗೆ ನೀನು ಚಿಂತಿಸುವುದು ಬೇಡ'. ಹೀಗಿದ್ದರೂ ಬುಡಕಟ್ಟು ಮುಖ್ಯಸ್ಥನಿಗೆ ರಾಜ ಮನೆತನದ ಎಲ್ಲ ಸಂಪ್ರದಾಯಗಳನ್ನು ಪಾಲಿಸಬೇಕೆಂಬ ಹಂಬಲ.

ಹೀಗೊಂದು ದಿನ ಮುಖ್ಯಸ್ಥನನ್ನು ಗುಟ್ಟಾಗಿ ಭೇಟಿಯಾದ ರಾಮ, ಮದುವೆಯ ಸಂಪ್ರದಾಯಗಳ ಕುರಿತು ತಿಳಿಹೇಳಿದ. ಇದನ್ನೆಲ್ಲ ಯಾರು ಹೇಳಿಕೊಟ್ಟರು ಎಂಬುದನ್ನು ಗುಟ್ಟಾಗಿಡಬೇಕು ಎಂದು ಕೇಳಿಕೊಂಡ.

'ವಿಜಯನಗರ ರಾಜ ಮನೆತನದಲ್ಲೊಂದು ಸಂಪ್ರದಾಯವಿದೆ. ಮದುವೆ ಶಾಸ್ತ್ರಗಳೆಲ್ಲ ಮುಗಿದ ನಂತರ, ವಧು ತನ್ನ ಚಪ್ಪಲಿಯನ್ನು ಮದುಮಗನ ಕಡೆಗೆ ಎಸೆಯುತ್ತಾಳೆ. ಬಳಿಕ ವರ ವಧುವನ್ನು ತನ್ನ ಮನೆಗೆ ಕರೆದೊಯ್ಯುತ್ತಾನೆ. ಇದನ್ನು ಪಾಲಿಸಬೇಕು. ಇದಕ್ಕಾಗಿ ನಾನು ಒಂದು ಜತೆ ಮಕಮಲ್ಲಿನ ಚಪ್ಪಲಿಯನ್ನು ಗೋವಾದಿಂದ ತಂದಿದ್ದೇನೆ. ಇಂಥ ಸಂಪ್ರದಾಯ ಯೂರೋಪಿನಲ್ಲೂ ಇದೆ' ಎಂದು ರಾಮ ಬುರುಡೆ ಬಿಟ್ಟ.

'ಪತ್ನಿ ಪತಿಯೆಡೆಗೆ ಚಪ್ಪಲಿ ಎಸೆಯುವುದು ಸರಿಯೇ?' ಎಂದು ಆಶ್ಚರ್ಯದಿಂದ ಕೇಳಿದ ಮುಖ್ಯಸ್ಥ.

'ಇದನ್ನು ಮುಂಚಿನಿಂದಲೂ ಆಚರಿಸಿಕೊಂಡು ಬರಲಾಗಿದೆ. ಬೇಡ ಎನ್ನಿಸಿದರೆ ಬಿಟ್ಟು ಬಿಡಬಹುದು' ಎಂದ ರಾಮ.

'ಇಲ್ಲ, ಇಲ್ಲ, ನನ್ನ ಮಗಳ ಭವಿಷ್ಯಕ್ಕಾಗಿ ನಾನು ಏನು ಮಾಡಲೂ ಸಿದ್ಧನಿದ್ದೇನೆ. ಆ ಚಪ್ಪಲಿ ನನಗೆ ಕೊಡಿ' ಎಂದ ಮುಖ್ಯಸ್ಥ.

ಮದುವೆ ಮುಗಿಯಿತು. ರಾಯ ಪತ್ನಿಯನ್ನು ಅರಮನೆಗೆ ಕರೆದೊಯ್ಯಲು ಸಿದ್ಧತೆ ಮಾಡಿಕೊಳ್ಳುತ್ತಿದ್ದ. ಇದ್ದಕ್ಕಿದ್ದಂತೆ ವಧು ತನ್ನ ಮಖಮಲ್ಲಿನ ಚಪ್ಪಲಿ ಕಳಚಿ, ರಾಯನೆಡೆಗೆ ಎಸೆದಳು. ಸಿಟ್ಟಿಗೆದ್ದ ರಾಯ ಇನ್ನೇನು ಬಾಯಿ ಬಿಡಬೇಕು, ಅಷ್ಟರಲ್ಲಿ ಪಕ್ಕದಲ್ಲಿದ್ದ ರಾಮ ಹೇಳಿದ, 'ಸಿಟ್ಟಾಗಬೇಡಿ. ಇದರಲ್ಲಿ ರಾಣಿಯ ತಪ್ಪೇನೂ ಇಲ್ಲ.

ಇದೆಲ್ಲ ನನ್ನದೇ ಕೈವಾಡ' ಎಂದು ಹಿಂದೆ ನಡೆದ ಮಾತುಕತೆಯನ್ನು ಜ್ಞಾಪಿಸಿ, ಸಾಬೀತು ಮಾಡಲು ಇದನ್ನು ಮಾಡಿದ್ದಾಗಿ ಹೇಳಿದ.

ಜೋರಾಗಿ ನಕ್ಕುಬಿಟ್ಟ ರಾಜ, ಚಪ್ಪಲಿಯನ್ನು ರಾಣಿಗೆ ವಾಪಸು ಮಾಡಿದ. 'ಶಾಸ್ತ್ರವನ್ನು ಪಾಲಿಸಲು ಈ ಕೆಲಸ ಮಾಡಬೇಕಾಯಿತು' ಎಂದಳು ರಾಣಿ.

ವಿಸ್ಮಯಗೊಂಡ ರಾಜ ಹೇಳಿದ, 'ನಿಜ ತೆನಾಲಿ, ಜನ ಸುಲಭವಾಗಿ ನಂಬುತ್ತಾರೆ'!

ಜೀವನ ಪಾಠ

ಬಹುತೇಕರು ಗಾಳಿ ಸುದ್ದಿಯನ್ನು ನಂಬುತ್ತಾರೆ. ಆದರೆ ಬುದ್ಧಿವಂತ ಮಾಹಿತಿ ಸಂಗ್ರಹಿಸಿ, ಅದನ್ನು ವಿಶ್ಲೇಷಿಸಿ, ಮರು ಪರಿಶೀಲನೆ ನಡೆಸಿ ನಿರ್ಧಾರವೊಂದಕ್ಕೆ ಬರುತ್ತಾನೆ.

ಹಿತನುಡಿ

- ಗಾಳಿ ಸುದ್ದಿಯನ್ನು ನಂಬಿ ನಡೆಯುವುದು ಸರಿಯಲ್ಲ.
- ಗಾಳಿ ಸುದ್ದಿ ಅಪಾಯಕಾರಿ.
- ಗಾಳಿ ಸುದ್ದಿಯನ್ನು ನಂಬಿ, ಯಾವುದೇ ನಿರ್ಧಾರ ತೆಗೆದುಕೊಳ್ಳಬಾರದು.
- ಮಾಹಿತಿ ಸಂಗ್ರಹದಿಂದ ಜ್ಞಾನ, ಆದರ ಬಳಿಕೆಯೇ ವಿವೇಕ ಮತ್ತು ಅದನ್ನು ಆಯ್ಕೆ ಮಾಡುವುದೇ ಶಿಕ್ಷಣ.

ನುಡಿಮುತ್ತು

ದೇಹಕ್ಕೆ ಆಹಾರವಿದ್ದಂತೆ, ಮನಸ್ಸಿಗೆ ಸತ್ಯಸಂಗತಿ ಅಗತ್ಯ.

-ಎಡ್ಮಂಡ್ ಬರ್ಕ್

ಸಿಹಿಯ ಮೂಲ

ರಸೂಲ್ ಎಂಬ ಪರ್ಶಿಯಾದ ವ್ಯಾಪಾರಿ ವಿಜಯನಗರಕ್ಕೆ ಬಂದಿದ್ದ. ಆತನ ವಾಸ್ತವ್ಯಕ್ಕೆ ಸಕಲ ಸೌಲಭ್ಯ ಒದಗಿಸಲಾಯಿತು.

ಬೆಳಗಿನ ಹೊತ್ತು ರಸೂಲ್ ಸುತ್ತಲಿನ ಹಳ್ಳಿಗಾಡಿನಲ್ಲಿ ಸುತ್ತುತ್ತಿದ್ದ. ತನ್ನ ದೇಶದಲ್ಲಿ ಕಾಣಿಸದ ಹಸಿರು ರಾಜಿ ಆತನ ಮೇಲೆ ಮೋಡಿ ಮಾಡಿತ್ತು.

ರಾತ್ರಿ ಊಟದ ಬಳಿಕ ಮೈಸೂರು ಪಾಕ್, ಶ್ರೀಖಂಡ, ಮೋದಕ ಮತ್ತಿತರ ತಿನಿಸುಗಳನ್ನು ರಸೂಲ್‌ಗೆ ರಾಯ ಕಳಿಸಿದ. ಆದರೆ, ರಸೂಲ್ ಇದ್ಯಾವುದನ್ನೂ

ಮುಟ್ಟಲಿಲ್ಲ. ಇದು ರಾಯನಲ್ಲಿ ಆಶ್ಚರ್ಯ ಹುಟ್ಟಿಸಿತು. ಕೇಳಿದ್ದಕ್ಕೆ ಈ ಸಿಹಿತಿಂಡಿಗಳ ಮೂಲ ಬೇಕು ಎಂದು ರಸೂಲ್ ಹೇಳಿದ.

ಶ್ರೀಖಂಡ, ಮೈಸೂರು ಪಾಕ್, ಮೋದಕದ ಮೂಲ! ರಾಯನಿಗೆ ಏನೇನೂ ಗೊತ್ತಾಗಲಿಲ್ಲ. ಮಾರನೇ ಬೆಳಗ್ಗೆ ಆಸ್ಥಾನದಲ್ಲಿ ಸಿಹಿತಿಂಡಿಗಳ ಮೂಲ ಯಾವುದು ಎಂದು ಕೇಳಿದ. ಆದರೆ, ಯಾರೂ ಬಾಯಿ ಬಿಡಲಿಲ್ಲ. ತೆನಾಲಿ ರಾಮ ತಾನು ಮೂಲವನ್ನು ತರುವುದಾಗಿ ಹೇಳಿ, ತಟ್ಟೆ ಮತ್ತು ಚಾಕು ತೆಗೆದುಕೊಂಡು ಹೊರಹೋದ.

ಒಂದು ಗಂಟೆ ಕಳೆಯಿತು. ರಾಮ ಮಸ್ಲಿನ್ ಬಟ್ಟೆ ಮುಚ್ಚಿದ ತಟ್ಟೆಯೊಂದಿಗೆ ವಾಪಸಾಗಿ, 'ಇದೇ ಸಿಹಿತಿಂಡಿಗಳ ಮೂಲ' ಎಂದ. ರಾಜನಿಗೆ ಆಶ್ಚರ್ಯ. ಅದನ್ನು ನೋಡಬೇಕೆಂಬ ಕಾತರ. ರಸೂಲನನ್ನು ಆಸ್ಥಾನಕ್ಕೆ ಕರೆತರಲಾಯಿತು. ಆತನ ಮುಂದೆ ತಟ್ಟೆ ಹಿಡಿದ ರಾಮ, 'ನಿಮ್ಮ ಕೋರಿಕೆ ಈಡೇರಿಸಲಾಗಿದೆ. ಸಿಹಿ ತಿಂಡಿಗಳ ಈ ಮೂಲ ಪರ್ಶಿಯಾದಲ್ಲಿ ಸಿಗುವುದಿಲ್ಲ' ಎಂದ. ತಟ್ಟೆಯಲ್ಲಿನ ಕಬ್ಬಿನ ಚೂರುಗಳನ್ನು ಅಗಿದು ರಸ ನುಂಗಿದ ರಸೂಲ್, 'ಇದರ ವಿಶಿಷ್ಟ ರುಚಿಗೆ ನಾನು ಮಾರುಹೋಗಿದ್ದೇನೆ. ಸಿಹಿ ತಿಂಡಿಗಳು ಇದರಿಂದಾಗಿ ಅಷ್ಟೊಂದು ರುಚಿಕಟ್ಟಾಗಿರುತ್ತವೆ' ಎಂದು ಶ್ಲಾಘಿಸಿದ.

ರಾಜ ಮತ್ತು ಅಸ್ಥಾನಿಗರು ಬೆರಗಾದರು. ಜೋರಾಗಿ ನಕ್ಕು ರಾಮನ ಜಾಣ್ಮೆಯನ್ನು ಕೊಂಡಾಡಿದರು.

ಜೀವನ ಪಾಠ

ಕಲಿತ, ವಿವೇಕಿಗಳು ಅಂತರ್‌ದೃಷ್ಟಿ ಹೊಂದಿರುತ್ತಾರೆ. ಸಮಸ್ಯೆಯ ಮೂಲವನ್ನು ಕಾಣುತ್ತಾರೆ. ಹೊಸ ದಾರಿ ಮತ್ತು ಸೂಕ್ಷ್ಮ ಒಳನೋಟಗಳಿಂದ ಕಠಿಣವಾದ ಸಮಸ್ಯೆಗಳನ್ನು ಪರಿಹರಿಸುತ್ತಾರೆ.

ಹಿತನುಡಿ

- ಜನರನ್ನು ಅವರ ಹವ್ಯಾಸ, ಧರಿಸಿದ ವಸ್ತ್ರ ರೂಪದ ಮೂಲಕ ಅಳೆಯಬಾರದು. ಬದಲಿಗೆ ಗುಣ ಮತ್ತು ಕೆಲಸದ ಮೂಲಕ ನಿರ್ಧರಿಸಬೇಕು.
- ವ್ಯಕ್ತಿಯ ನಿಜವಾದ ಸಾಮರ್ಥ್ಯ ಕಣ್ಣಿಗೆ ಕಾಣುವಂತಿರುವುದಿಲ್ಲ.
- ಪರಿಸ್ಥಿತಿ ಪ್ರತಿಕೂಲವಾಗಿದ್ದಾಗ ವ್ಯಕ್ತಿಯ ಸಾಮರ್ಥ್ಯ ಬೆಳಕಿಗೆ ಬರುತ್ತದೆ.
- ಚಾರಿತ್ರ್ಯ ನಿಜವಾದ ಆಸ್ತಿ.

ನುಡಿಮುತ್ತು

ಕತ್ತಲಿನಲ್ಲಿ ನೀವು ಏನಾಗಿರುವಿರೋ ಅದೇ ನಿಮ್ಮ ಚಾರಿತ್ರ್ಯ.

-ಡ್ವೈಟ್ ಮೂಡಿ

ಸೇರಿಗೆ ಸವಾಸೇರು

ಕೃಷ್ಣದೇವರಾಯ ಕಲಾ ಪೋಷಕನಾಗಿದ್ದ. ಒಮ್ಮೆ ಆತನಿಗೆ ಕೇತಾವರಂನಲ್ಲಿದ್ದ ಅಚ್ಯುತರಾವ್ ಎಂಬ ಶ್ರೇಷ್ಠ ಕಲಾವಿದನ ಬಗ್ಗೆ ಗೊತ್ತಾಗಿ, ಆತನನ್ನು ಆಸ್ಥಾನಕ್ಕೆ ಕರೆಸಿಕೊಂಡ. ತನ್ನದೊಂದು ಚಿತ್ರ ಬರೆಯಬೇಕೆಂದು ವಿನಂತಿಸಿದ.

ಅಚ್ಯುತರಾವ್ ಬರೆದ ಚಿತ್ರ ನೋಡಿ ದೊರೆ ದಂಗಾದ. ರಾಜನ ಚಿತ್ರವಲ್ಲದೆ ಪುರಾಣಗಳು, ಪವಿತ್ರ ಗ್ರಂಥಗಳಲ್ಲಿನ ದೇವ-ದೇವತೆಯರಲ್ಲದೆ, ಸಾಮಾನ್ಯ ಜನರನ್ನೂ ಆತ ಸುಂದರವಾಗಿ ಚಿತ್ರಿಸಿದ್ದ. ರಾಯನಿಗೆ ಆತ ತೀರಾ ಸಮೀಪದವನಾದ.

ಆತನ ಕೌಶಲಕ್ಕೆ ಮರುಳಾಗಿ, ನಿನಗೇನು ಬೇಕು ಎಂದು ಕೇಳಿದ. ಆತ ಪ್ರತಿಕ್ರಿಯಿಸಲಿಲ್ಲ. ಆಗ ದೊರೆ ಆತನಿಗೆ ಮುಖ್ಯಮಂತ್ರಿಯ ಸ್ಥಾನ ದಯಪಾಲಿಸಿದ.

ಅಚ್ಯುತರಾವ್ ಒಳ್ಳೆಯ ಮನುಷ್ಯ-ಕಲಾವಿದನಾಗಿದ್ದರೂ, ಆತನಿಗೆ ಆಡಳಿತದ ಅನುಭವ ಇರಲಿಲ್ಲ. ಇದರಿಂದ ಆಡಳಿತ ಹದಗೆಟ್ಟುಹೋಯಿತು. ಜನ ಅಸಂತುಷ್ಟರಾದರು. ಆತ ರಾಯನಿಗೆ ಬೇಕಾದವನಾದ್ದರಿಂದ, ಆತನ ವಿರುದ್ಧ ದೂರು ಕೊಡುವ ಧೈರ್ಯ ಯಾರಿಗೂ ಇರಲಿಲ್ಲ. ಎಲ್ಲರೂ ತೆನಾಲಿ ರಾಮನ ಮೊರೆ ಹೋದರು.

15 ದಿನ ಕಳೆಯಿತು. ದೊರೆ, ಅರಸಿ, ಅಷ್ಟ ದಿಗ್ಗಜರು ಹಾಗೂ ಕೆಲ ಮುಖ್ಯಸ್ಥರನ್ನು ರಾಮ ತನ್ನ ಮನೆಗೆ ಊಟಕ್ಕೆ ಆಹ್ವಾನಿಸಿದ. ಅಡುಗೆ ಮಾಡಲು ರಾಜ್ಯದ ಅತ್ಯುತ್ತಮ ಅಕ್ಕಸಾಲಿಗನನ್ನು ಕರೆಸಿದ.

ಎಲ್ಲರೂ ಊಟಕ್ಕೆ ಕುಳಿತರು. ಎಲೆಗೆ ಬಡಿಸಲಾಯಿತು. ಬಾಯಿಗೆ ತುತ್ತು ಇಟ್ಟುಕೊಂಡರು. ಕಾರವೋ ಕಾರ. ತುತ್ತು ಬಾಯಿಗಿಟ್ಟ ದೊರೆ ಸಿಟ್ಟಿಗೆದ್ದ. 'ತೆನಾಲಿ, ಯಾರು ಈ ಅಡುಗೆ ಮಾಡಿದ್ದು? ಇದನ್ನು ತಿಂದು ನಾವೆಲ್ಲ ಸಾಯಬೇಕೆಂದು ಮಾಡಿದ್ದೀಯಾ?' ಎಂದು ಕೂಗಿದ. ನಮ್ರನಾಗಿ 'ತಪ್ಪಿದ್ದರೆ ಕ್ಷಮಿಸಿ' ಎಂದ ರಾಮ, ಅಕ್ಕಸಾಲಿಗನನ್ನು ಪರಿಚಯಿಸಿದ. 'ಈತ ಸಾಮ್ರಾಜ್ಯದ ಅತ್ಯುತ್ತಮ ಚಿನ್ನಗಾರ. ಈತ ಇಂದು ಅಡುಗೆ ಮಾಡಿದ್ದಾನೆ' ಎಂದ. ಇದನ್ನು ಕೇಳಿದ ರಾಜ ಜೋರಾಗಿ ನಗಲಾರಂಭಿಸಿದ. 'ರಾಮ, ನಿನ್ನ ಬುದ್ಧಿ ಎಲ್ಲಿಗೆ ಹೋಯಿತು? ಆತ ಚಿನ್ನ-ಬೆಳ್ಳಿ ಆಭರಣ ಮಾಡಲು ಯೋಗ್ಯನೇ ಹೊರತು ಅಡುಗೆಯನ್ನಲ್ಲ. ಆತನಿಂದ ಅಡುಗೆ ಮಾಡಿಸುವ ಯೋಚನೆ ಎಲ್ಲಿಂದ ಬಂತು?' ಎಂದು ಕೇಳಿದ.

'ಮಹಾರಾಜ, ಕಲಾವಿದನೊಬ್ಬ ವಿಜಯನಗರ ಸಾಮ್ರಾಜ್ಯದ ಪ್ರಧಾನಿ ಆಗಬಹುದಾದರೆ, ಅತ್ಯುತ್ತಮ ಅಕ್ಕಸಾಲಿಗ ಬಾಣಸಿಗನಾಗಬಾರದೇ?' ಎಂದ.

ತನ್ನ ಆಯ್ಕೆ ತಪ್ಪು ಎಂಬುದನ್ನು ಮನಗಾಣಿಸಲು ರಾಮ ಹೂಡಿದ ಆಟವಿದು ಎಂಬುದು ರಾಯನಿಗೆ ಗೊತ್ತಾಯಿತು. ಘಟನೆ ಬಗ್ಗೆ ಅರಿತ ಅಚ್ಯುತರಾವ್ ತನ್ನ ಸ್ಥಾನಕ್ಕೆ ರಾಜೀನಾಮೆ ಕೊಟ್ಟ, ತಾನು ಕಲಾವಿದನಾಗಿಯೇ ಉಳಿಯುವುದಾಗಿ ಬಳಿಕ ಆತ ತೆನಾಲಿ ರಾಮನಿಗೆ ಹೇಳಿದ.

ಜೀವನ ಪಾಠ

ಸಹೋದ್ಯೋಗಿ ಹಾಗೂ ಮುಖ್ಯಸ್ಥರಿಗೆ ತಮ್ಮ ತಪ್ಪಿನ ಬಗ್ಗೆ ನೋವಾಗದಂತೆ ಅರಿವು ಮೂಡಿಸಲು ಅಪರೋಕ್ಷವಾಗಿ ಅಂಥದ್ದೇ ಬೇರೆ ಘಟನೆಗಳ ಬಗ್ಗೆ ಹೇಳುವುದು ಸೂಕ್ತ. ಇದನ್ನು ಸಮರ್ಪಕವಾಗಿ ನಿರ್ವಹಿಸುವುದು ಒಂದು ಕಲೆ. ತೆನಾಲಿ ರಾಮ ಇದೇ ತಂತ್ರ ಬಳಸಿ, ವೃತ್ತಾಕಾರದ ರಂಧ್ರದಲ್ಲಿ ಚಚ್ಚೌಕದ ಆಕೃತಿಯನ್ನು ಹಾಕಲು ಸಾಧ್ಯವಿಲ್ಲ ಎಂದು ಸಾಬೀತು ಮಾಡಿದ.

ಹಿತನುಡಿ

- ಪಾವಿನ ಲೋಟದಲ್ಲಿ ಸೇರು ಧಾನ್ಯ ಹಾಕಲು ಸಾಧ್ಯವಿಲ್ಲ.
- ವ್ಯಕ್ತಿ ತನಗೆ ಕೌಶಲವಿರುವ ಕೆಲಸವನ್ನಷ್ಟೇ ಮಾಡಬೇಕು.
- ಪದಕೋಶದ ಮೇಲೆ ಕುಳಿತು ಪದಗಳನ್ನು ಕಲಿಯುವುದು ಸಾಧ್ಯವಿಲ್ಲ.
- ವೃತ್ತಾಕಾರದ ರಂಧ್ರದಲ್ಲಿ ವೃತ್ತಾಕಾರ ಹಾಗೂ ಚಚ್ಚೌಕದ ರಂಧ್ರದಲ್ಲಿ ಅಂತದ್ದೇ ಆಕಾರ ಹಾಕುವುದು ಬುದ್ಧಿವಂತಿಕೆ.

ನುಡಿಮುತ್ತು

ಬಹುತೇಕರು ತಿಳಿದುಕೊಳ್ಳಬೇಕು ಎಂದುಕೊಂಡಿರುವ ಹಾಗೂ ಮಾಡುವ ಕೆಲಸಗಳು ಅವರಿಗೆ ಸಂಬಂಧಿಸಿದವು ಆಗಿರುವುದಿಲ್ಲ.

-ಜಾರ್ಜ್ ಬರ್ನಾರ್ಡ್ ಷಾ

ನ್ಯಾಯಪರತೆ

ಕೃಷ್ಣದೇವರಾಯನ ಹುಟ್ಟುಹಬ್ಬಕ್ಕೆ ರಾಜ್ಯದ ಪ್ರಜೆಗಳಲ್ಲದೆ, ನೆರೆ ರಾಜ್ಯಗಳ ರಾಜರು ಹಲವು ಉಡುಗೊರೆಗಳನ್ನು ಕೊಟ್ಟರು. ಬೆಲೆ ಬಾಳುವ ಹೂವಿನ ಕುಂಡಗಳು ಸೇರಿದಂತೆ ಉಡುಗೊರೆಗಳನ್ನೆಲ್ಲ ಜೋಪಾನವಾಗಿರಿಸುವ ಜವಾಬ್ದಾರಿಯನ್ನು ಕೆಲ ಸೇವಕರಿಗೆ ರಾಜ ವಹಿಸಿದ.

ಒಂದು ದಿನ ಜಗನ್ನಾಥನೆಂಬ ಸೇವಕ ಮಣ್ಣಿನ ಹೂಜಿಯೊಂದನ್ನು ಒರೆಸಿ, ಇಡುತ್ತಿದ್ದ. ತುಂಟ ಬೆಕ್ಕಿನ ಮರಿಯೊಂದು ಆತನ ಮೇಲೆ ನೆಗೆಯಿತು. ದಂಗಾದ ಜಗನ್ನಾಥ, ಕೈಯಲ್ಲಿದ್ದ ಹೂಜಿಯನ್ನು ಕೆಳಗೆ ಬಿಟ್ಟ, ಅದು ಪುಡಿಪುಡಿ ಆಯಿತು. ಸುದ್ದಿ

ತಿಳಿದು ಸಿಟ್ಟಿಗೆದ್ದ ರಾಜ, ಆತನನ್ನು ಗಲ್ಲಿಗೇರಿಸಬೇಕೆಂದು ಆದೇಶಿಸಿದ. ಜಗನ್ನಾಥನ ಮನವಿಗೆ ರಾಜ ಕಿವಿಗೊಡಲಿಲ್ಲ.

ಸೇವಕನಿಗೆ ನೀಡಿದ ಶಿಕ್ಷೆ ಕ್ರೂರವಾದದ್ದು, ಸಮಂಜಸವಲ್ಲ ಎಂದು ತೆನಾಲಿ ರಾಮ ಎಷ್ಟು ತಿಳಿಹೇಳಿದರೂ, ರಾಜ ಕೇಳಿಸಿಕೊಳ್ಳಲಿಲ್ಲ. ಬೇಸರಗೊಂಡ ತೆನಾಲಿ ರಾಮ, ಜೈಲಿನಲ್ಲಿದ್ದ ಜಗನ್ನಾಥನನ್ನು ಭೇಟಿ ಆಗಿ ಮಾತನಾಡಿ, ಆತನಿಗೊಂದು ಉಪಾಯ ಹೇಳಿಕೊಟ್ಟ.

ಅಂದು ಸಂಜೆ ಜಗನ್ನಾಥನನ್ನು ಗಲ್ಲಿಗೇರಿಸಲು ಕರೆದೊಯ್ಯುವ ಮುನ್ನ, ಆತನ ಕೊನೆಯ ಆಸೆಯೇನು ಎಂದು ಕೇಳಲಾಯಿತು. ಉಳಿದ ಮಣ್ಣಿನ ಹೂಜಿಗಳನ್ನು ನೋಡಬೇಕು ಎಂದು ಆತ ಹೇಳಿದ. ಸೇವಕರು ಹೂಜಿಗಳನ್ನು ತಂದಾಗ, ಎಲ್ಲವನ್ನೂ ಬೇಕೆಂದೇ ಒಡೆದು ಬಿಟ್ಟ.

ಸಿಟ್ಟಿಗೆದ್ದ ರಾಜ, 'ಉದ್ದೇಶಪೂರ್ವಕವಾಗಿ ಹೂಜಿಗಳನ್ನು ಒಡೆದಿದ್ದೇಕೆ?' ಎಂದು ಕೇಳಿದಾಗ, 'ಉಳಿದ ಸೇವಕರ ಪ್ರಾಣ ಉಳಿಸಲು ಹೀಗೆ ಮಾಡಿದ್ದಾಗಿ' ಹೇಳಿದ.

ಕೆಲಸಕ್ಕೆ ಬಾರದ ವಿಷಯಗಳ ಕುರಿತು ಆತುರದ ನಿರ್ಧಾರ ತೆಗೆದುಕೊಳ್ಳುವುದು ತಪ್ಪು ಎಂಬುದು ರಾಯನಿಗೆ ಅರಿವಾಯಿತು. ಆತ ಜಗನ್ನಾಥನನ್ನು ಕ್ಷಮಿಸಿದ್ದಲ್ಲದೆ, ಆತನ ಕ್ಷಮೆ ಯಾಚಿಸಿದ. ತೆನಾಲಿರಾಮನಿಂದ ತನ್ನ ಜೀವ ಉಳಿಯಿತು ಎಂದು ಜಗನ್ನಾಥ ರಾಯನಿಗೆ ತಿಳಿಸಿದ.

ತನ್ನಿಂದ ದೊಡ್ಡ ತಪ್ಪು ಆಗದಂತೆ ತಡೆದ ರಾಮನಿಗೆ ಅರಸ ಧನ್ಯವಾದ ಹೇಳಿದ.

ಜೀವನ ಪಾಠ

ತಪ್ಪು ಮಾಡದಂತೆ ಇರುವುದು ಸಾಧ್ಯವಿಲ್ಲ. ತಪ್ಪು ಮಾಡುವುದು ಸಹಜ, ಇಂಥ ತಪ್ಪುಗಳು ಕಲಿಕೆಗೆ ದಾರಿ ಮಾಡಿಕೊಡಬೇಕು. ಮತ್ತೆ ಇಂಥ ತಪ್ಪು ಆಗದಂತೆ ನೋಡಿ ಕೊಳ್ಳಬೇಕು. ತಪ್ಪಿಗೆ ಶಿಕ್ಷೆ ವಿಧಿಸಲೇಬೇಕೆಂದಿದ್ದರೆ, ಶಿಕ್ಷೆ ತಪ್ಪಿಗೆ ಅನುಗುಣವಾಗಿರ ಬೇಕು.

ಹಿತನುಡಿ

- ಎಲ್ಲರೂ ತಪ್ಪು ಮಾಡುತ್ತಾರೆ. ತಪ್ಪು ಮಾಡದೆ ಇರುವುದು ಸಾಧ್ಯವೇ ಇಲ್ಲ.
- ಯಾವುದೇ ತಪ್ಪು ಮಾಡದವ ಏನನ್ನೂ ಮಾಡುವುದಿಲ್ಲ. ಅದು ಕೂಡ ಒಂದು ತಪ್ಪು.
- ತಪ್ಪು ಮಾಡುವುದು ಮನುಷ್ಯ ಸ್ವಭಾವ. ಪೆನ್ಸಿಲ್‌ನ ಬರಹ ಅಳಿಸಲು ರಬ್ಬರ್ ಇರುವುದು ಅದಕ್ಕಾಗಿಯೇ.
- ತಪ್ಪನ್ನು ಕ್ಷಮಿಸುವುದು ಸಾಧ್ಯವಿದೆ. ಕ್ಷಮೆ ನೀಡುವುದು ಶ್ರೇಷ್ಠ ಪ್ರವೃತ್ತಿ. ಅದು ವಿವೇಕಿಗಳ ಗುಣ.

ನುಡಿಮುತ್ತು

ತಪ್ಪು ಮಾಡುವುದು ಮನುಷ್ಯ ಸಹಜ. ಕ್ಷಮೆ ದೈವಿಕ ಪ್ರವೃತ್ತಿ.

-ಅಲೆಕ್ಸಾಂಡರ್ ಪೋಪ್

ತಪ್ಪು ಮಾಡುವುದು ಸಹಜ. ಆದರೆ ಪೆನ್ಸಿಲ್‌ಗಿಂತ ಮೊದಲು ಅಳಿಸುವ ರಬ್ಬರ್ ಮುಗಿದು ಹೋಗುವುದು ಸರಿಯಲ್ಲ.

-ಜೋಶ್ ಜೆಸ್ಕಿನ್ಸ್

ಹಿತನುಡಿ

- ಅವಸರದ ನಿರ್ಧಾರಗಳಿಂದ ತಪ್ಪಾಗುವ ಸಾಧ್ಯತೆ ಹೆಚ್ಚು.
- 'ಒಳಿತು' ಮತ್ತು 'ತುರ್ತು' ಒಂದಾಗಿ ಇರಲು ಸಾಧ್ಯವಿಲ್ಲ.
- ಅವಸರದಲ್ಲಿ ಏರಿದವರು ತಕ್ಷಣ ಕೆಳಗುರುಳುವ ಸಾಧ್ಯತೆ ಹೆಚ್ಚು.
- ನಿರ್ಧಾರಗಳನ್ನು ನಿಷ್ಪಕ್ಷಪಾತವಾಗಿ ಮತ್ತು ಜಾಣ್ಮೆಯಿಂದ ತೆಗೆದುಕೊಳ್ಳಬೇಕು.

ನುಡಿಮುತ್ತು

ಆತುರಾತುರವಾಗಿ ಬಾಟಲಿಗೆ ನೀರು ತುಂಬುವವನು, ತುಂಬುವುದಕ್ಕಿಂತ ಹೆಚ್ಚು ಚೆಲ್ಲುತ್ತಾನೆ. -ಸ್ಪೇನ್ ಗಾದೆ

ಅಂತಿಮ ಪರಿಹಾರ

ಹೀಗೊಂದು ದಿನ ತೆನಾಲಿ ರಾಮನ ಮಾತಿನಿಂದ ರಾಜನಿಗೆ ಅಪಮಾನ ಆಯಿತು. ತಕ್ಷಣ ರಾಜ್ಯ ಬಿಟ್ಟು ತೊಲಗಬೇಕೆಂದು ಆಜ್ಞೆ ಮಾಡಿದ. ರಾಮ ಆಜ್ಞೆಯನ್ನು ಪರಿಪಾಲಿಸಿ, ವಿಜಯನಗರವನ್ನು ತೊರೆದ.

ಕೆಲದಿನ ಕಳೆಯಿತು. ಒಂದು ದಿನ ರಾಯ ದಟ್ಟವಾದ ಕಾಡನ್ನು ದಾಟುತ್ತಿದ್ದಾಗ, ಎತ್ತರದ ತೆಂಗಿನ ಮರದ ತುದಿಯಲ್ಲಿ ಯಾರೋ ಹತ್ತಿ ಕುಳಿತಿದ್ದನ್ನು ಕಂಡ. ಗಮನ ವಿಟ್ಟು ನೋಡಿದಾಗ, ಅದು ತೆನಾಲಿ ರಾಮ ಎಂದು ಗೊತ್ತಾಯಿತು.

ಮರದ ಬಳಿ ಸಾರಿದ ರಾಜ, 'ರಾಜ್ಯ ಬಿಟ್ಟು ತೊಲಗಬೇಕೆಂದು ನಿನಗೆ ಹೇಳಿದ್ದೆ. ಆದರೆ, ನೀನು ನನ್ನ ರಾಜ್ಯದಲ್ಲೇ ಉಳಿದಿರುವೆ. ಇದು ನನ್ನ ಆಜ್ಞೆಯ ಉಲ್ಲಂಘನೆ' ಎಂದು ಕೂಗಿದ.

'ರಾಜ, ನಿಮ್ಮ ಮಾತನ್ನು ನಾನು ಪಾಲಿಸಿದೆ. ಹಲವು ದಿನ ನಡೆದೆ. ದಾರಿಹೋಕರನ್ನು ಕೇಳಿದರೆ, ಇದು ಕೃಷ್ಣದೇವ ರಾಯನ ರಾಜ್ಯ ಎಂದೇ

ಹೇಳುತ್ತಿದ್ದರು. ನಿಮ್ಮ ರಾಜ್ಯ ಮತ್ತು ಖ್ಯಾತಿ ಅತ್ಯಂತ ವಿಸ್ತಾರವಾಗಿದೆ. ನನಗುಳಿದಿದ್ದು ಒಂದೇ ಮಾರ್ಗ- ಆಕಾಶಕ್ಕೇರುವುದು. ಅದನ್ನು ಮಾಡುತ್ತಿದ್ದೇನೆ. ನನಗುಳಿದ ದಾರಿ ಇದೊಂದೇ' ಎಂದ ರಾಮ.

ರಾಮನ ಮಾತುಕೇಳಿ ರಾಜನಿಗೆ ಅಪಾರ ಸಂತೋಷವಾಯಿತು. ರಾಮನನ್ನು ಕ್ಷಮಿಸಿ, ಭುವನವಿಜಯದಲ್ಲಿ ಹಾಜರಿರಬೇಕೆಂದು ಆದೇಶಿಸಿದ.

ಜೀವನ ಪಾಠ

ಹೊಗಳಿಕೆ ನಿಜವಾಗಿದ್ದರೆ, ಅದು ಶ್ಲಾಘನೆ ಆಗುತ್ತದೆ. ಪ್ರಾಮಾಣಿಕ ಶ್ಲಾಘನೆಯಿಂದ ಸ್ನೇಹ, ಔದಾರ್ಯ ಮತ್ತು ನಂಬಿಕೆ ವೃದ್ಧಿಯಾಗುತ್ತದೆ. ಜನರಲ್ಲಿನ ಉತ್ತಮ ಗುಣವನ್ನು ಗುರುತಿಸುವುದು ಎಲ್ಲರೂ ಬೆಳೆಸಿ ಕೊಳ್ಳಬೇಕಾದ ಪ್ರವೃತ್ತಿ.

ಹಿತನುಡಿ

- ನಿಮ್ಮ ಪ್ರತಿಭೆ, ನಂಬಿಕಾರ್ಹತೆ ಮತ್ತು ಸತ್ಯವಂತಿಕೆ ಬಗ್ಗೆ ಯಾರಿಗೂ ಗೊತ್ತಿರುವುದಿಲ್ಲ. ಅದನ್ನು ಕ್ರಿಯೆಯಾಗಿ ಪರಿವರ್ತಿಸಬೇಕು.
- ಕರ್ತವ್ಯ ನಿಷ್ಠೆ ಮನುಷ್ಯನ ಬದುಕಿನಲ್ಲಿ ಬಹು ಮುಖ್ಯ ಪಾತ್ರವಹಿಸುತ್ತದೆ.

ನುಡಿಮುತ್ತು

ಒಂದು ತುಣುಕು ಕರ್ತವ್ಯನಿಷ್ಠೆ, ಒಂದು ಮೂಟೆ ಬುದ್ಧಿವಂತಿಕೆಗಿಂತ ಉತ್ತಮ.

-ಎಲ್ಬರ್ಟ್ ಹಬ್ಬರ್ಡ್

ಕತೆಗಾರನಾಗುತ್ತಿದ್ದೆ

ಅದೊಂದು ಸಂಜೆ ವಿಜಯವಿಠ್ಠಲನ ದೇವಾಲಯದಲ್ಲಿ ನಡೆದ ಕಾರ್ಯಕ್ರಮವೊಂದನ್ನು ಮುಗಿಸಿಕೊಂಡು ಬರುತ್ತಿದ್ದ ರಾಮ ಮಳೆಗೆ ಸಿಲುಕಿದ. ಭಾರಿ ಮಳೆ, ಘೋರ ಚಳಿ, ಗುಡುಗು, ಮಿಂಚು. ತೊಯ್ದು ತೊಪ್ಪೆಯಾಗಿ ಕತ್ತಲಲ್ಲೇ ಸಾಗುತ್ತಿದ್ದವ ಸಣ್ಣ ಉಪಾಹಾರ ಗೃಹವೊಂದನ್ನು ಕಂಡು ಒಳಗೆ ಹೋದ.

ಕೊಠಡಿಯಲ್ಲಿದ್ದ ಅಗ್ಗಿಷ್ಟಿಕೆ ಸುತ್ತ ಅನೇಕ ಹಳ್ಳಿಗರು ಕುಳಿತು, ಚಳಿಯಿಂದ ಪಾರಾಗುತ್ತಿದ್ದರು. ರಾಮ ಚಳಿಯಿಂದ ನಡುಗುತ್ತಿದ್ದರೂ, ಬೆಂಕಿ ಮುಂದೆ ಕುಳಿತುಕೊಳ್ಳಲು ಜಾಗವಿರಲಿಲ್ಲ. ರಾಮನನ್ನು ಕಂಡ ಉಪಾಹಾರ ಗೃಹದ ಮಾಲೀಕ ಅವನನ್ನು ಸ್ವಾಗತಿಸಿದರೂ, ರಾಮ ಜೋಲುಮುಖ ಮಾಡಿಕೊಂಡು ನಿಂತಿದ್ದ.

ಮಾಲೀಕ ಕೇಳಿದ, 'ಏಕೆ ದುಃಖ? ಬನ್ನಿ ಕುಳಿತುಕೊಳ್ಳಿ'.

'ಮಳೆಯಲ್ಲಿ ಬರುತ್ತ 20 ವರಹಗಳಿದ್ದ ನನ್ನ ಚೀಲವನ್ನು ಕಳೆದುಕೊಂಡೆ. ಆಸ್ಥಾನದಲ್ಲಿ ಅದನ್ನು ನನಗೆ ಕೊಡಲಾಗಿತ್ತು' ಎಂದು ರಾಮ ಹುಸಿ ಸಂಕಟದಿಂದ ಹೇಳಿದ.

'ಎಲ್ಲಿ ಕಳೆದುಕೊಂಡಿರಿ' ಎಂದ ಮಾಲೀಕ. ಅಗ್ಗಿಷ್ಟಿಕೆ ಸುತ್ತ ಕುಳಿತಿದ್ದವರ ಕಿವಿ ನೆಟ್ಟಗಾಯಿತು.

'ಇಲ್ಲಿಂದ ಒಂದು ಮೈಲಿ ದೂರದಲ್ಲಿ. ಬೆಳಗ್ಗೆ ಎದ್ದ ತಕ್ಷಣ ಹೋಗಿ ಹುಡುಕಬೇಕು. ಈ ಕೆಟ್ಟ ಹವಾಮಾನದಲ್ಲಿ ಯಾರೂ ಅದನ್ನು ತೆಗೆದುಕೊಳ್ಳಲಾರರು ಅಲ್ಲವೇ? ರಸ್ತೆ ನಿರ್ಜನವಾಗಿದೆ' ಎಂದ ರಾಮ.

'ನಾನಾಗಿದ್ದರೆ...' ಎಂದ ಮಾಲೀಕ.

'ನೀವಾಗಿದ್ದರೆ ಏನು ಮಾಡುತ್ತಿದ್ದಿರಿ ಎಂದರೆ...' ಎಂದು ಮಧ್ಯಪ್ರವೇಶಿಸಿದ ರಾಮ, 'ನೋಡಿ ಎಲ್ಲರೂ ಹೊರಹೋಗಿದ್ದಾರೆ. ಅವರೆಲ್ಲ ಈ ಹವಾಮಾನದಲ್ಲೂ ಎಲ್ಲಿಗೆ ಹೋಗಿದ್ದಾರೆ ಎಂದುಕೊಂಡಿದ್ದೀರಿ. ಬೆಂಕಿ ಮುಂದೆ ಜಾಗ ಗಿಟ್ಟಿಸಲು ಒಂದು ಸುಳ್ಳು ಹೇಳಬೇಕಾಯಿತು. ಬನ್ನಿ, ಆರಾಮವಾಗಿ ಕುಳಿತು ಬೆಂಕಿ ಕಾಯಿಸಿಕೊಳ್ಳೋಣ' ಎಂದ.

'ನಾನಾಗಿದ್ದರೆ ಒಬ್ಬ ಕತೆಗಾರನಾಗುತ್ತಿದ್ದೆ' ಎಂದ ನಗುತ್ತ ಮಾಲೀಕ.

ಜೀವನ ಪಾಠ

ಸುಳ್ಳುಗಳಲ್ಲಿ ಕ್ಷಮಿಸಬಹುದಾದ ಸಣ್ಣ ಸುಳ್ಳು ಹಾಗೂ ಕ್ಷಮಿಸಲು ಸಾಧ್ಯವೇ ಇಲ್ಲದ ಘೋರ ಸುಳ್ಳು ಎಂದಿರುತ್ತದೆ. ಸಣ್ಣ ಸುಳ್ಳಿನಿಂದ ಯಾರಿಗೂ ಹಾನಿಯಾಗದಿದ್ದರೆ, ಅದು ಕ್ಷಮಾರ್ಹವೇ? ಇದೊಂದು ನೈತಿಕ ಪ್ರಶ್ನೆ.

ಹಿತನುಡಿ

- ದುರಾಸೆ ಎಂಬುದು ಕೆಡುಕು. ಅದು ನಮ್ಮನ್ನು ಕೀಳಾಗಿಸುತ್ತದೆ.
- ದುರಾಸೆಯನ್ನು ಮೀರಬೇಕು.

ನುಡಿಮುತ್ತು

ಕಡಿಮೆ ಅಪೇಕ್ಷೆಯವರು ಹಾಗೂ ಕಡಿಮೆ ಹೊಂದಿರುವವರು ಸಂತಸದಿಂದಿರುತ್ತಾರೆ. ದುರಾಸೆ- ಹೆಚ್ಚು ಬೇಕು ಎನ್ನುವವರಿಗೆ ದುಃಖ ಹೆಚ್ಚು.

- ಅನಾಮಿಕ

ನಾಯಿ ಬಾಲ

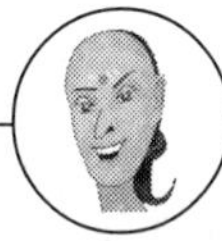

ಒಂದು ದಿನ ತೆನಾಲಿ ರಾಮ ಸಿಹಿತಿಂಡಿ ಖರೀದಿಸಲು ಅಂಗಡಿಯೊಂದಕ್ಕೆ ಹೋದ. ತಿಂಡಿ ಖರೀದಿಸಿದವರು ಸಣ್ಣ ತುಂಡುಗಳನ್ನು ಹಾಕುತ್ತಿದ್ದುದರಿಂದ ಅಂಗಡಿ ಸುತ್ತ ಬೀದಿ ನಾಯಿಗಳು ಸುತ್ತುವರಿದಿದ್ದವು.

ಪ್ರಾಣಿಗಳನ್ನು ಕಂಡರೆ ಪ್ರೀತಿಯಿದ್ದ ರಾಮ, ಅಂಗಡಿಯ ಒಳಹೋಗುತ್ತಿದ್ದಾಗ ನಾಯಿಯೊಂದರ ಮೈದಡವಿದ. ಖುಷಿಯಾದ ನಾಯಿ, ಬಾಲ ಅಲುಗಾಡಿಸಿತು. ರಾಮನನ್ನು ಹಿಂಬಾಲಿಸಿ, ಅಂಗಡಿಯ ಒಳಹೊಕ್ಕಿತು.

ತೆನಾಲಿ ರಾಮ ನಾಯಿಯೊಟ್ಟಿಗೆ ಒಳಪ್ರವೇಶಿಸುತ್ತಿರುವುದನ್ನು ಅಂಗಡಿ ಮಾಲೀಕ ಕಂಡ. ಆಗತಾನೇ ಹೊರಗಿನಿಂದ ಬಂದಿದ್ದ ಅವನು ಸಿಟ್ಟಿಗೆದ್ದು ಕೂಗಿದ,

‘ರಾಮ, ಅಂಗಡಿಯೊಳಗೆ ನಾಯಿಯನ್ನೇಕೆ ಕರೆತಂದೆ. ಅವು ಅನಾರೋಗ್ಯಕ್ಕೆ ಕಾರಣ. ಆ ನಾಯಿಯನ್ನು ಓಡಿಸು’ ಎಂದ.

ಮಾಲೀಕನ ಕಠಿಣ ಮಾತು ಕೇಳಿ ರಾಮ ದಂಗಾದ. ‘ಅದು ನನ್ನ ನಾಯಿ ಎಂದು ಹೇಗೆ ಹೇಳುವೆ? ಆ ಬೀದಿ ನಾಯಿ ನನ್ನನ್ನು ಹಿಂಬಾಲಿಸಿ ಬಂದಿದೆ ಅಷ್ಟೆ’ ಎಂದ.

ಈ ಮಾತು ನಂಬದೆ ಮಾಲೀಕ ಹೇಳಿದ ‘ಹಾಗೋ? ನೀನು ಬಹಳ ಬುದ್ಧಿವಂತ ಅಂತ ಭಾವಿಸಿದ್ದಿ ಅಲ್ವಾ? ನೀನು ಎಲ್ಲರನ್ನೂ ಮೂರ್ಖರಾಗಿಸ ಬಹುದು. ಆದರೆ, ನನ್ನನ್ನಲ್ಲ, ಅದು ನಿನ್ನದೇ ನಾಯಿ ಅಂತ ನನಗೆ ಗೊತ್ತಿದೆ. ಏಕೆಂದರೆ, ಅದು ನಿನ್ನನ್ನು ಹಿಂಬಾಲಿಸಿದೆ’. ಜೋರಾಗಿ ನಕ್ಕ ರಾಮ ಹೇಳಿದ, ‘ಹಾಗಿದ್ದರೆ ಆ ನಾಯಿ ನಿನ್ನ ಮಾಲೀಕನೇ?’

‘ಏನೆಂದೆ? ಆ ನಾಯಿ ನನ್ನ ಮಾಲೀಕ ಹೇಗಾದೀತು’ ಎಂದು ಸಿಟ್ಟಿನಿಂದ ಕೂಗಿದ ಮಾಲೀಕ.

‘ಏಕೆಂದರೆ ನೀನು ನಾಯಿಯನ್ನು ಹಿಂಬಾಲಿಸಿದೆ. ನಾಯಿ ನನ್ನನ್ನು ಹಿಂಬಾಲಿಸಿದ್ದರಿಂದ ನಾನು ಅದರ ಮಾಲೀಕನಾದರೆ ನನ್ನ ಹಿಂದೆ ಬಂದ ನೀನು ನಾಯಿಯನ್ನು ಹಿಂಬಾಲಿಸಿರುವಿ. ಹೀಗಾಗಿ, ನಾಯಿ ನಿನ್ನ ಮಾಲೀಕ ಎಂದಾಗ ಲಿಲ್ಲವೇ?’ ಎಂದ ರಾಮ.

ಅಂಗಡಿ ಮಾಲೀಕನಿಗೆ ತನ್ನ ತಪ್ಪಿನ ಅರಿವಾಯಿತು. ತೆನಾಲಿಯ ಮಾತಿಗೆ ಪ್ರತ್ಯುತ್ತರ ನೀಡಲು ಸಾಧ್ಯವಾಗಲಿಲ್ಲ. ‘ಕ್ಷಮಿಸು’ ಎಂದವನೇ ಸಿಹಿಯ ಚೂರೊಂದನ್ನು ಹೊರಗೆಸೆದ. ಅದನ್ನು ಕಂಡ ನಾಯಿ ಹೊರಗೆ ಓಡಿತು.

ಜೀವನ ಪಾಠ

ಊಹೆಗಳನ್ನು ಆಧರಿಸಿ, ಯಾವುದೇ ನಿರ್ಧಾರಕ್ಕೆ ಬರುವುದು ಸರಿಯಲ್ಲ. ಇಂಥ ಸನ್ನಿವೇಶ ನಮ್ಮ ಬದುಕಿನಲ್ಲೂ ಬರುತ್ತದೆ. ವಾಸ್ತವವನ್ನು ಆಧರಿಸಿದ ನಿರ್ಧಾರಕ್ಕೆ ಬರಬೇಕು.

ಹಿತನುಡಿ

- ಕೆಟ್ಟ ಹವ್ಯಾಸಗಳು ನಮ್ಮನ್ನು ಎಲ್ಲೆಡೆ ಹಿಂಬಾಲಿಸುತ್ತವೆ.
- ಹವ್ಯಾಸ ಉತ್ತಮ ಸೇವಕ ಇಲ್ಲವೇ ಕೆಟ್ಟ ಮಾಲೀಕ.
- ಕೆಟ್ಟ ಅಭ್ಯಾಸಗಳನ್ನು ತಿದ್ದಲು ಪ್ರಯತ್ನಿಸುವುದಕ್ಕಿಂತ ಕೈಬಿಡುವುದೇ ಮೇಲು.

ನುಡಿಮುತ್ತು

ಹವ್ಯಾಸಗಳು ಮೊದಲಿಗೆ ಜೇಡರ ಬಲೆಯಂತೆ ಇರುತ್ತವೆ. ಬಳಿಕ ಅವೇ ಉರುಳಾಗುತ್ತವೆ.

-ಸ್ಪೇನ್ ಗಾದೆ

ಗೌರವ ರಕ್ಷಣೆ

ರಾಮನ ಚಾಣಾಕ್ಷತೆಗೆ ಮೆಚ್ಚಿ ರಾಜ ಆಗಾಗ ಬಹುಮಾನ ಕೊಡುತ್ತಿದ್ದ. ಒಂದೊಮ್ಮೆ ರಾಯ ಖುಷಿಯಾಗಿ ಹೊತ್ತೊಯ್ಯಲಾಗದಷ್ಟು ವರಹಗಳನ್ನು ರಾಮನಿಗೆ ಕೊಟ್ಟ. ರಾಮ ಜೇಬುಗಳೆಲ್ಲ ತುಂಬಿದ ಬಳಿಕ ಉಳಿದವನ್ನು ತನ್ನ ರುಮಾಲಿನಲ್ಲಿ ಇರಿಸಿಕೊಂಡ. ಆಸ್ಥಾನದಲ್ಲಿದ್ದವರೆಲ್ಲ ಈ ದೃಶ್ಯವನ್ನು ವಿಸ್ಮಯದಿಂದ ನೋಡುತ್ತಿದ್ದರು.

ಹೊರಡುವ ಮುನ್ನ ರಾಮ, ರಾಜನಿಗೆ ತಲೆಬಾಗಿ ವಂದಿಸಿದ. ಆಗ ನಾಣ್ಯದ

ತೂಕಕ್ಕೆ ಜೇಬು ಹರಿದು, ನಾಣ್ಯಗಳು ಎಲ್ಲೆಡೆ ಚೆಲ್ಲಿಹೋದವು. ಆಸ್ಥಾನದಲ್ಲಿದ್ದವರೆಲ್ಲ ಜೋರಾಗಿ ನಕ್ಕರು.

ಬಿದ್ದಿದ್ದ ನಾಣ್ಯಗಳನ್ನು ರಾಮ ಮಂಡಿಗಾಲೂರಿ ಹೆಕ್ಕಲಾರಂಭಿಸಿದ. ನೆಲಹಾಸು, ಕುರ್ಚಿ, ಒಡ್ಡೋಲಗದ ಮುಂಭಾಗ-ಹೀಗೆ ಎಲ್ಲೆಂದರಲ್ಲಿ ಬಿದ್ದಿದ್ದ ನಾಣ್ಯಗಳನ್ನು ಆತುರಾತುರವಾಗಿ ಎತ್ತಿಕೊಳ್ಳುತ್ತಿದ್ದ ಆಸ್ಥಾನಿಗರು ಸಾರ್ವಜನಿಕವಾಗಿ ರಾಮ ಮೂರ್ಖನಾದ ಎಂದುಕೊಂಡರು.

ಆಸ್ಥಾನವಿಡೀ 'ರಾಮ ಎಷ್ಟು ದುರಾಸೆಯ ಮನುಷ್ಯ' ಎಂಬ ಗುಸುಗುಸು ತುಂಬಿಹೋಯಿತು. ಅಷ್ಟ ದಿಗ್ಗಜನೊಬ್ಬನಿಗೆ ಈ ಸ್ಥಿತಿ ಬರಬಾರದಿತ್ತು ಎಂದು ಎಲ್ಲರೂ ಹೀಯಾಳಿಸಿದರು.

ರಾಜನಿಗೂ ಇದು ಅತಿ ಎನಿಸಿತು. 'ರಾಮ, ಈ ಮೂರ್ಖತನ ನಿಲ್ಲಿಸು. ಬಿದ್ದ ನಾಣ್ಯಗಳನ್ನು ಎತ್ತಬೇಡ. ನಿನ್ನಂಥ ವಿದ್ವಾಂಸ ಇಂಥ ಜುಗ್ಗತನ ತೋರಿಸಬಾರದು' ಎಂದು ಗುಡುಗಿದ.

'ಮಹಾರಾಜ, ಇದು ಜಿಪುಣತನ ಇಲ್ಲವೇ ದುರಾಸೆಯಲ್ಲ. ನಾನು ನಿಮ್ಮ ಗೌರವದ ಬಗ್ಗೆ ಯೋಚಿಸುತ್ತಿದ್ದೇನೆ. ಆ ವರಹಗಳ ಮೇಲೆ ನಿಮ್ಮ ಹೆಸರು ಹಾಗೂ ಮುಖವನ್ನು ಕೆತ್ತಲಾಗಿದೆ. ಅದನ್ನು ಯಾರಾದರೂ ತುಳಿಯುವುದು, ಒದೆಯುವುದು ಇಲ್ಲವೆ ಪೊರಕೆಯಿಂದ ಗುಡಿಸುವುದನ್ನು ನಾನು ಸಹಿಸಲಾರೆ' ಎಂದವನೇ ಒಂದೊಂದೇ ನಾಣ್ಯವನ್ನು ಆಯ್ದುಕೊಳ್ಳತೊಡಗಿದ.

ರಾಮನ ಮಾತನ್ನು ರಾಯ ಮೆಚ್ಚಿಕೊಂಡ. ಆಸ್ಥಾನಿಕರು ಉಸಿರೆತ್ತಲಿಲ್ಲ.

ಜೀವನ ಪಾಠ

ಜೀವನವೆಂಬುದು ನಾವೆಲ್ಲ ಭಾಗವಹಿಸಲೇಬೇಕಾದ ಹಲವು ಅಡೆತಡೆಗಳ ಓಟದ ಸ್ಪರ್ಧೆ. ಅಡೆತಡೆಗಳನ್ನು ಗೆಲುವಿನ ಮೆಟ್ಟಿಲಾಗಿ ಮಾಡಿಕೊಂಡವರು ಯಶಸ್ವಿ ಆಗುತ್ತಾರೆ. ಸಮಸ್ಯೆಗೆ ಸೂಕ್ತ ಪರಿಹಾರ ಕಂಡುಹಿಡಿದು, ಉಳಿದವರಿಗೆ ದಾರಿದೀಪವಾಗುತ್ತಾರೆ.

ಹಿತನುಡಿ

★ ಮನುಷ್ಯನ ಯಶಸ್ಸು ಬೇರೆಯವರ ಮನಸ್ಥಿತಿಯನ್ನು ಅರ್ಥಮಾಡಿಕೊಳ್ಳುವುದರಲ್ಲಿ ಹಾಗೂ ಅದನ್ನು ನಿರ್ವಹಿಸುವ ಜಾಣ್ಮೆಯಲ್ಲಿರುತ್ತದೆ.

★ ಸಿಡಿಲಿನ ಆಘಾತ ಅನುಭವಿಸದೆ ಮಿಂಚಿನ ಸೌಂದರ್ಯ ತೋರಿಸುವ ಸಾಮರ್ಥ್ಯವೇ ಜಾಣ್ಮೆ. ಯಶಸ್ಸಿನ ಮೆಟ್ಟಿಲು ಏರಬೇಕೆನ್ನುವವರಿಗೆ ಅದು ಅತ್ಯಗತ್ಯ.

★ ಔಚಿತ್ಯಜ್ಞಾನವಿಲ್ಲದೆ ಏನನ್ನೂ ಕಲಿಯಲು ಸಾಧ್ಯವಿಲ್ಲ. ಅದು ಮೊತ್ತಮೊದಲ ಮಾನಸಿಕ ಸಾಮರ್ಥ್ಯ.

★ ಪ್ರತಿಕೂಲ ಪರಿಸ್ಥಿತಿಯನ್ನು ನಿರ್ವಹಿಸಬಲ್ಲ ಶಕ್ತಿ ಔಚಿತ್ಯಜ್ಞಾನಕ್ಕಿದೆ.

ನುಡಿಮುತ್ತು

ವ್ಯಕ್ತಿಯೊಬ್ಬ ಮೇಲ್ಮಟ್ಟ ಕಾಯ್ದುಕೊಳ್ಳಬೇಕೆಂದರೆ, ಹತ್ತು ವರ್ಷಕ್ಕೊಮ್ಮೆ ತನ್ನ ಯುದ್ಧತಂತ್ರವನ್ನು ಬದಲಿಸಿಕೊಳ್ಳಬೇಕಾಗುತ್ತದೆ.

- ನೆಪೋಲಿಯನ್

ಎಷ್ಟು ದೂರ ತುಂಬಾ ದೂರ ಎಂಬುದನ್ನು ತಿಳಿದುಕೊಳ್ಳುವುದೇ ಔಚಿತ್ಯಪ್ರಜ್ಞೆ.

- ಜೀನ್ ಕಾಕ್ಟೆವೂ

ದೈಹಿಕವಾಗಿ ದುರ್ಬಲರಾದ ಮಹಿಳೆಯರು ಮತ್ತು ಗುಳ್ಳೆನರಿಗಳು, ಉನ್ನತ ಔಚಿತ್ಯಪ್ರಜ್ಞೆ ಹೊಂದಿರುತ್ತಾರೆ.

- ಆಂಬ್ರೋಸ್ ಬಿಯರ್ಸ್

ಮೋಸ ಮಾಡದ ಬಣ್ಣ

ಕೃಷ್ಣದೇವರಾಯ ಪ್ರಾಣಿ-ಪಕ್ಷಿ ಪ್ರೇಮಿ. ಹೀಗೊಂದು ದಿನ ಹಕ್ಕಿ ಹಿಡಿಯುವವನೊಬ್ಬ ಅತಿ ಸುಂದರವಾದ, ಹಲವು ಬಣ್ಣಗಳ ಹಕ್ಕಿಯೊಂದನ್ನು ಅರಮನೆಗೆ ತಂದ. ರಾಜ ಅಥವಾ ಸಭಾಸದರು ಅಂಥ ಹಕ್ಕಿಯನ್ನು ನೋಡಿರಲೇ ಇಲ್ಲ.

'ಮಹಾರಾಜ, ನೆನ್ನೆ ಕೆಳದಿಯ ಕಾಡಿನಲ್ಲಿ ಈ ಅತಿ ಸುಂದರ ಹಕ್ಕಿಯನ್ನು ಹಿಡಿದೆ. ಸುಶ್ರಾವ್ಯವಾಗಿ ಹಾಡಬಲ್ಲದು, ಮಾತನ್ನಾಡಬಲ್ಲದು. ನವಿಲಂತೆ ನರ್ತಿಸ ಬಲ್ಲದು. ಈ ಹಕ್ಕಿಯನ್ನು ನಿಮಗೆ ಕೊಡಲೆಂದೇ ತಂದಿದ್ದೇನೆ' ಎಂದ ಹಕ್ಕಿ ಹಿಡಿದವ.

ಹಕ್ಕಿಯ ಸೌಂದರ್ಯಕ್ಕೆ ಮಾರುಹೋಗಿದ್ದ ರಾಜ ಅದಕ್ಕೆ 100 ವರಹ ಕೊಡುವುದಾಗಿ ಹೇಳಿದ. ಆದರೆ, ಹಕ್ಕಿ ಮತ್ತು ಅದನ್ನು ಹಿಡಿದವನ ಮೇಲೆ

ತೆನಾಲಿಗೇಕೋ ಸಂಶಯ. ತಕ್ಷಣ ಎದ್ದವನೇ 'ಮಹಾರಾಜ, ಈ ಹಕ್ಕಿ ಮಳೆಯಲ್ಲಿ ನವಿನಂತೆ ನರ್ತಿಸಬಲ್ಲದು ಎಂಬ ಬಗ್ಗೆ ನನಗೆ ಸಂದೇಹವಿದೆ. ಹಲವು ದಿನದಿಂದ ಸ್ನಾನ ಮಾಡಿದಂತಿಲ್ಲ. ಕೊಳಕಾಗಿ ಕಾಣುತ್ತಿದೆ' ಎಂದವನೇ ಪಕ್ಕದಲ್ಲಿದ್ದ ಹೂಜಿಯನ್ನು ಎತ್ತಿಕೊಂಡು ಅದರಲ್ಲಿದ್ದ ನೀರನ್ನೆಲ್ಲ ಹಕ್ಕಿಯ ಮೇಲೆ ಸುರಿದ. ನೋಡನೋಡುತ್ತಿದ್ದಂತೆಯೇ ಹಕ್ಕಿಗೆ ಹಚ್ಚಿದ್ದ ಬಣ್ಣವೆಲ್ಲ ಹೋಗಿ, ಬೂದಿ ಬಣ್ಣ ಮಾತ್ರ ಉಳಿದುಕೊಂಡಿತು. ಸಭಾಸದರು, ರಾಜ ವಿಸ್ಮಯಗೊಂಡರು. ರಾಮ ಹೇಳಿದ, 'ಮಹಾರಾಜ, ಇದೊಂದು ಅರಣ್ಯದ ಸಾಮಾನ್ಯ ಹಕ್ಕಿ' ಎಂದ.

ರಾಜ ಕೇಳಿದ, 'ರಾಮ, ಹಕ್ಕಿಗೆ ಬಣ್ಣ ಬಳಿಯಲಾಗಿದೆ ಎಂದು ಹೇಗೆ ಗೊತ್ತಾಯಿತು?'

'ಹಕ್ಕಿ ಹಿಡಿಯುವವನ ಉಗುರು-ಕೈಯಲ್ಲಿ ಬಣ್ಣ ಹಾಗೆಯೇ ಇದೆ ಮಹಾರಾಜ. ಇದರಿಂದ ಗೊತ್ತಾಯಿತು' ಎಂದ ರಾಮ.

ರಾಮನಿಗೆ ಬಹುಮಾನ ಸಿಕ್ಕಿತು. ಹಕ್ಕಿ ಹಿಡಿದವನಿಗೆ ಜೇಲುವಾಸ.

ಜೀವನ ಪಾಠ

ಗಾಢವಾದ ಆಸಕ್ತಿ, ತೀವ್ರ ಕುತೂಹಲ ಮತ್ತು ನಿಶಿತದಂಥ ಮನಸ್ಸು-ಇದೆಲ್ಲದರಿಂದ ಮುಖವಾಡವನ್ನು ಕಿತ್ತೊಗೆದು, ನಿಜವಾದ ಮುಖವನ್ನು ಬಹಿರಂಗಗೊಳಿಸಲು ಸಾಧ್ಯವಿದೆ.

ಹಿತನುಡಿ

- ಕೆಡುಕನಿಗೆ ಕೆಡುಕಿನಿಂದ ಶಾಸ್ತಿಯಾಗುತ್ತದೆ.
- ಅಪ್ರಾಮಾಣಿಕ ಕ್ರಿಯೆ ವಿಷಪ್ರಾಶನವಿದ್ದಂತೆ.
- ಅಪ್ರಾಮಾಣಿಕತೆಯನ್ನು ಸದಾಕಾಲ ಮುಚ್ಚಿಡಲು ಸಾಧ್ಯವಿಲ್ಲ. ಕೆಡುಕು ಮಾಡುವುದರಿಂದ ಸಿಗುವ ಸಂತೋಷ ತಾತ್ಕಾಲಿಕವಾದದ್ದು. ಅದರಿಂದ ಚಾರಿತ್ರ್ಯಕ್ಕೆ ಕಪ್ಪುಚುಕ್ಕೆ ಅಂಟಿಕೊಳ್ಳುತ್ತದೆ.
- ಬದುಕಲು, ಶ್ರೀಮಂತಿಕೆ ಗಳಿಸಲು ಪ್ರಾಮಾಣಿಕ ದಾರಿಗಳನ್ನೇ ಬಳಸಬೇಕು.

ನುಡಿಮುತ್ತು

ದ್ವೇಷದ ವಿರುದ್ಧ ಹೋರಾಟವೇ ಮನುಷ್ಯ ಜೀವನ.

-ಬಾಲ್ಟಸರ್ ಗ್ರೇಸಿಯನ್

ಹೂವು ಮತ್ತು ಮೇಕೆ

ವಿಜಯನಗರಕ್ಕೆ ಹೊರದೇಶದ ಪ್ರವಾಸಿಗಳು, ವ್ಯಾಪ್ಯಾರಿಗಳು ಹೆಚ್ಚು ಸಂಖ್ಯೆಯಲ್ಲಿ ಬರುತ್ತಿದ್ದರು. ಹೀಗೊಮ್ಮೆ ಪರ್ಶಿಯಾದ ವ್ಯಾಪಾರಿಯೊಬ್ಬ ಕೃಷ್ಣದೇವರಾಯನಿಗೆ ವರ್ಷವಿಡೀ ಹೂ ಬಿಡುವ ವಿಶಿಷ್ಟ ಬಣ್ಣದ ಹೂವಿನ ಗಿಡವೊಂದನ್ನು ತಂದುಕೊಟ್ಟ.

ಆ ಹೂವಿಗೆ ಮನಸೋತ ರಾಯ, ಗಿಡವನ್ನು ತನ್ನ ಮಲಗುವ ಕೋಣೆಯ ಎದುರು ನೆಡಬೇಕೆಂದು ಆದೇಶಿಸಿದ. ಪ್ರತಿದಿನ ಸಂಜೆ, ಬೆಳಗ್ಗೆ ಕೋಣೆಯಿಂದಲೇ ಹೂವುಗಳನ್ನು ನೋಡಬಹುದು ಎಂಬುದು ಅವನ ಆಲೋಚನೆ. ತೋಟಗಾರ ರಾಯ ಹೇಳಿದಂತೆಯೇ ಮಾಡಿದ. ಪ್ರತಿದಿನ ಹೂವುಗಳನ್ನು ನೋಡಿ, ರಾಜ ಮುದಗೊಳ್ಳುತ್ತಿದ್ದ.

ಒಂದು ದಿನ ಅದು ಹೇಗೋ ಕೈತೋಟದೊಳಗೆ ನುಸುಳಿದ ತೋಟಗಾರನ ಮೇಕೆ, ಗಿಡವನ್ನು ತಿಂದುಹಾಕಿತು. ಇದನ್ನು ಕಂಡ ತೋಟಗಾರ ನಡುಗಿಹೋದ.

ಮಾರನೇ ದಿನ ಬೆಳಿಗ್ಗೆ ರಾಜ ಕಿಟಕಿಯಿಂದ ನೋಡುತ್ತಾನೆ, ಗಿಡ ಕಾಣೆಯಾಗಿಬಿಟ್ಟಿದೆ. ತೋಟಗಾರನನ್ನು ಕರೆಸಿ ಕೇಳಿದರೆ ಆತ ನಡೆದ ಘಟನೆಯನ್ನು ವಿವರಿಸಿದ. ಸಿಟ್ಟಿಗೆದ್ದ ರಾಜ, ತೋಟಗಾರನಿಗೆ ಮರಣದಂಡನೆ ವಿಧಿಸಿದ. ವಿಷಯ ತಿಳಿದ ತೋಟಗಾರನ ಪತ್ನಿ, ಎಷ್ಟು ಬೇಡಿಕೊಂಡರೂ ಪ್ರಯೋಜನ ಆಗಲಿಲ್ಲ. ಕೊನೆಗೆ ಆಕೆ ತೆನಾಲಿ ರಾಮನನ್ನು ಭೇಟಿಯಾಗಿ, ತನ್ನ ಪತಿಯ ಜೀವ ಉಳಿಸಬೇಕೆಂದು ಕೇಳಿಕೊಂಡಳು. ತಾನು ಹೇಳಿದಂತೆ ಮಾಡಬೇಕೆಂದು ರಾಮ ಉಪಾಯ ಹೇಳಿಕೊಟ್ಟ.

ಮಾರನೆಯ ದಿನ ಬೆಳಗ್ಗೆ ತೋಟಗಾರನ ಪತ್ನಿ ನಗರದ ಮಧ್ಯಭಾಗದಲ್ಲಿ ಮೇಕೆಯನ್ನು ಕಂಬವೊಂದಕ್ಕೆ ಕಟ್ಟಿ ಕರುಣೆ ಇಲ್ಲದೆ ಹೊಡೆಯಲಾರಂಭಿಸಿದಳು. ವಿಷಯ ತಿಳಿದ ಅಧಿಕಾರಿಗಳು ಆಕೆಯನ್ನು ಅರಮನೆಗೆ ಕರೆದೊಯ್ದು ರಾಜನ ಮುಂದೆ ನಿಲ್ಲಿಸಿದರು.

'ಮೇಕೆಯನ್ನು ಹೊಡೆಯುವುದೇಕೆ?' ಎಂಬ ರಾಜನ ಪ್ರಶ್ನೆಗೆ 'ಈ ಮೇಕೆ ಒಂದು ರಾಕ್ಷಸ. ನನ್ನನ್ನು ವಿಧವೆಯಾಗಿ, ನನ್ನ ಮಕ್ಕಳನ್ನು ಅನಾಥರಾಗಿ ಮಾಡುತ್ತಿದೆ. ಇದಕ್ಕೆ ಕೊಡುತ್ತಿರುವ ಶಿಕ್ಷೆ ಸೂಕ್ತ' ಎಂದಳು.

'ಅದೊಂದು ಮೂಕ ಪ್ರಾಣಿ. ಅದು ಹೇಗೆ ನಿನ್ನನ್ನು ವಿಧವೆ ಆಗಿಸುತ್ತದೆ' ಎಂದು ಕೇಳಿದ ಅರಸ.

'ಇದೇ ಮೇಕೆ ನಿಮ್ಮ ತೋಟದಲ್ಲಿದ್ದ ಗಿಡವನ್ನು ತಿಂದಿತ್ತು. ಇದರಿಂದ ನನ್ನ ಗಂಡನಿಗೆ ನೀವು ಮರಣದಂಡನೆ ವಿಧಿಸಿದಿರಿ. ನಿಜವಾದ ಅಪರಾಧಿ ಆಗಿದ್ದರೂ, ತಾನು ತಿಂದುಕೊಂಡು ಹಾಯಾಗಿದೆ' ಎಂದಳು ತೋಟಗಾರನ ಪತ್ನಿ.

ಇದನ್ನು ಕೇಳಿದ ದೊರೆ, ಯೋಚನೆಗೆ ಬಿದ್ದ. 'ನಿನ್ನ ಗಂಡನನ್ನು ಕ್ಷಮಿಸಿದ್ದೇನೆ. ಆ ಮೇಕೆಯನ್ನು ಬಿಟ್ಟುಬಿಡು' ಎಂದ.

ಕೆಲದಿನಗಳ ಬಳಿಕ ಘಟನೆ ಹಿಂದೆ ತೆನಾಲಿಯ ಕೈವಾಡ ಇದೆ ಎಂಬುದು ರಾಜನಿಗೆ ಗೊತ್ತಾಯಿತು. ಆತ ಹೆಮ್ಮೆಪಟ್ಟುಕೊಂಡ.

ಜೀವನ ಪಾಠ

ವಿಷಯವೊಂದನ್ನು ಸರಿಯಾಗಿ ಅರ್ಥ ಮಾಡಿಸಲು, ಸದೃಶ (ಸಾಮ್ಯವುಳ್ಳ) ವಿವರಣೆ ನೀಡಬೇಕು. ತಾರ್ಕಿಕ-ಪ್ರಯೋಗಾತ್ಮಕ ಸಾಮ್ಯಗಳು ಪರಿಣಾಮಕಾರಿ. ಅವು ಸರಳವಾಗಿದ್ದರೆ, ಅವುಗಳ ಪರಿಣಾಮ ಇನ್ನಷ್ಟು ಹೆಚ್ಚುತ್ತದೆ.

ಹಿತನುಡಿ

- ನ್ಯಾಯ ಎಂಬುದು ನೈತಿಕ ಕರ್ತವ್ಯದ ಮೊತ್ತ
- ನ್ಯಾಯದ ಮೂಲಭೂತ ನಿಯಮ-ತಪ್ಪು ಮಾಡದವರಿಗೆ ಶಿಕ್ಷೆ ಆಗಬಾರದು ಹಾಗೂ ಸಾರ್ವಜನಿಕ ಒಳಿತು ಕಾಯ್ದುಕೊಳ್ಳಬೇಕು.
- ಅನ್ಯಾಯ ಎಲ್ಲಿಯೇ ಆಗಲಿ, ಅದರಿಂದ ನ್ಯಾಯಕ್ಕೆ ಅಪಾಯ ತಪ್ಪಿದ್ದಲ್ಲ.
- ನ್ಯಾಯ ಎಂದರೆ ನಿಷ್ಪಕ್ಷಪಾತ ಪ್ರವೃತ್ತಿ.

ನುಡಿಮುತ್ತು

ಅನ್ಯಾಯದಿಂದಾಗುವ ಸಂಕಷ್ಟವೇ ಬಹುತೇಕರಲ್ಲಿ ನ್ಯಾಯಪರತೆಯ ಒಲವಿಗೆ ಕಾರಣ.

-ಫ್ರಾಂಕ್ವಾ ರಾಶೆಫೋಕಾಲ್ಡ್

ಮರೆತು ಹೋದ ದುರ್ವಾಸನೆ

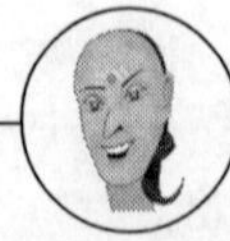

ಲೇವಾದೇವಿದಾರನೊಬ್ಬ ಚರ್ಮ ಹದ ಮಾಡುವವನ ಮನೆ ಪಕ್ಕ ಇದ್ದ ಬಂಗಲೆಯೊಂದನ್ನು ಖರೀದಿಸಿ, ವಾಸಿಸಲಾರಂಭಿಸಿದ. ಚರ್ಮ ಹದ ಮಾಡುವವನ ಮನೆಯಿಂದ ಬರುತ್ತಿದ್ದ ದುರ್ವಾಸನೆಯಿಂದ ಲೇವಾದೇವಿದಾರನಿಗೆ ಮನೆಯಲ್ಲಿ ಇರಲಾಗುತ್ತಿರಲಿಲ್ಲ.

ಒಂದು ದಿನ ಚರ್ಮ ಹದಮಾಡುವವನ ಮನೆಗೆ ಬಂದ ಲೇವಾದೇವಿದಾರ, ಒಂದೋ ಕೆಲಸ ನಿಲ್ಲಿಸು, ಇಲ್ಲವೇ ಮನೆ ತನಗೆ ಮಾರಿ ತೊಲಗು ಎಂದು ಹೆದರಿಸಿದ. ಚರ್ಮ ಹದಮಾಡುವವ ಎರಡಕ್ಕೂ ಒಪ್ಪಲಿಲ್ಲ. ಇದರಿಂದ ಸಿಟ್ಟಿಗೆದ್ದ ಲೇವಾದೇವಿದಾರ ಪ್ರತಿದಿನ ತನ್ನ ಸೇವಕರನ್ನು ಕಳುಹಿಸಿ, ಬೆದರಿಕೆ ಹಾಕಲಾರಂಭಿಸಿದ.

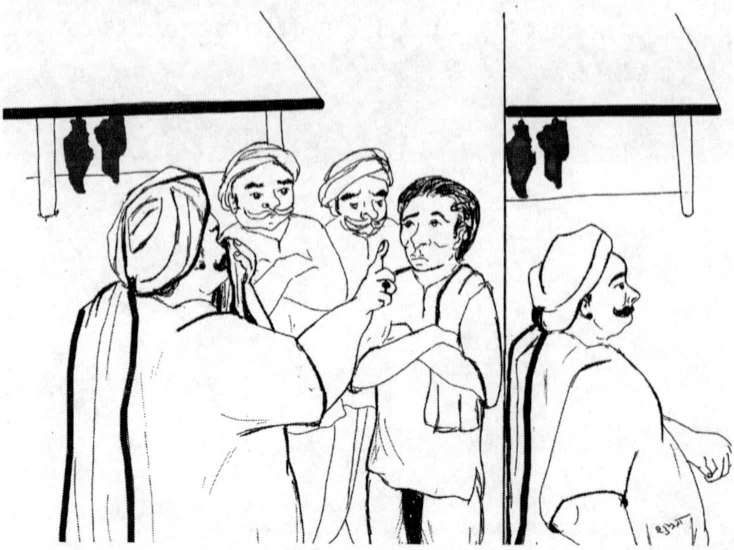

ಬೇರೆ ದಾರಿಯಿಲ್ಲದೆ ರಾಜನ ಆಸ್ಥಾನಕ್ಕೆ ಬಂದ ಚರ್ಮ ಹದ ಮಾಡುವವ, 'ಮಹಾರಾಜ, ನಿಮ್ಮ ಶೌರ್ಯ ಮತ್ತು ದಯೆಯಿಂದ ರಾಜ್ಯದ ಎಲ್ಲ ಪ್ರಜೆಗಳೂ ಸುಖದಿಂದಿದ್ದಾರೆ. ಹೀಗಿದ್ದರೂ, ನನ್ನಂಥ ಬಡವರನ್ನು ಹೆದರಿಸುವ ಶ್ರೀಮಂತರಿದ್ದಾರೆ. ನನಗೆ ನೆರವಾಗಿ' ಎಂದವನೇ ಎಲ್ಲ ಕಥೆ ಹೇಳಿದ. ರಾಜ ತೆನಾಲಿ ರಾಮನಿಗೆ ಸಮಸ್ಯೆ ಬಗೆಹರಿಸು ಎಂದು ಆದೇಶಿಸಿದ.

ಮರುದಿನ ಚರ್ಮಗಾರನ ಮನೆಗೆ ಹೋದ ರಾಮ, ಎಲ್ಲವನ್ನೂ ಪರಿಶೀಲಿಸಿದ. ಬಳಿಕ ಹೇಳಿದ, 'ಮತ್ತೆ ಲೇವಾದೇವಿಗಾರ ಬಂದರೆ, ನಿನ್ನ ಪ್ರಸ್ತಾವನೆಗೆ ಒಪ್ಪಿದ್ದೇನೆ ಎಂದು ಹೇಳು. ಆದರೆ, ಬಾಕಿ ಉಳಿದ ಕೆಲಸ ಪೂರೈಸಲು ಕೆಲಕಾಲ ಅಗತ್ಯವಿದ್ದು, ಬಳಿಕ ಮನೆ ಖಾಲಿ ಮಾಡುವುದಾಗಿ ಹೇಳು' ಎಂದ.

ಇದನ್ನು ಕೇಳಿದ ಚರ್ಮಗಾರ ದಂಗಾದ. 'ಏನು ಸ್ವಾಮಿ, ತಮಾಷೆ ಮಾಡುವಿರಾ? ನಾನು ಇಲ್ಲಿ 4 ದಶಕದಿಂದ ಜೀವಿಸುತ್ತಿದ್ದೇನೆ. ಇದು ನನ್ನ ಪೂರ್ವಿಕರ ಮನೆ. ಬೇರೆಡೆಗೆ ಸ್ಥಳಾಂತರಿಸಿದರೆ, ನನ್ನ ವ್ಯಾಪಾರ ಹಾಳಾಗುತ್ತದೆ. ನಾನು ನಾಶವಾಗುತ್ತೇನೆ' ಎಂದು ಗೋಳಾಡಿದ.

'ನಾನು ಹೇಳಿದಷ್ಟು ಮಾಡು' ಎಂದ ರಾಮ. ವಿಧಿಯಿಲ್ಲದೆ ಚರ್ಮಗಾರ ಒಪ್ಪಿದ.

ಮಾರನೇ ದಿನ ಬೆಳಗ್ಗೆ ಲೇವಾದೇವಿದಾರ ಬಂದು, ಮನೆ ಮಾರಬೇಕೆಂದು ಕೇಳಿದ. 'ಆಗಲಿ, ಖಾಲಿ ಮಾಡುತ್ತೇನೆ. ಆದರೆ ನನಗೆ ನೀವು 15 ದಿನ ಅಥವಾ ಹೆಚ್ಚು ಕಾಲಾವಕಾಶ ಕೊಡಬೇಕು' ಎಂದ. ಇದಕ್ಕೆ ಲೇವಾದೇವಿದಾರ ಒಪ್ಪಿ, ಖುಷಿಯಾಗಿ ಹೊರಟು ಹೋದ.

15 ದಿನ ಕಳೆಯಿತು. ಮತ್ತೆ ಬಂದ ಲೇವಾದೇವಿದಾರನಿಗೆ ಚರ್ಮಗಾರ ಹೇಳಿದ, 'ನಿಮ್ಮ ಕಷ್ಟ ನನಗೆ ಅರ್ಥವಾಗುತ್ತದೆ. ಈ ವಾರ ನನ್ನ ತಾಯಿ ಊರಿನಿಂದ ಬರುತ್ತಿದ್ದಾಳೆ. ಆಕೆ ಹೋಗುವ ತನಕ ಮನೆ ಕೊಡಲಾಗದು. ದಯವಿಟ್ಟು ಒಂದು ವಾರ ಕಳೆಯಿರಿ' ಎಂದ.

ಇದಕ್ಕೆ ಒಪ್ಪಿದ ಲೇವಾದೇವಿದಾರ ಮನೆಗೆ ತೆರಳಿದ. ಮೊದಮೊದಲು ಎಷ್ಟು ಹೊತ್ತಿಗೆ ದಿನ ಮುಗಿದು, ಮತ್ತೊಂದು ಬೆಳಗು ಆರಂಭವಾಗುತ್ತದೋ ಎಂದು ನಿರೀಕ್ಷಿಸುತ್ತ ಕಾಯುತ್ತಿದ್ದ. ಕೆಲ ದಿನಗಳ ನಂತರ, ವಾರ ಯಾವಾಗ ಮುಗಿಯುತ್ತದೆ ಎಂಬ ಆಸಕ್ತಿಯನ್ನೇ ಕಳೆದುಕೊಂಡ. ವಾರ ಮುಗಿದ ಬಳಿಕವೂ ಆತನ ಚರ್ಮಗಾರನ

ಮನೆಗೆ ಹೋಗಲಿಲ್ಲ. ಮುಖಾಮುಖಿ ಭೇಟಿಯಾದಾಗಲೂ ಈ ಬಗ್ಗೆ ಕೇಳಲಿಲ್ಲ. ಈಗ ಆಶ್ಚರ್ಯಪಡುವ ಸರದಿ- ಚರ್ಮಗಾರನದ್ದು.

ಲೇವಾಲೇವಿದಾರ ಏಕಾಏಕಿ ಬದಲಾದದ್ದು ಏಕೆ ಎಂಬುದು ಚರ್ಮಗಾರನಿಗೆ ಅರ್ಥವಾಗಲಿಲ್ಲ. ಖುಷಿ ತಡೆಯಲಾಗದೆ ತೆನಾಲಿರಾಮನ ಬಳಿ ಹೋಗಿ ವಿಚಾರಿಸಿದ. ರಾಮ ಹೇಳಿದ, 'ನಾನ್ಯಾವುದೇ ಪವಾಡ ಮಾಡಲಿಲ್ಲ. ಇಲ್ಲವೇ ನಿನ್ನ ಮನೆಯಿಂದ ಹೊರಬರುತ್ತಿದ್ದ ಕೆಟ್ಟ ವಾಸನೆ ಕಡಿಮೆ ಆಗಲಿಲ್ಲ. ಲೇವಾಲೇವಿದಾರ ದುರ್ವಾಸನೆಗೆ ಒಗ್ಗಿಹೋಗಿದ್ದಾನಷ್ಟೆ' ಎಂದ.

ಚರ್ಮಗಾರ ಖುಷಿಯಾಗಿ ಮನೆಗೆ ತೆರಳಿದ. ಅರಸನ ಮರ್ಯಾದೆ ಉಳಿಯಿತು.

ಜೀವನ ಪಾಠ

ಸಹಾನುಭೂತಿ ಎಲ್ಲ ಸಂವಾದದ ಮೆಟ್ಟಿಲು. ಬೇರೆಯವರ ಸ್ಥಾನದಲ್ಲಿ ನಿಂತು ಯೋಚಿಸುವುದು, ಅವರ ದೃಷ್ಟಿಕೋನವನ್ನು ಅರ್ಥಮಾಡಿಕೊಳ್ಳುವುದು ಮಾತ್ರವೇ ಸಹಾನುಭೂತಿಯಲ್ಲ. ಸಹಾನುಭೂತಿಯಿಂದಾಗಿಯೇ ಶ್ರೇಷ್ಠ ವ್ಯಕ್ತಿಗಳು ಬೇರೆ ಯವರಿಗಿಂತ ಹೆಚ್ಚಿನದನ್ನು ಸಾಧಿಸುತ್ತಾರೆ.

ಹಿತನುಡಿ

- ಬದಲಾದ ಸನ್ನಿವೇಶಕ್ಕೆ ಹೊಂದಿಕೊಳ್ಳುವುದು ಉಳಿವಿಗೆ ಅತ್ಯವಶ್ಯ.
- ಬದಲಾವಣೆ ಎನ್ನುವುದು ನಮ್ಮ ನಡವಳಿಕೆ ಮತ್ತು ಮನಸ್ಥಿತಿ ಮೇಲೆ ಪರಿಣಾಮ ಬೀರುತ್ತದೆ. ಆದರೆ, ಹೊಸ ಆಲೋಚನೆ ಸುಧಾರಣೆಗೆ ಕಾರಣವಾಗುತ್ತದೆ.

ನುಡಿಮುತ್ತು

ಬದಲಾವಣೆ ಎನ್ನುವುದು ಕೆಲ ಅನನುಕೂಲತೆಯ ಜತೆ ಬರುತ್ತದೆ.

-ಸ್ಯಾಮ್ಯುಯಲ್ ಜಾನ್ಸನ್

ಸಣ್ಣ ಕೋರಿಕೆ

ಒಂದು ವರ್ಷದ ಪ್ರಯತ್ನದ ಬಳಿಕ ಉದಯಗಿರಿ ಕೋಟೆಯನ್ನು ವಿಜಯನಗರದ ಸೇನೆ ವಶಪಡಿಸಿಕೊಂಡಿತ್ತು. ಇದರಿಂದ ರಾಯ ಖುಷಿಯಾಗಿದ್ದ. ಆಸ್ಥಾನಿಗರಿಗೆ ಹೇಳಿದ, 'ಬೇಕಿದ್ದನ್ನು ಕೇಳಿ, ಕೊಡುತ್ತೇನೆ'

ತಿಮ್ಮಣ್ಣ ಕೇಳಿದ, 'ನನಗೆ ವಿಜಯವಾಡದಲ್ಲಿ ಒಂದು ಮನೆ ಬೇಕಿತ್ತು'. ರಾಜನಿಂದ ಆಗಲಿ ಎಂಬ ಪ್ರತಿಕ್ರಿಯೆ. ದುರ್ಜತಿ ತಿರುಪತಿಯಲ್ಲೊಂದು ಉಪಹಾರ ಗೃಹವನ್ನು, ಇನ್ನೊಬ್ಬ ತೋಟವನ್ನು, ಮಗದೊಬ್ಬ ಹಳ್ಳಿಗಾಡಿನಲ್ಲಿ ಮನೆಯೊಂದನ್ನು ಕೇಳಿಕೊಂಡ. ಎಲ್ಲದಕ್ಕೂ ರಾಜನಿಂದ ಆಗಲಿ ಎಂಬ ಉತ್ತರ ಬಂದಿತು. ಕೊನೆಗೆ ತೆನಾಲಿ ರಾಮನ ಸರದಿ.

ರಾಜ ಕೇಳಿದ, 'ನಿನಗೇನು ಬೇಕು ರಾಮ'

‘ಒಂದು ವಾರ ರಜೆ’ ರಾಮನ ಪ್ರತಿಕ್ರಿಯೆ. ‘ಸರಿ. ನಾಳೆಯಿಂದ ನಿನ್ನ ರಜೆ ಆರಂಭ’ ಎಂದ ರಾಯ.

ದೊರೆಯಿಂದ ತಮಗೆ ಬೇಕಿದ್ದನ್ನು ಕೇಳಿದವರಿಗೆಲ್ಲ ಆಶ್ಚರ್ಯ. ಹೀಗೇಕೆ ಮಾಡಿದೆ ಎಂದು ಅಂದು ಸಂಜೆ ಅವರೆಲ್ಲ ರಾಮನನ್ನು ಕೇಳಿದರು.

‘ಧೈರ್ಯ ಸಾಲದೆ ಹೋಯಿತೇ ರಾಮ?’ ಎಂದು ಟೀಕಿಸಿದರು. ಅದಕ್ಕೆ ರಾಮ ಹೇಳಿದ. ‘ನೀವು ಬೇಕಾದ್ದನ್ನು ಕೇಳಿದ್ದೀರಿ. ರಾಜನಿಗೆ ಸದಾ ಕೆಲಸ. ಆತ ನಿಮ್ಮ ಕೆಲಸ ಮಾಡಿಕೊಡಬೇಕೆಂದು ಪ್ರಧಾನಮಂತ್ರಿಗೆ ಹೇಳುತ್ತಾನೆ. ಪ್ರಧಾನಿಯದೂ ಅದೇ ಕೆಲಸದ ಒತ್ತಡದ ಗೋಳು. ಆತ ತನ್ನ ಕಾರ್ಯದರ್ಶಿ ಇಲ್ಲವೇ ಸಹಾಯಕನಿಗೆ ಹೇಳುತ್ತಾನೆ. ಅವರೆಲ್ಲರೂ ಸದಾ ಕೆಲಸ ಇರುವಂಥವರೇ. ರಾಜನ ಆದೇಶ ಕೆಳಗಿನವರಿಗೆ ರವಾನೆಯಾಗುತ್ತ ಹೋಗಿ, ಕೆಲತಿಂಗಳ ಬಳಿಕ ಮರೆತು ಹೋಗುತ್ತದೆ’ ಎಂದ ರಾಮ.

‘ಹಾಗಾದಲ್ಲಿ ನಾವು ರಾಯನಿಗೆ ದೂರು ಕೊಡುತ್ತೇವೆ’ ಎಂದ ತಿಮ್ಮಣ್ಣ.

‘ಅಷ್ಟರಲ್ಲಿ ವಿಜಯದ ಸಂತಸ ಮರೆತೇ ಹೋಗಿರುತ್ತದೆ. ರಾಜನಿಗೆ ನೀವು ಏನು ಹೇಳುತ್ತಿದ್ದೀರಿ ಎಂದೇ ಗೊತ್ತಾಗುವುದಿಲ್ಲ. ರಾಜ ತತ್‌ಕ್ಷಣ ಕೊಡಬಹು ದಾಗಿದ್ದನ್ನು ಕೇಳಬೇಕಿತ್ತು. ನಾನು ಮಾಡಿದ್ದು ಅದನ್ನೇ. ಸರಿ, ನನಗೆ ಕೆಲಸವಿದೆ. ನಾನು ಹೊರಟೆ’ ಎಂದ ರಾಮ ಅಲ್ಲಿಂದ ಕಾಲ್ಕಿತ್ತ.

ಆಸ್ಥಾನಿಗರೆಲ್ಲ ಬಿಟ್ಟಬಾಯಿ ಬಿಟ್ಟಂತೆ ನೋಡುತ್ತಲೇ ಇದ್ದರು.

ಜೀವನ ಪಾಠ

‘ಇಂದು’ ಮುಖ್ಯವಾದುದು. ಅದನ್ನು ಸಂತೋಷದಿಂದ ಬಾಳಬೇಕು. ಬಹುತೇಕರು ಭೂತಕಾಲದಲ್ಲಿ ಬದುಕುತ್ತಾರೆ ಇಲ್ಲವೇ ಭವಿಷ್ಯದ ಬಗ್ಗೆ ಚಿಂತಿಸುತ್ತಾರೆ. ಇಂದು ಇಂದಿಗೆ, ನಾಳೆ ನಾಳೆಗೆ.

ಹಿತನುಡಿ

- ನೀವು ಮಾಡಬೇಕೆಂದಿರುವುದನ್ನು ಇಂದೇ ಮಾಡಿ. ನಾಳೆ ಎಂಬುದು ಅನೇಕವಿದೆ.
- ಇಂದು ಬದುಕಿ, ನಾಳೆಯನ್ನು ಹೆಚ್ಚು ನಂಬಬೇಡಿ.
- ನೀಡಿದ ಭರವಸೆ ಕಾಲಕಳೆದಂತೆ ತನ್ನ ಹೊಳಪು ಕಳೆದುಕೊಳ್ಳುತ್ತದೆ.
- ಕಾಲವು ಅಗತ್ಯ-ಆಸೆಗಳ ಸತ್ವವನ್ನು ಕುಂದಿಸುತ್ತದೆ.
- ಕೈಯಲ್ಲಿರುವ ಇಲ್ಲವೇ ತಕ್ಷಣ ಸಿಗಬಲ್ಲ ವಸ್ತುಗಳ ಬಗ್ಗೆ ಆಶ್ವಾಸನೆ ನೀಡುವುದು ಒಳಿತು.

ನುಡಿಮುತ್ತು

ವಿವೇಕವಂತನಾಗುವುದನ್ನು ನಾಳೆಗೆ ಮುಂದೆ ಹಾಕಬೇಡ. ನಾಳಿನ ಸೂರ್ಯ ನಿನ್ನ ಪಾಲಿಗೆ ಇಲ್ಲವಾಗಬಹುದು.

-ವಿಲಿಯಂ ಕಾನ್‌ಗ್ರೀವ್

ಸಂಕ್ಷೋಭೆಯಲ್ಲಿದ್ದಾಗ ಮಾಡಿದ ಪ್ರಮಾಣಗಳು ಸಹಜಸ್ಥಿತಿಯಲ್ಲಿದ್ದಾಗ ಮರೆತು ಹೋಗುತ್ತವೆ.

-ಇಂಗ್ಲಿಷ್ ಗಾದೆ

ಗೂಢಾರ್ಥ

ಹೀಗೊಮ್ಮೆ ಕೃಷ್ಣದೇವರಾಯ ಬಿಜಾಪುರಕ್ಕೆ ಪ್ರವಾಸ ಹೋಗಿದ್ದ. ದಾರಿಯಲ್ಲಿ ಗ್ರಾಮದ ಜಮೀನ್ದಾರನೊಬ್ಬ ಹಮ್ಮಿಕೊಂಡಿದ್ದ ದುಬಾರಿ ಮದುವೆಯನ್ನು ಕಂಡ. ರಾಮನನ್ನು ಪರೀಕ್ಷಿಸಲೆಂದು ಕೇಳಿದ, 'ಈ ಮದುವೆಗೆ ಜಮೀನ್ದಾರ ಎಷ್ಟು ಖರ್ಚು ಮಾಡಿರಬಹುದು?'

'ಮೂರು ಮೂಟೆ ಅಕ್ಕಿ, 2 ಮೂಟೆ ಗೋಧಿಯ ಬೆಲೆಯಷ್ಟು' ರಾಮನ ಉತ್ತರ.

‘ಬುದ್ಧಿಹೀನನಾಗಬೇಡ ರಾಮ. ಆತ ಹಣ ಹೊಳೆಯನ್ನೇ ಹರಿಸಿದ್ದಾನೆ’ ಎಂದ. ರಾಮ ಪ್ರತಿಕ್ರಿಯಿಸಲಿಲ್ಲ. ದುರಂಹಕಾರಿ ಎಂದು ಬೈದುಕೊಂಡ ರಾಯ.

ಕೆಲವಾರಗಳ ನಂತರ ಉದಯಗಿರಿಗೆ ಪ್ರಯಾಣ ಬೆಳೆಸುತ್ತಿದ್ದಾಗ, ಶವಯಾತ್ರೆ ಎದುರಾಯಿತು. ‘ಯಾರು ಮೃತಪಟ್ಟವರು?’ ಎಂದು ದೊರೆ ಕೇಳಿದರೆ, ‘ಸತ್ತವನು ಒಬ್ಬನೋ ಅಥವಾ ನೂರು ಮಂದಿಯೋ’ ಎಂದ ರಾಮ. ರಾಮನ ಪ್ರಶ್ನೆ ಕೇಳಿ ದೊರೆಗೆ ವಿಸ್ಮಯ.

ಕೆಲಕಾಲಾನಂತರ ಭತ್ತದ ಗದ್ದೆಯಲ್ಲಿ ಕೆಲಸ ಮಾಡುತ್ತಿದ್ದವರನ್ನು ಕಂಡರು. ‘ಒಳ್ಳೆಯ ಬೆಳೆ ಬಂದಂತೆ ಕಾಣುತ್ತದೆ’ ಎಂದು ರೈತನನ್ನು ರಾಜ ಕೇಳಿದ. ‘ಕಟಾವು ಮಾಡುತ್ತಿರುವುದು ಈ ವರ್ಷದ ಬೆಳೆಯನ್ನೋ ಅಥವಾ ಹಿಂದಿನ ವರ್ಷದ್ದನ್ನೋ’ ಕೇಳಿದ ರಾಮ. ರಾಜ ಕಕ್ಕಾಬಿಕ್ಕಿಯಾದ. ರಾಮನ ಪ್ರಶ್ನೆ, ವರ್ತನೆ ಅವನಿಗೆ ಅರ್ಥವಾಗಲಿಲ್ಲ.

ಅರಮನೆಗೆ ವಾಪಸಾದ ಬಳಿಕ ರಾಮನ ವರ್ತನೆ ಬಗ್ಗೆ ನಂದಿ ತಿಮ್ಮಣ್ಣನ ಜತೆ ದೊರೆ ಚರ್ಚಿಸಿದ. ‘ರಾಮ ಯೋಚನಾಶಕ್ತಿ ಇಲ್ಲದವ. ಅವನನ್ನು ಕುಮಾರ ಭಾರತಿ ಹಾಗೂ ವಿಕಟಕವಿ ಎಂದು ಕರೆಯುವುದು ವ್ಯರ್ಥ’ ಎಂದ ದೊರೆ. ತಿಮ್ಮಣ್ಣ ಹೇಳಿದ, ‘ರಾಮನಿಗೆ ಈ ಕುರಿತು ವಿವರಿಸಲು ಅವಕಾಶ ಕೊಡಿ’. ದೊರೆ ಸುಮ್ಮನಾದ.

ತೆನಾಲಿ ರಾಮನ ಜತೆಯಿದ್ದಾಗ, ದೊರೆ ಕೇಳಿದ ‘ಶವಯಾತ್ರೆ ಹೋಗುತ್ತಿದ್ದಾಗ, ಒಂದು ಶವ ಅಥವಾ ನೂರು ಶವ ಹೊತ್ತೊಯ್ಯುತ್ತಿದ್ದೀರಾ ಎಂದು ಕೇಳಿದ್ದೇಕೆ?’. ‘ಕೆಲವರನ್ನು ಅನೇಕರು ಆಧರಿಸಿರುತ್ತಾರೆ. ಅಂಥವರು ಮೃತಪಟ್ಟಾಗ, ಉಳಿದವರೂ ಒಂದರ್ಥದಲ್ಲಿ ಸತ್ತುಹೋಗುತ್ತಾರೆ. ಹೀಗಾಗಿ, ಹಾಗೆ ಕೇಳಿದೆ’ ಎಂದ ರಾಮ.

‘ಅದು ಸರಿ. ಕಳೆದ ವರ್ಷದ ಅಥವಾ ಈ ವರ್ಷದ ಬೆಳೆ ಕಟಾವು ಮಾಡುತ್ತಿದ್ದೀರಾ ಎಂದು ಕೇಳಿದ್ದೇಕೆ?’ ಪ್ರಶ್ನಿಸಿದ ರಾಯ.

‘ಬಹುತೇಕ ಕಾರ್ಮಿಕರು ಸದಾ ಸಾಲದಲ್ಲಿ ಮುಳುಗಿರುತ್ತಾರೆ. ಹೀಗಾಗಿ ಕಳೆದ ವರ್ಷದ ಸಾಲ ತೀರಿಸಲು ಕೆಲಸ ಮಾಡುತ್ತಿದ್ದೀರಾ ಇಲ್ಲವೇ ಸಾಲ ಪಾವತಿ ಮಾಡಿದ್ದೀರಾ ಎಂದು ಕೇಳಿದೆ’ ಎಂದ.

ಒಂದು ಪ್ರಶ್ನೆ ಮಾತ್ರ ಉಳಿದುಕೊಂಡಿತು. ‘ಬಿಜಾಪುರಕ್ಕೆ ಹೋದಾಗ, ಜಮೀನ್ದಾರ ಮದುವೆಗೆ 3 ಮೂಟೆ ಅಕ್ಕಿ, 2 ಮೂಟೆ ಗೋಧಿ ವೆಚ್ಚ ಮಾಡಿದ್ದಾನೆ ಎಂದಿದ್ದೇಕೆ?’ ರಾಯನ ಪ್ರಶ್ನೆ.

'ಮದುವೆಗೆ ನಿಜವಾಗಿ ವೆಚ್ಚವಾಗಿರುವುದು ಕೆಲ ವರಹ ಮಾತ್ರ. ಉಳಿದದ್ದು ಜಮೀನ್ದಾರನ ಪ್ರತಿಷ್ಠೆಗೆ. ಇದರರ್ಥ- ಆತ ವೆಚ್ಚ ಮಾಡಿದ್ದು ಮದುವೆಗಲ್ಲ. ಬದಲಿಗೆ ತನಗಾಗಿ' ಎಂದ ತೆನಾಲಿ ರಾಮ.

ದೊರೆ ತೃಪ್ತನಾದ.

ಜೀವನ ಪಾಠ

ನಾವು ನೋಡಬೇಕು, ಬರಿದೇ ದೃಷ್ಟಿಸುವುದಲ್ಲ. ಕೇಳುವುದಲ್ಲ, ಆಲಿಸಬೇಕು. ಮುಂಗಾಣ್ಕೆ ಇರಬೇಕು. ಇದು ಶ್ರೇಷ್ಠ ಮನುಷ್ಯರು ಮತ್ತು ವಿವೇಕಿಗಳ ಲಕ್ಷಣ.

ಹಿತನುಡಿ

- ವ್ಯಕ್ತಿಯೊಬ್ಬನ ಬುದ್ಧಿವಂತಿಕೆಯನ್ನು ತೀರ್ಮಾನಿಸುವುದು ಸುಲಭವಲ್ಲ.
- ಇಂಥ ನಿರ್ಧಾರಕ್ಕೆ ಆತನ ಚಾರಿತ್ರ್ಯ ಮತ್ತು ಘಟನೆಗಳ ಕುರಿತು ಅಂತರ್ ದೃಷ್ಟಿ ಇರಬೇಕಾಗುತ್ತದೆ.
- ನೋಟದಿಂದ ನಿರ್ಧರಿಸುವವರು ಅಲ್ಪಮತಿಗಳು.

ನುಡಿಮುತ್ತು

ಜ್ಞಾನವೆಂಬುದು ಭಂಡಾರ. ಆದರೆ, ಸೂಕ್ತ ತೀರ್ಮಾನ ನೀಡುವ ಸಾಮರ್ಥ್ಯವು ವಿವೇಕಿಯ ಐಶ್ವರ್ಯ.

-ಗಾದೆ

ಅಪ್ರಿಯ ಸತ್ಯ

ಹೀಗೊಂದು ದಿನ ಆಸ್ಥಾನದಲ್ಲಿ ರಾಜಗುರು ತಾತಾಚಾರ್ಯ ಮತ್ತು ಮದಯಗರಿ ಮಲ್ಲಣ್ಣನ ನಡುವೆ ವಾಗ್ಯುದ್ಧ ಆರಂಭವಾಯಿತು.

ಮಲ್ಲಣ್ಣ ಹೇಳಿದ, 'ರಾಜಗುರುವೇ, ಬೇರೆಯವರ ತಪ್ಪು ಕಂಡು ಹಿಡಿಯುವುದು ಸುಲಭ. ಆದರೆ, ತನ್ನನ್ನು ತಿದ್ದಿಕೊಳ್ಳುವುದು ಕಷ್ಟಕರ. ಎಲ್ಲರೂ ಸುಧಾರಿಸಲು ಯತ್ನಿಸಬೇಕು'.

'ಇದನ್ನು ನಾನು ಒಪ್ಪುವುದಿಲ್ಲ, ಮಲ್ಲಣ್ಣ' ಎಂದ ರಾಜಗುರು.

ತೆನಾಲಿ ರಾಮ ಇದನ್ನು ಮೌನವಾಗಿ ಗಮನಿಸುತ್ತಿದ್ದ. ಅಷ್ಟರಲ್ಲಿ ಆಸ್ಥಾನ ಪ್ರವೇಶಿಸಿದ ವ್ಯಕ್ತಿಯೊಬ್ಬ ಅರಸನಿಗೆ ವಂದಿಸಿ, ಪರಿಚಯಿಸಿಕೊಂಡ.

'ಮಹಾರಾಜ, ನಾನು ಶ್ರೀನು ವೈತ್ಲ. ನಾನೊಬ್ಬ ಚಿತ್ರಕಾರ. ಶೃಂಗೇರಿಯವ. ದಶಾವತಾರ, ಗಿರಿಜಾಕಲ್ಯಾಣ ಸೇರಿದಂತೆ ಹಲವು ಚಿತ್ರಗಳನ್ನು ರಚಿಸಿದ್ದೇನೆ. ನಾನು ಚಿತ್ರವೊಂದನ್ನು ಬರೆದಿದ್ದೇನೆ. ಇದಕ್ಕೆ ಹಲವು ವರ್ಷ ಹಿಡಿದಿದೆ' ಎಂದ.

ಆತ ತೋರಿಸಿದ ಚಿತ್ರ ಮಹಿಳೆಯದು. ನಿಜವಾದ ಮಹಿಳೆಯೇ ನಿಂತಿದ್ದಾಳೆ ಎಂಬ ಭ್ರಮೆ ಹುಟ್ಟಿಸುತ್ತಿತ್ತು. ರಾಜ ಅದನ್ನು ಎಲ್ಲರಿಗೂ ತೋರಿಸಿದ. ಆದರೆ, ಬಹುತೇಕರು ಅದರಲ್ಲಿ ಒಂದಲ್ಲ ಒಂದು ತಪ್ಪು ಹುಡುಕಿದರು.

ಚಿತ್ರವನ್ನು ದಿಟ್ಟಿಸಿ ನೋಡಿದ ರಾಮ ಹೇಳಿದ, 'ಮಹಾರಾಜ, ನಾನು ಉತ್ತಮ ಚಿತ್ರ ವಿಮರ್ಶಕನಲ್ಲ. ಈ ಚಿತ್ರದ ಬಗ್ಗೆ ಸರಿಯಾದ ಅಭಿಪ್ರಾಯ ಪಡೆಯಲು ಇದನ್ನು ನಗರದ ಕೇಂದ್ರ ವೃತ್ತದಲ್ಲಿ ಇಟ್ಟು, ಚಿತ್ರದಲ್ಲಿನ ದೋಷವನ್ನು ಚಿತ್ರದಲ್ಲೇ ಬರೆಯಬೇಕು ಎಂದು ಘೋಷಿಸೋಣ. ಇದರಿಂದ ಜನರ ಅಭಿಪ್ರಾಯ ಗೊತ್ತಾಗುತ್ತದೆ' ಎಂದ. ರಾಜನಿಗೆ ಈ ಸೂಚನೆ ಇಷ್ಟವಾಯಿತು. ವೃತ್ತದಲ್ಲಿ ಕಲಾಕೃತಿಯನ್ನು ನೇತು ಹಾಕಲಾಯಿತು. ಕೆಲದಿನಗಳ ಬಳಿಕ ಮತ್ತೆ ಆಸ್ಥಾನಕ್ಕೆ ತರಲಾಯಿತು. ಜನ ಮಾಡಿದ ಗುರುತುಗಳಿಂದ ಚಿತ್ರ ಗಬ್ಬೆದ್ದು ಹೋಗಿತ್ತು. ರಾಜ ದಿಗ್ಮೂಢನಾದ.

ಮತ್ತೆ ತೆನಾಲಿರಾಮ ಹೇಳಿದ, 'ಮತ್ತೆ ಚಿತ್ರವನ್ನು ನೇತುಹಾಕೋಣ. ಈ ಮೊದಲು ತಪ್ಪನ್ನು ಗುರುತಿಸಿದವರು ಅದನ್ನು ಸರಿಪಡಿಸಬೇಕೆಂದು, ಅಂಥವರಿಗೆ ಬಹುಮಾನ ಕೊಡುತ್ತೇವೆ ಎಂದು ಘೋಷಿಸೋಣ' ಎಂದ. ಮತ್ತೆ ಚಿತ್ರವನ್ನು ವೃತ್ತದಲ್ಲಿ ನೇತು ಹಾಕಲಾಯಿತು. ಆದರೆ, ತಪ್ಪನ್ನು ಗುರುತಿಸಿದ ಯಾರೂ ತಿದ್ದುವ ಗೋಜಿಗೆ ಹೋಗಲಿಲ್ಲ.

ಕೆಲದಿನಗಳ ಬಳಿಕ ಚಿತ್ರವನ್ನು ಆಸ್ಥಾನಕ್ಕೆ ತರಲಾಯಿತು. ಚಿತ್ರ ಹಾಗೆಯೇ ಇತ್ತು. ರಾಮ ಹೇಳಿದ, 'ಇದು ಕಹಿ ಸತ್ಯ. ಎಲ್ಲರೂ ಬೇರೆಯವರ ತಪ್ಪು ಕಂಡುಹಿಡಿಯುವವರೇ ಹೊರತು, ತಮ್ಮನ್ನು ಸರಿಪಡಿಸಿಕೊಳ್ಳುವುದಿಲ್ಲ' ಎಂದವನೇ ಮಲ್ಲಣ್ಣನ ಕಡೆ ನೋಡಿದ. ರಾಜಗುರುವಿಗೆ ನೋವಾಗದಂತೆ ಮಲ್ಲಣ್ಣನ ಮಾತನ್ನು ತೆನಾಲಿ ಸಮರ್ಥಿಸಿದ್ದ.

ಜೀವನ ಪಾಠ

'ವೈದ್ಯನೇ, ನಿನ್ನನ್ನು ಗುಣಪಡಿಸಿಕೋ' ಎನ್ನುತ್ತದೆ ಗಾದೆ. 'ನಿನ್ನ ಕಣ್ಣಲ್ಲಿನ ಮಚ್ಚೆಯನ್ನು ಮೊದಲು ನೋಡಿಕೋ, ನೆರೆಯಾತನ ಕಣ್ಣಿನಲ್ಲಿನ ಮಚ್ಚೆಯನ್ನು ತೋರಿಸುವ ಮೊದಲು' ಎನ್ನುತ್ತದೆ ಬೈಬಲ್. 'ಸಹಾಯ ಮಾಡುವ ಹೃದಯವಂತನಿಗೆ ಮಾತ್ರ ಟೀಕಿಸಲು ಹಕ್ಕು ಇದೆ' ಎಂದರು ಲಿಂಕನ್.

ನಮಗೆ ಬೇಕಾದ ಪಾಠಗಳೆಲ್ಲ ಮೇಲಿನ ಹೇಳಿಕೆಗಳಲ್ಲಿವೆ.

ಹಿತನುಡಿ

- ತಪ್ಪು ಗುರುತಿಸುವುದು ಸುಲಭ. ತಿದ್ದಿಕೊಳ್ಳುವುದು ಕಠಿಣ.
- ಎಲ್ಲರಲ್ಲೂ ದೋಷಗಳಿವೆ.
- ನಾವು ತೆಗೆದುಕೊಂಡು ಹೋದ ಪಾತ್ರೆಗಿಂತ ಹೆಚ್ಚು ನೀರನ್ನು ನದಿಯಿಂದ ತರಲಾಗದು.

ನುಡಿಮುತ್ತು

ಮನುಷ್ಯರ ಮಿತಿಗಳೇನು ಎಂಬುದು ಗೊತ್ತಾದ ಬಳಿಕ ಅವರಲ್ಲಿ ಆಸಕ್ತಿ ಕಡಿಮೆ ಆಗುತ್ತದೆ.

- ರಾಲ್ಫ್ ವಾಲ್ಡೊ ಎಮರ್ಸನ್

ಟೀಕೆ ಸುಲಭ, ಕೃತಿರಚನೆ ಕಠಿಣ.

- ಡೆರೋಚಸ್

ಬಲಿಷ್ಠನಿಗೆ ಹೆಚ್ಚು ಪಾಲು

ವೈಯಕ್ತಿಕ ಹಾಗೂ ಭೂಮಿ ಮೇಲಿನ ತೆರಿಗೆ ವಿಜಯನಗರ ಸಾಮ್ರಾಜ್ಯದ ಮುಖ್ಯ ಆದಾಯ ಮೂಲಗಳಾಗಿದ್ದವು.

ತೆರಿಗೆ ಸಂಗ್ರಹಿಸಲು ರಾಜ್ಯವನ್ನು 5 ಪ್ರಾಂತ್ಯಗಳಾಗಿ ವಿಂಗಡಿಸಲಾಗಿತ್ತು. ಪ್ರಾಂತ್ಯವನ್ನು ವಿಭಾಗ, ವಿಭಾಗವನ್ನು ನಾಡು ಹಾಗೂ ನಾಡನ್ನು ಸ್ಥಳಗಳೆಂದು ವಿಭಾಗಿಸಲಾಗಿತ್ತು. ಕೆಳಹಂತದಲ್ಲಿ ತೆರಿಗೆ ಸಂಗ್ರಹಿಸಲು ಇಲಾಖೆ (ನಿಯೋಗ) ಯೊಂದನ್ನು ರಚಿಸಿ, ಸಂಗ್ರಹದ ಮೇಲುಸ್ತುವಾರಿಯನ್ನು ಗೌಡರು ಮತ್ತು ಕಾರಣಿಕರಿಗೆ ನೀಡಲಾಗಿತ್ತು.

ತೆರಿಗೆ ನೀಡಬೇಕಾದವರ ಪಟ್ಟಿಯನ್ನು ನಿಯತವಾಗಿ ಸಿದ್ಧಪಡಿಸಲಾಗುತ್ತಿತ್ತು. ತೆನಾಲಿ ರಾಮನ ಹೆಸರು ಆ ಪಟ್ಟಿಯಲ್ಲಿ ಮೊದಲಿನದಾಗಿರುತ್ತಿತ್ತು. ದೊರೆ ನೀಡುತ್ತಿದ್ದ ಬಹುಮಾನಗಳು ಆತನ ಹೆಚ್ಚು ಆದಾಯಕ್ಕೆ ಕಾರಣ. ಪ್ರಧಾನಿ, ಸಚಿವರು, ಮುಖ್ಯ ಕಾರ್ಯದರ್ಶಿ ಹಾಗೂ ಅಧಿಕಾರಿಗಳ ಹೆಸರು ರಾಮನ ನಂತರ ಇರುತ್ತಿತ್ತು.

ಒಂದು ದಿನ ತೆರಿಗೆದಾರರ ಪಟ್ಟಿಯಲ್ಲಿ ದೊರೆಗೆ ತೋರಿಸಿದ ರಾಜಗುರು ಮತ್ತಿತರರು, 'ರಾಮ ಕಡಿಮೆ ಸಂಬಳ ಪಡೆಯುತ್ತಿದ್ದರೂ, ಹೆಚ್ಚು ತೆರಿಗೆ ಕಟ್ಟುತ್ತಾನೆ. ಪಟ್ಟಿಯಲ್ಲಿ ಅವನದೇ ಮೊದಲ ಹೆಸರು. ಆತನ ಆದಾಯ ಹೆಚ್ಚು ಇದೆ. ಅದು ಎಲ್ಲಿಂದ ಬರುತ್ತಿದೆ?' ಎಂದು ಪ್ರಶ್ನಿಸಿದರು.

ತಾನು ಕೊಡುತ್ತಿದ್ದ ಬಹುಮಾನ ರಾಮನ ಅಧಿಕ ಆದಾಯಕ್ಕೆ ಕಾರಣ ಎಂದು ರಾಜನಿಗೆ ಗೊತ್ತಿದ್ದರೂ, ಅದನ್ನು ವಿವರಿಸಲು ರಾಮನಿಗೆ ಒಂದು ಅವಕಾಶ ಕೊಡಬೇಕು ಎನ್ನಿಸಿತು. ಮಾರನೆ ದಿನ ಬರಬೇಕೆಂದು ಹೇಳಿ ಕಳಿಸಿದ. ಆಸ್ಥಾನದಲ್ಲಿ ನಡೆದಿದ್ದೇನು ಎಂಬುದು ರಾಮನಿಗೆ ಗೊತ್ತಾಯಿತು.

ಮಾರನೆಯ ದಿನ ರಾಮ ಆಸ್ಥಾನಕ್ಕೆ ಸ್ವಲ್ಪ ತಡವಾಗಿ ಬಂದ. ಆತನ ಹೆಗಲಿನಲ್ಲಿ ಸೆಣಬಿನ ಚೀಲವೊಂದು ನೇತಾಡುತ್ತಿತ್ತು. ದೊರೆಗೆ ನಮಿಸಿದವನೇ ಹೇಳಿದ, 'ತಡವಾದುದಕ್ಕೆ ಕ್ಷಮಿಸಿ. ಈ ಕೋಳಿಯಿಂದ ತೊಂದರೆ ಆಗುತ್ತಿದ್ದು, ತಡವಾಗಿ ಬರಲು ಇದೇ ಕಾರಣ' ಎಂದವನೇ ದಡಿಯ ಕೋಳಿಯೊಂದನ್ನು ಚೀಲದಿಂದ ಹೊರತೆಗೆದು ತೋರಿಸಿದ.

'ಹೇಗೆ?' ಎಂದು ಪ್ರಶ್ನಿಸಿದ ದೊರೆ.

'ನಾನು ಈ ಹುಂಜ ಹಾಗೂ 10 ಹೇಂಟೆಗಳನ್ನು ಸಾಕಿದ್ದೇನೆ. ಪ್ರತಿ ಕೋಳಿಗೆ ಇಷ್ಟು ಎಂದು ತೂಕ ಮಾಡಿ ಕಾಳು ಇಡುತ್ತೇನೆ. ಆದರೆ, ಈ ಹುಂಜ ಬೇರೆ ಕೋಳಿಗಳನ್ನು ಬೆದರಿಸಿ, ಹೆಚ್ಚಿನ ಪಾಲನ್ನು ತಾನೇ ತಿಂದು ಬಿಡುತ್ತದೆ. ಇದರಿಂದ ಉಳಿದ ಕೋಳಿಗಳು ಸದಾ ಹಸಿದಿರುತ್ತವೆ. ತಾವು ಇದಕ್ಕೊಂದು ಪರಿಹಾರ ಸೂಚಿಸಿ' ಎಂದು ಪ್ರಾರ್ಥಿಸಿದ.

ರಾಜ ನಕ್ಕು ಹೇಳಿದ, 'ಇದು ಸಹಜ. ಹುಂಜ ಆರೋಗ್ಯವಾಗಿದ್ದು ಇಡೀ ಗುಂಪನ್ನು ಆಳುತ್ತಿದೆ. ತನ್ನ ದೇಹದ ತೂಕಕ್ಕೆ ಅನುಗುಣವಾಗಿ ಕಾಳು ತಿನ್ನುತ್ತಿದೆ. ಅದನ್ನು ದೂಷಿಸಕೂಡದು'.

ತೆನಾಲಿ ಹುಂಜವನ್ನು ಚೀಲದಲ್ಲಿ ಹಾಕಿಕೊಂಡ.

ಬಳಿಕ ರಾಜ ಕೇಳಿದ, 'ತೆನಾಲಿ, ನಿನ್ನ ಸಂಬಳ ಕಡಿಮೆ ಇದ್ದರೂ ನೀನು ಅತ್ಯಂತ ಹೆಚ್ಚು ತೆರಿಗೆ ಕಟ್ಟುತ್ತಿರುವೆ. ನಿನ್ನ ಆದಾಯದ ಮೂಲವೇನು?'

ಜೋರಾಗಿ ನಕ್ಕ ರಾಮ ಹೇಳಿದ, 'ಈ ಹುಂಜ ಹೇಗೆ ಹೆಚ್ಚು ಆಹಾರ ಭಕ್ಷಿಸುತ್ತದೆ ಎಂಬುದನ್ನು ಈಗ ತಾನೇ ತೋರಿಸಿದ್ದೇನೆ. ನಾನು ನಿಮ್ಮ ಆಸ್ಥಾನದಲ್ಲಿನ ಹೇಂಟೆಗಳ ಗುಂಪಿನಲ್ಲಿನ ಏಕೈಕ ಹುಂಜ' ಎಂದ.

ರಾಮನ ಮಾತು ಕೇಳಿ ದೊರೆ, ಆಸ್ಥಾನಿಗರು ನಕ್ಕರು. ಹೊಟ್ಟೆಕಿಚ್ಚಿನ ಮಂದಿ ಮುಖ ಮುಚ್ಚಿಕೊಂಡರು.

ಜೀವನ ಪಾಠ

ಸಾಧಕರನ್ನು ಕಂಡು ಹೊಟ್ಟೆ ಉರಿದುಕೊಳ್ಳುವವರು ಯಾವಾಗಲೂ ಇರುತ್ತಾರೆ. ಇದು ಸ್ವಾಭಾವಿಕ. ಆದರೆ ಇಂಥ ಸಾಧಕರು ನಿರೀಕ್ಷಿಸಿದ ಫಲಿತಾಂಶ ಹೇಗೆ ನೀಡುತ್ತಾರೆ, ಗುರಿ ಮುಟ್ಟುತ್ತಾರೆ ಎಂಬುದು ಗೊತ್ತಾದರೆ, ಟೀಕೆಗಳು ನಿಂತು ಹೋಗುತ್ತವೆ.

ಹಿತನುಡಿ

- ಚರ್ಮದ ಬಣ್ಣ ಇಲ್ಲವೇ ಜಾತಿಯಿಂದ ಯಾರೂ ದೊಡ್ಡವರಾಗುವುದಿಲ್ಲ. ಬುದ್ಧಿ ಮತ್ತು ಹೃದಯವಂತಿಕೆಯಿಂದ ಆಗುತ್ತಾರೆ.
- ಸದ್ಗುಣದಿಂದಾಗಿ ಆತಂಕವಿರುವುದಿಲ್ಲ. ವಿವೇಕದಿಂದಾಗಿ ಕಂಗೆಡುವುದಿಲ್ಲ. ಎದೆಗಾರನಾದ್ದರಿಂದ ಭಯಪಡನು. ಇದು ಉತ್ತಮ ಮನುಷ್ಯನ 3 ಗುಣಗಳು.

ನುಡಿಮುತ್ತು

ದೈತ್ಯನ ಬಲ ಹೊಂದುವುದು ಸರಿ. ಆದರೆ, ದೈತ್ಯನಂತೆ ಅದನ್ನು ಪ್ರಯೋಗಿಸುವುದು ಸರಿಯಲ್ಲ.

-ಶೇಕ್ಸ್‌ಪಿಯರ್

ಅಪ್ಪನನ್ನು ಮೀರಿಸಿದ ಮಗ

ಕೃಷ್ಣದೇವರಾಯನ ಅರಮನೆಯಲ್ಲಿ ಅತಿ ಸುಂದರವಾದ ಉದ್ಯಾನವಿತ್ತು. ದೂರದೇಶದಿಂದ ತಂದ ಹೂವಿನ ಗಿಡಗಳಲ್ಲದೆ, ಅಸಂಖ್ಯ ಬಳ್ಳಿಗಳು, ಗಿಡಗಳು ಉದ್ಯಾನದಲ್ಲಿದ್ದವು. ಉದ್ಯಾನದ ಕಾವಲಿಗೆ ವಿಶೇಷ ಕಾವಲು ಆಳುಗಳನ್ನು ರಾಯ ನೇಮಿಸಿದ್ದ.

ಯುರೋಪಿನ ಪ್ರವಾಸಿ ಫರ್ನಾವೊ ನೂನಿಜ್ ತಂದುಕೊಟ್ಟಿದ್ದ ಗುಲಾಬಿ ಹಂಬು ಅರಸನ ಪ್ರೀತಿಪಾತ್ರ ಗಿಡವಾಗಿತ್ತು. ಸುಂದರ, ಸುಮಧುರ ಹೂವು ಬಿಡುತ್ತಿತ್ತು.

ಹೀಗೊಂದು ದಿನ ಉದ್ಯಾನದಲ್ಲಿ ವಿಹಾರ ನಡೆಸುತ್ತಿದ್ದಾಗ ಗುಲಾಬಿ ಹಂಬು ಸರಿಯಾಗಿ ಹೂವು ಬಿಡುತ್ತಿಲ್ಲ ಎಂಬುದು ರಾಯನ ಗಮನಕ್ಕೆ ಬಂದಿತು. ಕಾವಲಾಳುಗಳ ಮುಖ್ಯಸ್ಥನನ್ನು ಕರೆಸಿದ ರಾಜ, 'ಬಳ್ಳಿ ಸರಿಯಾಗಿ ಹೂ ಬಿಡುತ್ತಿಲ್ಲ. ಯಾರೋ ಹೂವನ್ನು ಕಳವು ಮಾಡುತ್ತಿದ್ದಾರೆ ಎಂಬುದು ನನ್ನ ಅನುಮಾನ. ಸರಿಯಾಗಿ ಕಾವಲು ಕಾಯಬೇಕು' ಎಂದು ಆದೇಶಿಸಿದ.

ಹೆಚ್ಚುವರಿ ಕಾವಲು ಹಾಕಿದರೂ, ಕಳವು ಪತ್ತೆಯಾಲಿಲ್ಲ. ಒಂದು ದಿನ ಮುಂಜಾನೆ ಸೂರ್ಯ ಮೂಡುವ ಮುನ್ನವೇ ಬಾಲಕನೊಬ್ಬ ಎಚ್ಚರಿಕೆಯಿಂದ ಉದ್ಯಾನವನ್ನು ಪ್ರವೇಶಿಸಿ, ಮೆಲ್ಲನೆ ಹೂವು ಕೀಳಲಾರಂಭಿಸಿದ. ಕಾವಲಾಳು ಆತನನ್ನು ಹಿಡಿದು, ಅಧಿಕಾರಿ ಬಳಿಗೆ ಕರೆದೊಯ್ದ.

ಅಧಿಕಾರಿ ತಕ್ಷಣ ವಿಷಯವನ್ನು ರಾಜನಿಗೆ ತಿಳಿಸಿದ. ಕೆಲವೇ ಕ್ಷಣಗಳಲ್ಲಿ ವಿಷಯ ಹಂಪೆಯಿಡೀ ಹರಡಿತು. ಬಾಲಕನನ್ನು ಮೆರವಣಿಗೆ ಮೂಲಕ ಅರಮನೆಗೆ ಕರೆದೊಯ್ಯಲು ಸಿದ್ಧತೆ ನಡೆಯಿತು.

ರಸ್ತೆಯಲ್ಲಿ ಭಾರಿ ಗದ್ದಲ ಆಗುತ್ತಿದ್ದುದನ್ನು ಕೇಳಿದ ರಾಮ, ನೋಡಿದರೆ ಆತನ ಮಗನನ್ನು ಸೈನಿಕರು ಅರಮನೆಗೆ ಕರೆದೊಯ್ಯುತ್ತಿರುವುದನ್ನು ಕಂಡ. ಅವನ ಎದೆಯೊಡೆದು ಹೋಯಿತು. ಏನಾದರೂ ಮಾಡಿ ಮಗನನ್ನು ರಕ್ಷಿಸಿ ಎಂದು ಆತನ ಪತ್ನಿ ಕೇಳಿಕೊಂಡಳು.

ಮೆರವಣಿಗೆ ಮನೆ ಮುಂದೆ ಬಂದಾಗ ರಾಮ ಜೋರಾಗಿ ಹೇಳಿದ, 'ಹುಡುಗನನ್ನು ಹೂವಿನ ಜತೆ ಹಿಡಿಯಲಾಗಿದೆ. ಆತನ ತಪ್ಪಿಗೆ ಶಿಕ್ಷೆ ಆಗುವುದು ಖಂಡಿತ. ಆದರೆ, ಆತನಿಗೆ ಚೂಪಾದ ಹಲ್ಲು-ನಾಲಿಗೆ ಇದ್ದರೆ, ಆತ ಉಳಿದುಕೊಳ್ಳುತ್ತಾನೆ. ಆತ ಮಾಡಬೇಕಾದ್ದು ಇದು- ಸೂಕ್ತ ಸಮಯದಲ್ಲಿ ತನ್ನ ಚೂಪಾದ ಹಲ್ಲು, ನಾಲಿಗೆಯನ್ನು ಬಳಸಬೇಕು'.

ಮಗನಿಗೆ ಅಪ್ಪನ ಮಾತು ಕೇಳಿಸಿತು. ತಂದೆ ಸುಮ್ಮನೆ ಯಾವುದೇ ಮಾತು ಆಡುವುದಿಲ್ಲ ಎಂಬುದು ಗೊತ್ತಿದ್ದ ಆತ, ನಿಧಾನವಾಗಿ ಯೋಚಿಸಿದಾಗ, ಏನು ಹೇಳಿದನೆಂದು ಗೊತ್ತಾಯಿತು. ಕಾವಲಾಳುಗಳಿಗೆ ಗೊತ್ತಾಗದಂತೆ ನಿಧಾನವಾಗಿ ಹೂವುಗಳನ್ನು ತಿನ್ನಲಾರಂಭಿಸಿದ. ಅರಮನೆಗೆ ಬರುವಷ್ಟರಲ್ಲಿ ಆತನ ಕೈಯಲ್ಲಿ ಒಂದೇ ಒಂದು ಹೂವು ಇರಲಿಲ್ಲ. ಬಾಲಕನನ್ನು ರಾಜನ ಮುಂದೆ ನಿಲ್ಲಿಸಿದ ಅಧಿಕಾರಿ ಹೇಳಿದ, 'ಈತನೇ ಉದ್ಯಾನದಿಂದ ಹೂವು ಕಳವು ಮಾಡುತ್ತಿದ್ದವ. ಈತನಿಗೆ ಕಠಿಣ ಶಿಕ್ಷೆ ನೀಡಬೇಕು'.

ಇದನ್ನು ಕೇಳಿದ ಬಾಲಕ ಹೇಳಿದ, 'ಮಹಾರಾಜ, ನಾನು ಕಳ್ಳನಲ್ಲ. ನಿಜವಾದ ಕಳ್ಳನನ್ನು ಹಿಡಿಯಲಾಗದೆ ನನ್ನನ್ನು ಎಳೆದು ತಂದಿದ್ದಾರೆ. ನೀವು ನನ್ನನ್ನು ಸಂಪೂರ್ಣವಾಗಿ ಶೋಧಿಸಬಹುದು. ನನ್ನ ಬಳಿ ಒಂದೇ ಒಂದು ಹೂವು ಇಲ್ಲ. ಇವರೆಲ್ಲ ಸುಳ್ಳರು'. ಬಾಲಕನ್ನು ಶೋಧಿಸಬೇಕೆಂದು ರಾಜ ಹೇಳಿದ. ಆದರೆ, ಒಂದೇ ಒಂದು ಹೂವು ಸಿಗಲಿಲ್ಲ. ಆತನೇ ಕದ್ದಿದ್ದನ್ನು ನೋಡಿದ್ದರೂ, ಸಾಕ್ಷಿ ಇರಲಿಲ್ಲ.

ಸಿಟ್ಟಿಗೆದ್ದ ರಾಜ ಹೇಳಿದ, 'ನೀವೆಲ್ಲ ಅಪ್ರಯೋಜಕರು. ಆಸ್ಥಾನದ ಸಮಯ ವ್ಯರ್ಥಗೊಳಿಸಿದ್ದೀರಿ. ಬಾಲಕನನ್ನು ತಕ್ಷಣ ಬಿಟ್ಟುಬಿಡಿ. ಇನ್ನು ಮುಂದೆ ಎಚ್ಚರಿಕೆಯಿಂದ ಕೆಲಸ ಮಾಡಿ'.

ಸಮಯಪ್ರಜ್ಞೆ ಮತ್ತು ಚಾಣಾಕ್ಷತನದಿಂದಾಗಿ ರಾಮನ ಮಗ ಶಿಕ್ಷೆ ತಪ್ಪಿಸಿಕೊಂಡ. ನಗುತ್ತ ಮನೆಗೆ ವಾಪಸಾದ.

ಜೀವನ ಪಾಠ

ಶೀಘ್ರ ಆಲೋಚನೆ, ತಕ್ಷಣ ಜಾರಿ, ಸೂಕ್ತ ಸಂಯೋಜನೆ- ಇದರಿಂದ ಬಾಲಕ ಬಚಾವಾದ. ಆದರೆ, ಪ್ರಶ್ನೆ ಉಳಿದುಬಿಡುತ್ತದೆ. ಬಾಲಕ ಮಾಡಿದ್ದು ಸರಿಯೇ? ತಪ್ಪಿಗೆ ಶಿಕ್ಷೆ ಆಗಬೇಕಿತ್ತಲ್ಲವೇ? ರಾಮ ಸ್ವಜನಪಕ್ಷಪಾತ ತೋರಿದನಲ್ಲವೇ?

ಹಿತನುಡಿ

- ಯುಕ್ತಿ ಇಲ್ಲದೆ ನೀವು ಏನೂ ಕಲಿಯಲಾರಿರಿ.
- ಯುಕ್ತಿ ಇದ್ದಲ್ಲಿ ಯಾವಾಗ ಮೌನವಾಗಿರಬೇಕು, ಯಾವಾಗ-ಹೇಗೆ ಕ್ರಿಯಾಶೀಲರಾಗಬೇಕು ಎಂಬುದು ಗೊತ್ತಾಗುತ್ತದೆ.

ನುಡಿಮುತ್ತು

ತಾಳ್ಮೆ, ತಿಳಿವಳಿಕೆ, ಧೈರ್ಯ, ಸಜ್ಜನಿಕೆ-ಇವು ಪುರುಷತ್ವ ಇಲ್ಲವೇ ಸ್ತ್ರೀತ್ವಕ್ಕೆ ಸಂಬಂಧಿಸಿದವಲ್ಲ. ಬದಲಿಗೆ, ಮನುಷ್ಯತ್ವಕ್ಕೆ ಸಂಬಂಧಿಸಿದವು.

-ಜೇನ್ ಹ್ಯಾರಿಸನ್

ವ್ಯತ್ಯಾಸ

ಹೀಗೊಂದು ದಿನ ಆಸ್ಥಾನದಲ್ಲಿದ್ದ ತಾತಾಚಾರ್ಯ, 'ಶ್ರೀಮಂತರಿಗೆ ಹೋಲಿಸಿದರೆ, ಬಡವರು ಅಪ್ರಾಮಾಣಿಕರು. ಬಡತನದಿಂದಾಗಿ ಮೋಸಕ್ಕೆ ಇಳಿಯುತ್ತಾರೆ. ಕಳವು- ಅಪರಾಧ ಕೃತ್ಯಗಳಿಗೆ ಅವರೇ ಕಾರಣ' ಎಂದರು.

ಇದಕ್ಕೆ ಆಕ್ಷೇಪಿಸಿದ ತೆನಾಲಿ, ರಾಜಗುರು ಹೇಳಿಕೆ ತಪ್ಪು ಎಂಬುದನ್ನು ಸಾಬೀತುಪಡಿಸುವೆ. 50 ವರಹಗಳುಳ್ಳ 2 ಚೀಲ, ಒಂದು ತಿಂಗಳು ಕಾಲಾವಕಾಶ ಕೊಡಿ ಎಂದು ಕೇಳಿಕೊಂಡ. ರಾಜ ರಾಮನ ಬೇಡಿಕೆಗೆ ಅಸ್ತು ಎಂದ.

ದಟ್ಟ ಕಾಡಿನ ದಾರಿಯಲ್ಲಿ ವರಹಗಳಿದ್ದ ಚೀಲವನ್ನಿಟ್ಟು ರಾಮ, ಮರವೊಂದರ

ಹಿಂದೆ ಅಡಗಿ ಕುಳಿತ. ಅದೇ ದಾರಿಯಲ್ಲಿ ಬಂದ ಬಡವನೊಬ್ಬ ಚೀಲವನ್ನು ಕಂಡ. ಯಾರೋ ಚೀಲ ಕಳೆದುಕೊಂಡಿದ್ದಾರೆ. ಇದರಿಂದ ಅವರು ನಷ್ಟಕ್ಕೊಳಗಾಗಿದ್ದಾರೆ. ಇದನ್ನು ಕೋಶಾಗಾರಕ್ಕೆ ಒಪ್ಪಿಸಬೇಕು ಎಂದು ಆಲೋಚಿಸಿ, ಚೀಲವನ್ನು ಕೋಶಾಗಾರದ ಅಧಿಕಾರಿಗಳಿಗೆ ಒಪ್ಪಿಸಿದ.

ಕೆಲದಿನಗಳ ಬಳಿಕ ಅದೇ ದಾರಿಯಲ್ಲಿ ಇನ್ನೊಂದು ಚೀಲವನ್ನು ಇಟ್ಟ. ದಾರಿಯಲ್ಲಿ ಬಂದ ಶ್ರೀಮಂತನೊಬ್ಬ, ಚೀಲ ಕಂಡು 'ದೇವರೇ ಕಳಿಸಿದ್ದಾನೆ' ಎಂದು ಮನೆಗೆ ಕೊಂಡೊಯ್ದ. ಮಾರನೆಯ ದಿನ ಶ್ರೀಮಂತ ಮತ್ತು ಬಡವನನ್ನು ಭುವನವಿಜಯಕ್ಕೆ ಕರೆಸಲಾಯಿತು. ರಾಜ ಶ್ರೀಮಂತನನ್ನು ಕೇಳಿದ, 'ಅಂದು ಕಾಡಿನ ದಾರಿಯಲ್ಲಿ ಸಿಕ್ಕ ವರಹಗಳಿದ್ದ ಚೀಲ ಏನಾಯಿತು?'

'ಮಹಾಪ್ರಭು, ಆ ಹಣವನ್ನು ವಹಿವಾಟಿನಲ್ಲಿ ಹೂಡಿದೆ. ನಷ್ಟವುಂಟಾಗಿ ಹಣ ಕಳೆದುಕೊಂಡೆ' ಎಂದ ಶ್ರೀಮಂತ.

'ಆ ಹಣ ನಿನ್ನದಲ್ಲ. ಅದನ್ನು ವ್ಯಾಪಾರದಲ್ಲಿ ಹೇಗೆ ಹೂಡಿದೆ' ಎಂಬ ರಾಜನ ಪ್ರಶ್ನೆಗೆ 'ಅದು ನನ್ನ ಅದೃಷ್ಟದ ಫಲ. ಲಕ್ಷ್ಮೀದೇವಿ ನನ್ನ ಮೇಲೆ ಕರುಣೆ ಇಟ್ಟು ಕಳಿಸಿದ್ದಾಳೆ ಎಂದುಕೊಂಡೆ' ಎಂಬ ಉತ್ತರ ಶ್ರೀಮಂತನಿಂದ ಬಂದಿತು.

'ಹಣದ ಚೀಲವನ್ನು ಕೋಶಾಗಾರಕ್ಕೇಕೆ ಕೊಟ್ಟೆ?' ಎಂದು ಬಡವನನ್ನು ರಾಜ ಕೇಳಿದ.

'ಮಹಾರಾಜ, ಆ ಹಣ ನನ್ನದಲ್ಲ. ಚೀಲ ಕಳೆದುಕೊಂಡಾತ ಚಿಂತಿತನಾಗಿದ್ದು, ಆತನಿಗೆ ಹಣದ ಅವಶ್ಯಕತೆ ನನಗಿಂತ ಹೆಚ್ಚಿರುತ್ತದೆ ಎಂದುಕೊಂಡೆ. ನನ್ನದಲ್ಲದ ಹಣ ಇಟ್ಟುಕೊಳ್ಳಲು ಮನಸ್ಸು ಒಪ್ಪಲಿಲ್ಲ' ಎಂಬ ಉತ್ತರ ಬಂದಿತು.

ತೆನಾಲಿರಾಮ ಹೇಳಿದ, 'ಮಹಾರಾಜ, ಬಡವ ಪ್ರಾಮಾಣಿಕ. ಶ್ರೀಮಂತ ಅಪ್ರಾಮಾಣಿಕ ಎನ್ನುವುದು ಇದರಿಂದ ಸಾಬೀತಾಗಿದೆ'.

ರಾಮನ ಅಭಿಪ್ರಾಯವನ್ನು ಎಲ್ಲರೂ ಒಪ್ಪಿದರು. ರಾಜಗುರು ತನ್ನ ಮಾತು ವಾಪಸ್ ತೆಗೆದುಕೊಂಡ.

ಜೀವನ ಪಾಠ

ಪ್ರಾಮಾಣಿಕತೆ ಮತ್ತು ಐಶ್ವರ್ಯ ಒಂದಕ್ಕೊಂದು ಸಂಬಂಧಿಸಿಲ್ಲ. ವ್ಯಕ್ತಿ ಬಡವ ಅಥವಾ ಶ್ರೀಮಂತ ಇರಬಹುದು, ಆದರೆ ಪ್ರಾಮಾಣಿಕನಾಗಿರಬೇಕು.

ಹಿತನುಡಿ

- ಪ್ರಾಮಾಣಿಕತೆ ಅತ್ಯುತ್ತಮ ಹವ್ಯಾಸ.
- ಪ್ರಾಮಾಣಿಕ ಮನುಷ್ಯ ದೇವರ ಅತ್ಯುತ್ತಮ ಸೃಷ್ಟಿ.
- ಅಪ್ರಾಮಾಣಿಕನಾಗಿರುವುದಕ್ಕಿಂತ ಬಡವನಾಗಿರುವುದು ಮೇಲು.
- ಚಾರಿತ್ರ್ಯ ಕಳೆದುಕೊಂಡ ಬಳಿಕ ಕಳೆದುಕೊಳ್ಳಲು ಏನೂ ಉಳಿದಿರುವುದಿಲ್ಲ.

ನುಡಿಮುತ್ತು

ತೂಕವುಳ್ಳ ಪರ್ಸ್ ಹೊಂದಿರುವಾತ, ಹಗುರವಾದ ಹೃದಯ ಹೊಂದಿರುತ್ತಾನೆ.

- ಅನಾಮಿಕ

ದೃಷ್ಟಿಕೋನ

ಕೃಷ್ಣದೇವರಾಯ ಸಿಂಹಾಸನ ಏರಿದಾಗ, ವಿಜಯನಗರ ಸಾಮ್ರಾಜ್ಯ ಅಸ್ಥಿರವಾಗಿತ್ತು. ಹೊರಗಿನ ಶತ್ರುಗಳಲ್ಲದೆ, ರಾಜ್ಯದಲ್ಲಿನ ಒಳ ಜಗಳಗಳನ್ನೂ ನಿಭಾಯಿಸಬೇಕಾಗಿತ್ತು.

ಇಂಥ ಪರಿಸ್ಥಿತಿ ಇರುವಾಗ, ಒಮ್ಮೆ ಎಲ್ಲ ಸಚಿವರು, ವಿದ್ವನ್ಮಣಿಗಳು ಅರಮನೆಯಲ್ಲಿ ಚರ್ಚೆಗೆಂದು ನೆರೆದಿದ್ದರು. ರಾಜ್ಯ ಎದುರಿಸುತ್ತಿರುವ ಸಂಕಟ, ಅದಕ್ಕೆ ಪರಿಹಾರ ಕುರಿತು ಮಾತುಕತೆ ನಡೆಯುತ್ತಿತ್ತು.

ಮಾತಿನ ಮಧ್ಯೆ ಎಲ್ಲರಿಗೂ ತಂಪು ಪಾನೀಯ ತಂದುಕೊಡಬೇಕೆಂದು ರಾಜ ಆದೇಶಿಸಿದ. ತಕ್ಷಣ ಎದ್ದು ಹೋದ ತೆನಾಲಿರಾಮ, ಪಿಂಗಾಣಿ, ಮಣ್ಣಿನದು, ಚಿನ್ನ, ಬೆಳ್ಳಿ, ತಾಮ್ರ, ವಜ್ರಗಳಿದ್ದ ಲೋಟದಲ್ಲಿ ಶರಬತ್ತನ್ನು ತಂದು, ತೆಗೆದುಕೊಳ್ಳಬೇಕೆಂದು ಕೋರಿದ. ಎಲ್ಲರೂ ತೆಗೆದುಕೊಂಡರು.

ಬಳಿಕ ರಾಮ ಹೇಳಿದ, 'ನಿಮಗೇ ಗೊತ್ತಿರುವಂತೆ, ಬೆಲೆಬಾಳುವ, ಚೆನ್ನಾಗಿ

ಕಾಣುವ ಲೋಟಗಳನ್ನು ಮಾತ್ರ ತೆಗೆದುಕೊಳ್ಳಲಾಗಿದೆ. ಸರಳವಾದ, ಕಡಿಮೆ ಬೆಲೆಯ ಲೋಟಗಳು ಇಲ್ಲೇ ಉಳಿದಿವೆ. ಎಲ್ಲರೂ ತಮಗೆ ಅತ್ಯುತ್ತಮವಾದುದೇ ಬೇಕು ಎಂದುಕೊಳ್ಳುವುದು ಸಮಸ್ಯೆ ಮತ್ತು ಒತ್ತಡಕ್ಕೆ ಕಾರಣ. ನಮಗೆ ಬೇಕಾದ್ದು ಲೋಟವಲ್ಲ, ಬದಲಿಗೆ ಶರಬತ್ತು. ಹೀಗಿದ್ದರೂ ನಾವು ಬೆಲೆಬಾಳುವ, ಚೆನ್ನಾಗಿರುವ ಲೋಟಗಳನ್ನು ಆಯ್ದುಕೊಂಡಿದ್ದೇವೆ. ಜತೆಗೆ, ಬೇರೆಯವರು ತೆಗೆದುಕೊಂಡ ಲೋಟಗಳನ್ನೇ ನೋಡುತ್ತಿದ್ದೇವೆ. ಇದನ್ನು ಹೀಗೆ ವಿವರಿಸಬಹುದು: ಜೀವನ ಶರಬತ್ತಿದ್ದಂತೆ. ಐಶ್ವರ್ಯ, ಅಧಿಕಾರ, ಯಶಸ್ಸು ಲೋಟ. ಬದುಕಿಗೆ ಅವು ಅಗತ್ಯವೇ ಹೊರತು, ಅವು ಬದುಕಿನ ಗುಣಮಟ್ಟವನ್ನು ಬದಲಿಸಲಾರವು. ಕೆಲವೊಮ್ಮೆ ಲೋಟವನ್ನು ನೋಡುತ್ತ ನಾವು ಬದುಕನ್ನು ಸಂತೋಷದಿಂದ ಕಳೆಯುವುದನ್ನೇ ಮರೆತುಬಿಡುತ್ತೇವೆ. ನಮ್ಮ ಗುರಿ- ಬದುಕಿನಲ್ಲಿ ಸಂಸತಪಡುವುದು. ಲೋಟವನ್ನು ಹಿಂಬಾಲಿಸುತ್ತ ನಾವು ಶರಬತ್ತಿನ ರುಚಿ ಆಸ್ವಾದಿಸುವುದನ್ನು ಮರೆಯಬಾರದು' ಎಂದ.

ಇದನ್ನು ಕೇಳಿದ ರಾಜ ಮತ್ತು ಆಸ್ಥಾನಿಗರ ಮೇಲಿನ ಹೊರೆ ಇಳಿದಂತಾಯಿತು.

ಜೀವನ ಪಾಠ

ಸಾಮಾಜಿಕವಾಗಿ ವೃತ್ತಿಯಲ್ಲಿ ಮೇಲೆ ಬರಬೇಕೆನ್ನುವ ಹಪಹಪಿಯಲ್ಲಿ ಬದುಕಿನ ಉದ್ದೇಶವನ್ನೇ ಮರೆತು ಬಿಡುತ್ತೇವೆ. ವಿವೇಕಿಗಳು-ಸಂತೋಷ ವಾಗಿರುವವರು ಬದುಕಿನ ಗುರಿ ಬಗ್ಗೆ ದೃಷ್ಟಿ ಕೇಂದ್ರೀಕರಿಸಿರುತ್ತಾರೆ.

ಹಿತನುಡಿ

- ಒಂದು ಬೇಕು, ಬಳಿಕ ಮತ್ತೊಂದು- ಹೀಗೆ ಬದುಕು ಬೇಕುಗಳ ಹಿಂದೆ ಓಟವಾಗಿದೆ. ಸಂತೋಷದಿಂದ ಮತ್ತೊಂದು ಸಂತೋಷದೆಡೆಗಲ್ಲ.
- ಬೇಕುಗಳು ಕಡಿಮೆ ಆದಷ್ಟೂ ಸಂತಸ ಹೆಚ್ಚುತ್ತದೆ.
- ಸ್ವಯಂ ನಿಯಂತ್ರಣ ಮತ್ತು ಅಂತಸಾಕ್ಷಿಯ ಆದೇಶಗಳ ಪಾಲನೆ- ಯಶಸ್ಸಿಗೆ ಕಾರಣ.
- ತನ್ನ ಬೇಡಿಕೆ ಮತ್ತು ಅಗತ್ಯಗಳ ಕುರಿತು ಅರಿವು ಹಾಗೂ ತನ್ನ ಬಲವನ್ನು ನಿಯಂತ್ರಿಸಿಕೊಳ್ಳಲು ಗೊತ್ತಿರುವವ ಅತಿ ಪ್ರಬಲ.

ನುಡಿಮುತ್ತು

ನಮ್ಮ ವಾಸ್ತವಿಕ ಅಗತ್ಯಗಳು ತೀರಾ ಕಡಿಮೆ, ಕಾಲ್ಪನಿಕ ಅಗತ್ಯಗಳು ಅಸಂಖ್ಯ.

- ಲವೇಟರ್

ರಾಜನಿಗಿಂತ ದೊಡ್ಡವ

ಕೃಷ್ಣದೇವರಾಯ ಆಗಾಗ ಪ್ರವಾಸ ಕೈಗೊಳ್ಳುತ್ತಿದ್ದ. ಇದರಿಂದ ಜನರ ಸಮಸ್ಯೆ ಗಳೇನು? ಅದಕ್ಕೆ ಪರಿಹಾರಗಳೇನು ಎಂಬುದು ಅವನಿಗೆ ಗೊತ್ತಾಗುತ್ತಿತ್ತು.

ಹೀಗೊಮ್ಮೆ ಪ್ರವಾಸದಲ್ಲಿದ್ದಾಗ ರಾಜ ತೆನಾಲಿಯನ್ನು ಕೇಳಿದ, 'ನಿನ್ನ ಪ್ರಕಾರ ಅತಿ ದೊಡ್ಡ ಮನುಷ್ಯ ಯಾರು?'

'ನಿಸ್ಸಂಶಯವಾಗಿ ನೀವೇ. ದಕ್ಷಿಣ ರಾಜ್ಯಗಳ ಅತ್ಯುತ್ತಮ ಆಡಳಿತಗಾರ, ಕನ್ನಡರಾಯ' ಎಂದ ತೆನಾಲಿ.

'ನನಗಿಂತ ದೊಡ್ಡವರು ಯಾರು?' ರಾಜನ ಪ್ರಶ್ನೆ.

‘ವಿಜಯನಗರ ಸಾಮ್ರಾಜ್ಯ, ದಕ್ಷಿಣದ ಬಲಿಷ್ಠ ರಾಜ್ಯ. ವಿಸ್ತಾರವಾಗಿ ಹರಡಿಕೊಂಡ ಸಾಮ್ರಾಜ್ಯ’ ರಾಮನ ಉತ್ತರ.

‘ಸರಿ. ನನಗೆ ನಾನು ಮತ್ತು ವಿಜಯನಗರ ಸಾಮ್ರಾಜ್ಯಕ್ಕಿಂತ ದೊಡ್ಡವರನ್ನು ತೋರಿಸು’ ಎಂದ ರಾಯ.

ಕೆಲ ದೂರ ಸಂಚರಿಸಿದರು. ಬಳಿಕ ಒಂಟಿಯಾಗಿ ಬಾವಿಯನ್ನು ತೋಡುತ್ತಿದ್ದ ವ್ಯಕ್ತಿಯೊಬ್ಬ ಕಂಡುಬಂದ.

‘ಈತನೇ ಆ ದೊಡ್ಡ ಮನುಷ್ಯ. ತನಗೆ ಮಾತ್ರವಲ್ಲ, ಬೇರೆಯವರಿಗೂ ಕುಡಿಯುವ ನೀರು ಸಿಗಲೆಂದು ಒಂಟಿಯಾಗಿ ಬಾವಿ ತೋಡುತ್ತಿದ್ದಾನೆ. ಯಾವುದೇ ಫಲಾಪೇಕ್ಷೆ ಇಲ್ಲದೆ, ಬೇರೆಯವರ ಒಳಿತಿಗಾಗಿ ಕೆಲಸ ಮಾಡುತ್ತಿರುವ ಈತನೇ ಮಹಾನ್’ ಎಂದ ರಾಮ.

ಹೌದೆಂದು ತಲೆಯಾಡಿಸಿದ ರಾಜ. ಆಳ್ವಿಕೆಯನ್ನು ಇನ್ನಷ್ಟು ಜನಸ್ನೇಹಿ ಆಗಿಸಲು ಪಣತೊಟ್ಟ.

ಜೀವನ ಪಾಠ

ಬೈಬಲ್ ‘ಇಂಥವರು ಭೂಮಿಯಲ್ಲಿ ಉಪ್ಪು ಇದ್ದಂತೆ’ ಎನ್ನುತ್ತದೆ. ಬಾಬಾ ಆಮಟೆ, ಮದರ್ ಥೆರೇಸಾ ತರದವರು ಈ ಜಗತ್ತು ಬದುಕಲು ಸಹನೀಯವಾಗಲು ಶ್ರಮಿಸುತ್ತಾರೆ, ಹೊರಡುವ ಮೊದಲು ಜಗತ್ತನ್ನು ಇನ್ನಷ್ಟು ಶ್ರೀಮಂತಗೊಳಿಸುತ್ತಾರೆ.

ಹಿತನುಡಿ

- ಕಠಿಣ ಶ್ರಮ ಮತ್ತು ನಿಸ್ವಾರ್ಥ ಕೆಲಸದಿಂದ ಎಲ್ಲವನ್ನೂ ಜಯಿಸಬಹುದು.
- ನಿಸ್ವಾರ್ಥ ಕೆಲಸವು ಶಾಂತಿ ಮತ್ತು ಸಂತೋಷದ ಮೂಲ.
- ಬಂಡವಾಳ ಎಂಬುದು ಶ್ರಮದ ಕ್ರೋಡೀಕರಣ.

ನುಡಿಮುತ್ತು

ಉಳಿದ ಪ್ರಾಣಿಗಳಿಗಿಂತ ಜೇನುನೊಣಕ್ಕೆ ಹೆಚ್ಚು ಗೌರವ. ಕಾರಣ- ಅದು ಶ್ರಮಿಸುವುದು ಬೇರೆಯವರಿಗಾಗಿ ಎಂಬುದರಿಂದ.

-ಸೇಂಟ್ ಜಾನ್ ಕ್ರೈಸೋಸ್ಟಾಮ್

ಏಣಿಯನ್ನು ಹಿಡಿದ ಸೇವೆ, ಮೇಲೆ ಹತ್ತಿದವನಿಗಿಂತ ಹೆಚ್ಚಿನದು.

-ಅನಾಮಿಕ

ಗುರುತು ಪತ್ತೆ

ಹೀಗೊಂದು ದಿನ ಕೃಷ್ಣದೇವರಾಯ ಆಸ್ಥಾನದಲ್ಲಿದ್ದಾಗ, ವೃದ್ಧನೊಬ್ಬ ಐವರು ಬಾಲಕರೊಂದಿಗೆ ಬಂದ. ಐವರು ಬಾಲಕರೂ ಒಂದೇ ರೀತಿ ಇದ್ದರು. ಒಂದೇ ಎತ್ತರ, ವಯಸ್ಸು. ಆಸ್ಥಾನದಲ್ಲಿದ್ದವರೆಲ್ಲ ಎಲ್ಲರೂ ಒಂದೇ ತಾಯಿಯ ಮಕ್ಕಳು ಎಂದುಕೊಂಡರು.

ವೆಲ್ಲೂರಿನಿಂದ ಬಂದಿದ್ದ ಆ ವೃದ್ಧ ಹೇಳಿದ, 'ಮಹಾರಾಜ, ನಿಮ್ಮ ಆಸ್ಥಾನದಲ್ಲಿರುವವರ ಬುದ್ಧಿವಂತಿಕೆ ಬಗ್ಗೆ ಬಹಳ ಕೇಳಿದ್ದೇನೆ. ನಿಮಗೊಂದು ಸವಾಲು ಒಡ್ಡುತ್ತೇನೆ. ಈ ಐವರು ಬಾಲಕರಲ್ಲಿ ವೆಲ್ಲೂರಿನ ರಾಜಕುಮಾರ ಯಾರು ಎಂದು ಹೇಳಬೇಕು' ಎಂದ.

‘ಒಳ್ಳೆಯ ಸವಾಲು. ಆದರೆ, ನಮ್ಮಲ್ಲಿರುವವರಲ್ಲಿ ವೆಲ್ಲೂರಿನ ರಾಜಕುಮಾರನನ್ನು ನೋಡಿದವರು ಇರಬಹುದು. ಆಗ ಸಮಸ್ಯೆ ಬಗೆಹರಿಸುವುದು ಕಷ್ಟವಾಗದು’ ಎಂದ ದೊರೆ.

ನಕ್ಕ ವೃದ್ಧ ಹೇಳಿದ, ‘ಇಲ್ಲ ದೊರೆ. ನಿಮ್ಮ ಆಸ್ಥಾನದಲ್ಲಿರುವವರು ಯುವರಾಜನನ್ನು ನೋಡಿಲ್ಲ. ಇದನ್ನು ಪರಿಶೀಲಿಸಿಯೇ ಬಂದಿದ್ದೇನೆ’

ದುರ್ಜತಿ ಹೇಳಿದ, ‘ಆಸ್ಥಾನ ಜ್ಯೋತಿಷಿಯನ್ನು ಕರೆಸೋಣ. ಬಾಲಕನ ಕೈನೋಡಿ ಆತ ಹೇಳಬಲ್ಲ’

ರಾಮಭದ್ರುಡು ಹೇಳಿದ, ‘ಕೆಲವು ಪ್ರಶ್ನೆ ಕೇಳೋಣ. ರಾಜಕುಮಾರನ ಉತ್ತರ ವಿಭಿನ್ನವಾಗಿರುತ್ತದೆ. ಆಗ ಪತ್ತೆ ಹಚ್ಚಬಹುದು?’

‘ಅದೆಲ್ಲ ಸಾಧ್ಯವಿಲ್ಲ. ಹಸ್ತ ಪರೀಕ್ಷೆ ಇಲ್ಲವೇ ಪ್ರಶ್ನೆ ಕೇಳುವಂತಿಲ್ಲ. ಮುಖ ನೋಡಿಯೇ ಪತ್ತೆ ಹಚ್ಚಬೇಕು’ ಎಂದ ವೃದ್ಧ.

‘ಅದು ಕಷ್ಟ’ ಎಂದರು ಎಲ್ಲರೂ. ಆಗ ರಾಜ ತೆನಾಲಿರಾಮನ ನೆರವು ಕೋರಿದ. ಒಪ್ಪಿಕೊಂಡ ರಾಮ, ಹೊರಗೆ ಹೋಗಿ ಕೆಲಕಾಲಾನಂತರ ಕೆಲವು ಮೋದಕಗಳೊಂದಿಗೆ ಹಿಂತಿರುಗಿದ. ಮಕ್ಕಳೆಡೆಗೆ ನಡೆದು ಹೇಳಿದ, ‘ನೀವೆಲ್ಲ ಹಸಿದಿರಬಹುದು. ಮೊದಲು ಇದನ್ನು ತಿನ್ನಿ. ಅನಂತರ ಪರೀಕ್ಷೆಯ ಮಾತು’.

ನಾಲ್ವರು ಬಾಲಕರು ಮೋದಕ ತೆಗೆದುಕೊಂಡರು. ಐದನೆಯವ ಸುಮ್ಮನೆ ನಿಂತ. ‘ನೀನೂ ತೆಗೆದುಕೋ’ ಎಂದರೂ, ಆತ ಕೈಚಾಚಲಿಲ್ಲ. ಬದಲಾಗಿ ರಾಮನ ಮುಖವನ್ನೇ ದಿಟ್ಟಿಸಿ ನೋಡಿದ.

ಆ ಬಾಲಕನ ಕೈಹಿಡಿದುಕೊಂಡು ರಾಜನ ಬಳಿ ಕರೆದೊಯ್ದು ರಾಮ ಹೇಳಿದ, ‘ಮಹಾರಾಜ, ಈತನೇ ವೆಲ್ಲೂರಿನ ಯುವರಾಜ’.

‘ಸರಿಯುತ್ತರ. ಆದರೆ, ನಿಮಗೆ ಅದು ಹೇಗೆ ಗೊತ್ತಾಯಿತು?’ ಎಂದು ಪ್ರಶ್ನಿಸಿದ ವೃದ್ಧ.

‘ಹೌದು ತೆನಾಲಿ. ಹೇಗೆ ಕಂಡುಹಿಡಿದೆ ಎಂಬುದನ್ನು ಹೇಳು’ ಎಂದ ರಾಜ.

‘ಮಹಾರಾಜ, ರಾಜಮನೆತನದವರಿಗೆ ಏನಾದರೂ ಕೊಟ್ಟು ಗೊತ್ತಿರುತ್ತದೆಯೇ ಹೊರತು, ತೆಗೆದುಕೊಂಡಲ್ಲ. ಜತೆಗೆ, ಅವರ ಕೆಲಸಗಳನ್ನೆಲ್ಲ ಸೇವಕರೇ

ಮಾಡುತ್ತಾರೆ. ತಿನ್ನುವುದು, ಕುಡಿಯುವುದಕ್ಕೂ ಅವರಿಗೆ ಸೇವಕರ ಅಗತ್ಯ ಇರುತ್ತದೆ. ಇಲ್ಲಿ ಕೂಡಾ ಅದೇ ಆಯಿತು. ಯುವರಾಜ ಅಪರಿಚಿತ ಕೊಟ್ಟದ್ದನ್ನು ತೆಗೆದುಕೊಳ್ಳಲಿಲ್ಲ. ಜತೆಗೆ, ಪರಿಸ್ಥಿತಿಗೆ ಆತ ಪ್ರತಿಕ್ರಿಯಿಸಿದ ರೀತಿ ಕಂಡು ಆತನೇ ಯುವರಾಜ ಎಂದು ಕಂಡುಹಿಡಿದೆ' ಎಂದ.

ರಾಜನಿಗೆ ರಾಮನ ಚಾತುರ್ಯ ಮೆಚ್ಚುಗೆಯಾಯಿತು.

ಜೀವನ ಪಾಠ

ಎಲ್ಲ ಮನುಷ್ಯರೂ ಸುತ್ತಲಿನ ಪರಿಸರ ಮತ್ತು ಬೆಳೆಸಿದ ರೀತಿಯ ಉತ್ಪನ್ನಗಳು. 'ಮೊದಲ ನೋಟ'ದಲ್ಲೇ ವ್ಯಕ್ತಿಯನ್ನು ತೂಗಿನೋಡುವ ಬದಲು, ಅವನ ವರ್ತನೆ, ಪ್ರತಿಕ್ರಿಯೆ, ನಡವಳಿಕೆ, ಹಾವಭಾವವನ್ನು ಪರಿಶೀಲಿಸಿ, ತೀರ್ಮಾನಕ್ಕೆ ಬರುವವನೇ ವಿವೇಕಿ.

ಹಿತನುಡಿ

- ★ ಮನುಷ್ಯನ ಸ್ವಭಾವ ಬಹುಪಾಲು ಮುಚ್ಚಿದಂತಿರುತ್ತದೆ. ಕೆಲವೊಮ್ಮೆ ಬಹಿರಂಗಗೊಳ್ಳಬಹುದು.
- ★ ಮನುಷ್ಯ ಸ್ವಭಾವ ಎಲ್ಲೆಡೆ ಒಂದೇ ರೀತಿ ಇರುತ್ತದೆ.
- ★ ತಾನು ಬಹುತೇಕ ನಿಯಮಗಳಿಗೆ ಹೊರತಾಗಿದ್ದೇನೆ ಎಂದು ಎಲ್ಲರೂ ಅಂದುಕೊಳ್ಳುವುದರಿಂದ, ಮನುಷ್ಯರ ವರ್ತನೆ ಅರಿಯುವುದು ಸುಲಭ. ಆದರೆ, ಯಾರೂ ನಿಯಮಗಳಿಗೆ ಹೊರತಾಗಿರುವುದಿಲ್ಲ.

ನುಡಿಮುತ್ತು

ಮನುಷ್ಯ ಸ್ವಭಾವ ವೈವಿಧ್ಯಮಯವಾದುದು. ಆದರೆ, ಅದಕ್ಕೆ ನಿರ್ಬಂಧಗಳಿರುತ್ತವೆ. ಅವುಗಳಲ್ಲಿ ಒಂದು- ಅವಕಾಶ ಸಿಕ್ಕಲ್ಲಿ ಜನ ತಮಗೆ ಬೇಕಾದ, ಅತ್ಯುತ್ತಮವಾದುದನ್ನು ಇರಿಸಿಕೊಳ್ಳುತ್ತಾರೆ.

- ಜೆ.ಕೆ.ಗಾಲ್‌ಬ್ರೈತ್

ಅಭೂತಪೂರ್ವ ಜಯ

ಎಲ್ಲ ಶಾಸ್ತ್ರಗಳು, ಸೂತ್ರಗಳನ್ನು ಅರಿತಿದ್ದ ತಾಳೀಕೋಟೆಯ ರಾಮಚಂದ್ರ ನಾಯ್ಡುಗೆ ಎದುರಾಡುವವರು ಇರಲಿಲ್ಲ. ಹಲವು ಜಯಗಳ ನಂತರ, ಆತ ಒಮ್ಮೆ ವಿಜಯನಗರಕ್ಕೆ ಬಂದ. ಭುವನವಿಜಯದ ವಿದ್ವಾಂಸರನ್ನು ಸೋಲಿಸುವುದು ಆತನ ಗುರಿಯಾಗಿತ್ತು. ಚರ್ಚೆಗೆ ದಿನ ಗೊತ್ತುಪಡಿಸಿದ ಬಳಿಕ, ರಾಮಚಂದ್ರ ನಾಯ್ಡು ಅತಿಥಿಗೃಹಕ್ಕೆ ತೆರಳಿದ.

ನಾಯ್ಡುವಿನ ಪಾಂಡಿತ್ಯದ ಬಗ್ಗೆ ಅರಿವಿದ್ದ ಅಲ್ಲಸಾನಿ ಪೆದ್ದಣ್ಣ, ನಂದಿ ತಿಮ್ಮಣ್ಣ, ಕುಮಾರ ದುರ್ಜತಿ ಮತ್ತಿತರರು ಚರ್ಚೆಯಲ್ಲಿ ಪಾಲ್ಗೊಳ್ಳಲು ನಿರಾಕರಿಸಿದರು.

ಸೋಲಿನ ಭಯ ಇದಕ್ಕೆ ಕಾರಣ. ಈ ಸಂಕಷ್ಟದಿಂದ ಪಾರಾಗಲು ಎಲ್ಲರೂ ತೆನಾಲಿ ರಾಮನ ಮೊರೆಹೋದರು. ಪೆದ್ದಣ್ಣ ಹೇಳಿದ, 'ಅಷ್ಟ ದಿಗ್ಗಜರು ಹಾಗೂ ವಿಜಯನಗರದ ಮರ್ಯಾದೆ ಉಳಿಸಲು ನೀನೇ ಸೂಕ್ತ. ಇಲ್ಲವಾದಲ್ಲಿ ನಮ್ಮ ಹೆಸರು, ಖ್ಯಾತಿ ಎಲ್ಲವೂ ಮಣ್ಣಾಗುತ್ತದೆ'. ಇದು ತೆನಾಲಿ ರಾಮನಿಗೂ ಗೊತ್ತಿತ್ತು. ಆದಕ್ಕಾಗಿ ಆತ ತಂತ್ರವೊಂದನ್ನು ಹೂಡಿದ.

ನಾಯ್ಡು ಉಳಿದುಕೊಂಡಿದ್ದ ಅತಿಥಿಗೃಹದ ಮುಂದೆ ಹೋಗಿ ಕುಳಿತು ರಾಮ, ಯಾರಿಗೋ ಕಾಯುತ್ತಿರುವಂತೆ ನಟಿಸಲಾರಂಭಿಸಿದ. ಊಟ ಮುಗಿಸಿ ಹೊರಬಂದ ನಾಯ್ಡು, ಅತ್ತಿಂದಿತ್ತ ಸುತ್ತಾಡಲು ಶುರುಮಾಡಿದ.

ನಾಯ್ಡುವನ್ನು ನೋಡಿದ ರಾಮ, ಸುಂದರವಾದ ಕವನವೊಂದನ್ನು ಓದಿದ. ಕವನ ಕೇಳಿದ ನಾಯ್ಡು, ದಂಗು ಹೊಡೆದುಹೋದ. ಕೇಳಿದ, 'ಯಾರು ನೀನು? ಇಲ್ಲಿ ಕುಳಿತು ಏನು ಮಾಡುತ್ತಿರುವೆ?'

'ನಾನು ತೆನಾಲಿ ರಾಮನ ಶಿಷ್ಯ. ಜತೆಗಾರನೊಬ್ಬನಿಗಾಗಿ ಕಾಯುತ್ತಿದ್ದೇನೆ. ನಾಳೆ ನಡೆಯಲಿರುವ ವಾಗ್ವಾದಕ್ಕೆ ತರ್ಕಶಾಸ್ತ್ರ ಕುರಿತ ಪುಸ್ತಕವೊಂದು ಬೇಕಿತ್ತು. ಅದನ್ನು ತರಲು ಹೊರಟವನು, ಆಯಾಸ ಪರಿಹರಿಸಿಕೊಳ್ಳಲೆಂದು ಕುಳಿತಿದ್ದೇನೆ. ನಿಮಗೆ ನನ್ನಿಂದ ತೊಂದರೆಯಾದಲ್ಲಿ, ಈಗಲೇ ಹೊರಡುತ್ತೇನೆ' ಎಂದ.

ಮಧ್ಯ ಬಾಯಿ ಹಾಕಿದ ನಾಯ್ಡು ಕೇಳಿದ, 'ತೊಂದರೆ ಏನಿಲ್ಲ, ನಿನ್ನ ಗುರು ತೆನಾಲಿ ರಾಮ ಏನು ಮಾಡುತ್ತಿದ್ದಾರೆ?'

'ತಾಳೀಕೋಟೆಯಿಂದ ಘನ ಪಂಡಿತರೊಬ್ಬರು ಬಂದಿದ್ದಾರೆ. ಅವರ ಜತೆ ವಾದ ಮಾಡಲೆಂದು ನನ್ನ ಗುರುವನ್ನು ದೊರೆ ಆಯ್ಕೆ ಮಾಡಿದ್ದಾರೆ. ಪ್ರಾಯಶಃ ಅವರೀಗ ಅಧ್ಯಯನದಲ್ಲಿ ತೊಡಗಿರಬಹುದು' ಎಂದ ರಾಮ.

ಇದನ್ನು ಕೇಳಿದ ನಾಯ್ಡು ತನ್ನಲ್ಲೇ ಯೋಚಿಸಿದ. 'ಶಿಷ್ಯನೇ ಇಷ್ಟು ಪಂಡಿತನಿರುವಾಗ ಗುರು ಇನ್ನೆಷ್ಟು ಪ್ರತಿಭಾವಂತನಿರಬಹುದು. ರಾಮನ ಬಗ್ಗೆ ಅರಿಯದೆ ವಿಜಯನಗರಕ್ಕೆ ಬಂದು ಬರಿದೇ ಬೊಗಳೆ ಕೊಚ್ಚಿಕೊಂಡಂತಾಯಿತು. ಅವಮಾನ ಆಗುವ ಮುನ್ನ ಜಾಗ ಖಾಲಿ ಮಾಡುವುದೇ ಒಳಿತು' ಎಂದು ಕೊಂಡವನು ಮುಂಜಾನೆಯೇ ಎದ್ದು ಜಾಗಖಾಲಿ ಮಾಡಿದ. ಮಾರನೇ ಬೆಳಿಗ್ಗೆ ನಾಯ್ಡು ಹಂಪಿಯನ್ನು ಬಿಟ್ಟು ಹೋದ ಸುದ್ದಿ ಎಲ್ಲೆಡೆ ಹರಡಿತು. ಎಲ್ಲರೂ ರಾಮನ ಬುದ್ಧಿವಂತಿಕೆಯನ್ನು ಶ್ಲಾಘಿಸಿದರು.

ಜೀವನ ಪಾಠ

ಬಹುತೇಕರು ಹೆದರಿಕೆಯ ಜತೆಗೆ ಬದುಕುತ್ತಾರೆ. ನೆರಳಿನ ಜತೆ ಗುದ್ದಾಟ ನಡೆಸುತ್ತಾರೆ. ಏನೋ ಆಗಿಬಿಡುತ್ತದೆ ಎಂದು ಗೊತ್ತಿಲ್ಲದರ ಬಗ್ಗೆ ಭಯಬೀಳುತ್ತಾರೆ. ಸಂತರ ಮಾತನ್ನು ಮರೆಯುತ್ತಾರೆ, 'ಇಂದಿನಲ್ಲಿ ಬದುಕು. ನಾವು ನೆನ್ನೆಯ ಬಗ್ಗೆ ಯೋಚಿಸುತ್ತೇವೆ. ಅದು ಈಗಾಗಲೇ ಸರಿದುಹೋಗಿದೆ'.

ಹಿತನುಡಿ-1

- ಹೆದರಿಕೆ ಎಂಬುದು ಕಡಿಮೆ ಬುದ್ಧಿಮತ್ತೆಯವನ ಶಾಶ್ವತ ಭಾವನೆ.
- ನಮ್ಮ ಅರ್ಧದಷ್ಟು ಭಯಗಳಿಗೆ ಆಧಾರವೇ ಇಲ್ಲ. ಉಳಿದರ್ಧ ಪರಿಗಣಿಸಲು ಅರ್ಹವಲ್ಲದವು.
- ಭಯದ ಹೆದರಿಕೆ ಭಯಕ್ಕಿಂತ ಹಿರಿದು. ಭಯರಹಿತ ಜೀವನ ಶ್ರೇಷ್ಠ.

ನುಡಿಮುತ್ತು

ನಮ್ಮೆಲ್ಲ ಭಾವನೆಗಳಲ್ಲಿ ಭಯ ಎಂಬುದು ಹೆಚ್ಚು ಆಘಾತಕಾರಿ. ಅದು ಸ್ನಾಯುಗಳನ್ನು ಪೆಡಸುಗೊಳಿಸುತ್ತದೆ. ಮನಸ್ಸು ಮತ್ತು ಆತ್ಮಶಕ್ತಿಯನ್ನು ಕುಗ್ಗಿಸುತ್ತದೆ.

ಅನಾಮಿಕ

ಹಿತನುಡಿ-2

- ಸಹಜ ಪ್ರವೃತ್ತಿಯನ್ನು ಆಧರಿಸಿದ ತತ್‌ಕ್ಷಣದ ನಿರ್ಧಾರ ಅಪಾಯಕರ.
- ನಾಯಕನಾದವನು ಕ್ರಿಯಾತ್ಮಕ ಚಿಂತನೆ ಹಾಗೂ ನ್ಯಾಯಪರವಾದ ಆಲೋಚನೆಯನ್ನು ಒಟ್ಟಾಗಿ, ಸೂಕ್ತ ನಿರ್ಧಾರ ತೆಗೆದುಕೊಳ್ಳಬೇಕು.
- ತತ್‌ಕ್ಷಣದ ನಿರ್ಧಾರಗಳು ಲಭ್ಯ ಅವಕಾಶವನ್ನು ಹಾಳುಮಾಡುತ್ತವೆ.

ನುಡಿಮುತ್ತು

ಎಲ್ಲ ಸಾಧ್ಯಾಸಾಧ್ಯತೆಗಳನ್ನು ಪರಿಗಣಿಸಿದ ನಂತರವಷ್ಟೇ ನಿರ್ಧಾರ ವೊಂದಕ್ಕೆ ಬರಬೇಕು.

ಪಬ್ಲಿಲಿಯಸ್ ಸೈರಸ್

ಬುದ್ಧಿ ಕಲಿತ ಕಳ್ಳ

ಕೃಷ್ಣದೇವರಾಯನ ಔದಾರ್ಯದಿಂದ ತೆನಾಲಿ ರಾಮ ಸಾಕಷ್ಟು ಸಂಪತ್ತು ಗಳಿಸಿದ್ದ. ಆದರೆ, ಆತ ತುಂಬ ಶ್ರೀಮಂತ, ಮನೆಯ ತುಂಬ ವಜ್ರ-ಚಿನ್ನ ಕೆಲವರು ತುಂಬಿದೆ ಎಂದು ಭಾವಿಸಿದ್ದರು. ಹೀಗಾಗಿಯೇ ಕಳ್ಳರ ಕಣ್ಣು ಆತನ ಮೇಲೆ ಬಿದ್ದಿತ್ತು.

ಒಂದು ದಿನ ರಾತ್ರಿ ಕಳ್ಳನೊಬ್ಬ ರಾಮನ ಮನೆಯ ಗೋಡೆಯಲ್ಲಿ ಕನ್ನ ಕೊರೆಯಲು ಯತ್ನಿಸಿ, ವಿಫಲನಾದ. ಮಧ್ಯರಾತ್ರಿ ನಂತರ ಮನೆ ಪ್ರವೇಶಿಸೋಣ,

ಅಲ್ಲಿಯತನಕ ಇಲ್ಲೇ ಅಡಗಿಕೊಳ್ಳೋಣ ಎಂದು ಯೋಚಿಸಿ, ಹಿತ್ತಲಿನಲ್ಲಿದ್ದ ಪೊದೆಯಲ್ಲಿ ಅವಿತುಕೊಂಡಿದ್ದ.

ಅವನ ಅದೃಷ್ಟ ಸರಿ ಇರಲಿಲ್ಲ. ಮನೆಗೆ ಬಂದ ರಾಮ, ಪೊದೆಯಲ್ಲಿದ್ದ ಮುಖವೊಂದನ್ನು ಕಂಡ. ಇವನಿಗೆ ಇಂಗು ತಿನ್ನಿಸುತ್ತೇನೆ ಎಂದುಕೊಂಡು ಉಪಾಯವೊಂದನ್ನು ಹೂಡಿದ.

ಮಹಡಿ ಮೇಲೆ ಕುಲಿತು ಕೆಲಕಾಲ ಮಾತನ್ನಾಡಿದ. ಬಳಿಕ ಆತನ ಪತ್ನಿ 'ಊಟಕ್ಕೆ ಸಮಯ ಆಯಿತು. ಸ್ನಾನ ಮುಗಿಸಿ ಬನ್ನಿ' ಎಂದಳು.

ಬಟ್ಟೆ ಬದಲಿಸಲು ಹೋಗುವ ಮುನ್ನ, ಬಿಸಿನೀರಿನ ಪಾತ್ರೆಯನ್ನು ಹಿತ್ತಲಿನ ಕಟ್ಟೆಯ ಬಳಿ ಇರಿಸಲು ಹೇಳಿದ. ಸ್ನಾನಕ್ಕೆ ಸಿದ್ಧವಾಗಿ ಬಂದ ಆತನಿಗೆ ಪತ್ನಿ ತಂಬಿಗೆಯಲ್ಲಿ ನೀರು ತುಂಬಿಕೊಟ್ಟಳು. ಆಗಾಗ ಬಾಯಿ ಮುಕ್ಕಳಿಸುತ್ತ ಪೊದೆಗೆ ಉಗಿಯುತ್ತ ಸುಮ್ಮನೆ ನೀರನ್ನು ಪೊದೆ ಮೇಲೆ ಎರಚುತ್ತ ರಾಮ ಸ್ನಾನ ಮಾಡಲಾರಂಭಿಸಿದ.

ಕಳ್ಳ ಸಂಪೂರ್ಣ ಒದ್ದೆಯಾದರೂ, ತೋರಿಸಿಕೊಳ್ಳದೆ ಸುಮ್ಮನೆ ಕುಳಿತಿದ್ದ. ಸ್ನಾನ ಮುಗಿಸುವ ಮುನ್ನ ರಾಮ, ಕೊನೆಯಲ್ಲಿ ಸ್ವಲ್ಪ ನೀರನ್ನು ಹೆಂಡತಿ ಮೇಲೆ ಎರಚಿದ. ಸಿಟ್ಟಾದ ಆಕೆ ಕಿರುಚಿದಳು. 'ಕಪಿ ಚೇಷ್ಟೆ ನಿಲ್ಲಿಸಿ. ವಯಸ್ಸಾದಂತೆ ಸಣ್ಣ ಮಕ್ಕಳಂತೆ ಚೇಷ್ಟೆ ಹೆಚ್ಚುತ್ತಿದೆ. ನನ್ನ ಬಟ್ಟೆಯೆಲ್ಲ ನೆನೆದುಹೋಯಿತು' ಎಂದು ಬೈದಳು. ಜೋರಾಗಿ ನಕ್ಕ ರಾಮ ಹೇಳಿದ, 'ಒಂದು ತಂಬಿಗೆ ನೀರು ಎರಚಿದ್ದಕ್ಕೆ ನೀನು ಸಿಟ್ಟಿಗೆದ್ದಿರುವೆ. ಆದರೆ, ಆ ಪೊದೆಯಲ್ಲಿರುವವ ಯಾವ ಪುಣ್ಯಾತ್ಮಳ ಮಗನೋ, ಅರ್ಧ ಬಕೆಟ್ ನೀರು ಎರಚಿದರೂ ಸುಮ್ಮನಿದ್ದಾನೆ' ಎಂದ.

ಇದನ್ನು ಕೇಳಿದ ಕಳ್ಳನಿಗೆ ತಾನು ಅಡಗಿಕೊಂಡದ್ದು ರಾಮನಿಗೆ ಗೊತ್ತಾಗಿದೆ ಎಂಬುದು ಅರಿವಿಗೆ ಬಂದಿತು. ಕ್ಷಮಿಸಬೇಕೆಂದು ಹೇಳಿ, ಅಲ್ಲಿಂದ ಕಾಲ್ಕಿತ್ತ.

ಜೀವನ ಪಾಠ

ಸಂವಹನದಲ್ಲಿ ಪರೋಕ್ಷ- ಅಪರೋಕ್ಷ, ಸೌಜನ್ಯ- ಅಸೌಜನ್ಯ, ಸ್ಪಷ್ಟ- ಅಸ್ಪಷ್ಟ ಮಾರ್ಗ ಎಂಬುದಿದೆ. ತರಬೇತಿ, ಅಭ್ಯಾಸದಿಂದ ಸೂಕ್ತ ದಾರಿ ಕಂಡುಕೊಳ್ಳಬಹುದು. ಶ್ರಮದಾಯಕವಾದ ಈ ಮಾರ್ಗದಿಂದ ಸ್ನೇಹಿತರು ಹೆಚ್ಚುತ್ತಾರೆ, ಶತ್ರುಗಳು ಕಡಿಮೆ ಆಗುತ್ತಾರೆ.

ಹಿತನುಡಿ

- ನೈತಿಕತೆಯಿಂದ ನಿಧಾನವಾಗಿ ಒಳಿತಾಗಬಹುದು.
- ಮೋಸ, ಕಳವು ಇಲ್ಲವೇ ಕುತಂತ್ರವನ್ನು ಕಠಿಣ ಶಿಕ್ಷೆ ಮೂಲಕ ನಿಲ್ಲಿಸಬೇಕು.

ನುಡಿಮುತ್ತು

ತಾಳ್ಮೆ ಎಂಬುದು ಭರವಸೆಯ ಕಲೆ.

-ವಾವೆನಾರ್ಗಸ್

ಸೂಕ್ತ ಸಂವಹನ

ಕೃಷ್ಣದೇವರಾಯ ಮತ್ತು ತೆನಾಲಿ ರಾಮನ ನಡುವಿನ ಸ್ನೇಹ ಉಳಿದ ಆಸ್ಥಾನಿಗರ ಕಣ್ಣು ಕಿಸುರಾಗಿತ್ತು.

ಹೀಗೊಂದು ದಿನ ಅವರೆಲ್ಲ ಒಟ್ಟಾಗಿ ರಾಯನ ಬಳಿ ಹೋಗಿ ಹೇಳಿದರು, 'ಮಹಾರಾಜ, ತೆನಾಲಿ ಬದಲು ನಮ್ಮನ್ನು ಪ್ರವಾಸದಲ್ಲಿ ಜತೆಗೆ ಕರೆದೊಯ್ಯಬೇಕು' ಎಂದು ಮನವಿ ಮಾಡಿದರು. ಅವರ ಬೇಡಿಕೆ ನ್ಯಾಯಸಮ್ಮತ ಎಂದು ದೊರೆಗೂ ಅನಿಸಿತು. ಆಯಿತು ಎಂದ.

ಪ್ರವಾಸ ನಿಗದಿಯಾಯಿತು. ರಾಜ ಹಾಗೂ ಇಬ್ಬರು ಆಸ್ಥಾನಿಗರು ಮಾರುವೇಷ ಧರಿಸಿ ಹಳ್ಳಿಯೊಂದಕ್ಕೆ ಹೋದರು. ಅಲ್ಲಿ ಹಳ್ಳಿಗರು ಒಂದೆಡೆ ಕುಳಿತು ಮಾತನಾಡುತ್ತಿದ್ದುದನ್ನು ಕಂಡು, ಕುಡಿಯಲು ಕೇಳಿದರು.

ಬಳಿಕ ಪ್ರಶ್ನಿಸಿದರು, 'ಸಹೋದರರೇ, ಗ್ರಾಮದಲ್ಲಿ ಏನಾದರೂ ಸಮಸ್ಯೆ ಇದೆಯೇ? ರಾಯನ ಆಡಳಿತ ಸಮರ್ಪಕವಾಗಿದೆಯೇ?'

ಇವರ್‍ಯಾರೋ ಅಧಿಕಾರಿಗಳು ಎಂಬ ಸಂಶಯ ಹಳ್ಳಿಗರಿಗೆ ಬಂದಿತು. ಹೇಳಿದರು 'ಎಲ್ಲ ಚೆನ್ನಾಗಿದೆ. ಹಳ್ಳಿಗರು ಕ್ಷೇಮದಿಂದಿದ್ದಾರೆ. ರಾಯನದು ಸಮರ್ಪಕ ಆಡಳಿತ'

'ಉಳಿದ ಹಳ್ಳಿಗರ ಅಭಿಪ್ರಾಯವೇನು?' ಎಂದು ರಾಜ ಕೇಳಿದ.

ಇದನ್ನು ಕೇಳಿದ ಹಿರಿಯ ರೈತನೊಬ್ಬ ಪಕ್ಕದ ಗದ್ದೆಗೆ ನುಗ್ಗಿ ಕಬ್ಬಿನ ಜಲ್ಲೆಯೊಂದನ್ನು ಕತ್ತರಿಸಿ ತಂದು ತೋರಿಸುತ್ತ ಹೇಳಿದ, 'ನಮ್ಮ ರಾಜ ಈ ಕಬ್ಬಿನ ಜಲ್ಲೆಯಂತೆ'.

ರಾಜ ದಂಗಾದ. ಈ ಹೋಲಿಕೆಗೆ ಅರ್ಥವೇನು ಎಂಬುದು ಆತನಿಗೆ ತಿಳಿಯಲಿಲ್ಲ, ತನ್ನ ಸಹಚರರನ್ನು ಕೇಳಿದ. ಅವರು ಹೇಳಿದರು, 'ಮಹಾರಾಜ, ವೃದ್ಧ ರೈತನ ಪ್ರಕಾರ ನೀವು ಸುಲಭವಾಗಿ ಕೀಳಬಹುದಾದ ಕಬ್ಬಿನ ಜಲ್ಲೆ ಇದ್ದಂತೆ'

ಈ ವಿವರಣೆ ರಾಜನಿಗೆ ಸೂಕ್ತವೆನಿಸಿತು. ಆತ ರೈತನಿಗೆ ಸವಾಲೆಸೆದ. 'ನಿನಗೆ ನಾನು ಯಾರು ಎಂಬುದು ಗೊತ್ತಿದ್ದಂತೆ ಕಾಣುತ್ತಿಲ್ಲ'.

ರಾಜನ ಸಿಟ್ಟು ಕಂಡು ರೈತ ಹೆದರಿ, ನಡುಗಲಾರಂಭಿಸಿದ. ಇದನ್ನೆಲ್ಲ ನೋಡುತ್ತಿದ್ದ ಇನ್ನೊಬ್ಬ ವೃದ್ಧ ಮೃದುವಾಗಿ ಹೇಳಿದ, 'ನಾವು ನಿಮ್ಮನ್ನು ಗುರುತಿಸಿದೆವು. ಆದರೆ, ನಿಮ್ಮ ಜತೆಯವರಿಗೆ ನಿಮ್ಮ ಬಗ್ಗೆ ಸರಿಯಾದ ಅರಿವು ಇದ್ದಂತೆ ಕಾಣುತ್ತಿಲ್ಲ, ನನ್ನ ಜತೆಗಾರ ಹೇಳಿದ್ದು- ನೀವು ಪ್ರಜೆಗಳಿಗೆ ಕಬ್ಬಿನ ಜಲ್ಲೆಯಂತೆ ಸಿಹಿ, ಶತ್ರುಗಳಿಗೆ ಕಠಿಣ ಎಂದು'. ಹೀಗೆಂದವನೇ ಕಬ್ಬಿನ ಜಲ್ಲೆಯಿಂದ ಪಕ್ಕದಲ್ಲೇ ಇದ್ದ ನಾಯಿಗೆ ಜೋರಾಗಿ ಬಾರಿಸಿದ.

ಮಾತು ಮುಗಿಸಿದ ವೃದ್ಧ ತನ್ನ ಮಾರುವೇಷ ಕಳಚಿದ. ಅದು ತೆನಾಲಿ ರಾಮ. 'ರಾಮ, ನೀನೇಕೆ ನಮ್ಮನ್ನು ಹಿಂಬಾಲಿಸುತ್ತಿದ್ದೀ?' ರಾಜ ಪ್ರಶ್ನಿಸಿದ. 'ನಾನು ಹೇಗೆ ತಾನೇ ಸುಮ್ಮನಿರಲಿ? ನಿಮ್ಮ ಜತೆ ಬಂದವರು ತಮ್ಮ ತಪ್ಪು ವಿವರಣೆಯಿಂದ ಈ

ಸರಳಜೀವಿ ರೈತರ ಸಾವಿಗೆ ಕಾರಣರಾಗುತ್ತಿದ್ದರು. ಜತೆಗೆ, ನಿಮ್ಮಲ್ಲಿ ಸಂಕ್ಷೋಭೆಗೆ ಕಾರಣರಾಗುತ್ತಿದ್ದರು' ಎಂದು ರಾಜನಿಗೆ ವಿವರಣೆ ಕೊಟ್ಟ ತೆನಾಲಿ.

ರಾಜ ಹೇಳಿದ, 'ಹೌದು ತೆನಾಲಿ. ಮೂರ್ಖರ ಸಹವಾಸ ನೋವಿಗೆ ಕಾರಣ. ಇನ್ನೆಂದೂ ಬೇರೆಯವರ ಜತೆ ಪ್ರವಾಸ ಹೋಗಲಾರೆ' ಎಂದ.

ಬಂದವರು ತೆನಾಲಿ ರಾಮ, ದೊರೆ ಕೃಷ್ಣದೇವರಾಯ ಎಂದು ಗೊತ್ತಾಗಿ, ಹಳ್ಳಿಗರು ಸಂಭ್ರಮಪಟ್ಟರು, ಸನ್ಮಾನಿಸಿದರು.

ರಾಜನ ಜತೆ ಬಂದವರು ಮೂಲೆಯಲ್ಲಿ ಎಲ್ಲವನ್ನೂ ನೋಡುತ್ತ ನಿಂತರು.

ಜೀವನ ಪಾಠ

ವಾಸ್ತವವನ್ನು ತಿಳಿದುಕೊಳ್ಳಲು ಕೆಲವೊಮ್ಮೆ ವೇಷ ಬದಲಿಸಬೇಕಾಗುತ್ತದೆ. ಸಾಮಾನ್ಯವಾಗಿ ಜನ ನಮ್ಮ ಅಧಿಕಾರ, ಐಶ್ವರ್ಯ, ವ್ಯಕ್ತಿತ್ವದಿಂದ ನೇರವಾಗಿ ಏನನ್ನೂ ಹೇಳದೆ ಹೋಗಬಹುದು. ದೊರೆ ಬೆತ್ತಲೆ ಎನ್ನಲು ಸಾಧ್ಯವಾಗಿದ್ದು ಮುಗ್ಧ ಮಗುವಿಗೆ ಮಾತ್ರ.

ಹಿತನುಡಿ

- ಪದಗಳು ಮತ್ತು ಘಟನೆಗಳ ನಿಜವಾದ ಅರ್ಥವನ್ನು ತಿಳಿದುಕೊಳ್ಳುವ ಸಾಮರ್ಥ್ಯವುಳ್ಳವನೇ ಪ್ರಾಜ್ಞ.
- ಯಶಸ್ಸಿನ ಸಂವಹನ ಅತ್ಯಂತ ಮುಖ್ಯ.

ನುಡಿಮುತ್ತು

ಸಂವಾದ ಸೌಹಾರ್ದವಾಗಿರಬೇಕು, ಮುಕ್ತವಾಗಿರಬೇಕು, ತಿಳಿವಳಿಕೆ ಯಿಂದ ಕೂಡಿದ್ದು, ನವೀನವಾಗಿರಬೇಕು.

ವಿಲಿಯಂ ಶೇಕ್ಸ್‌ಪಿಯರ್

ಸಾಲದ ಭಾರ

ಒಮ್ಮೆ ತೆನಾಲಿ ರಾಮನಿಗೆ ಹಣದ ಅಗತ್ಯಬಿತ್ತು. ರಾಜನ ಬಳಿ ಸಾಲ ಪಡೆದುಕೊಂಡ. ಸಾಲ ತೀರಿಸುವ ಕಾಲ ಬಂದರೂ, ಆರ್ಥಿಕ ಪರಿಸ್ಥಿತಿ ಸುಧಾರಿಸದ ಕಾರಣ ಹಣ ಹೊಂದಿಸುವುದು ಸಾಧ್ಯವಾಗಲಿಲ್ಲ. ಸಾಲ ವಾಪಸ್ ಮಾಡುವುದನ್ನು ತಪ್ಪಿಸಿಕೊಳ್ಳಲು ಒಂದು ಉಪಾಯ ಹೂಡಿದ.

ಆರೋಗ್ಯ ಸರಿ ಇಲ್ಲದ ಕಾರಣ ಆಸ್ಥಾನಕ್ಕೆ ಬರಲಾಗುತ್ತಿಲ್ಲ ಎಂದು ಹೇಳಿ ಕಳಿಸಿದ. ಹೀಗೆ ಕೆಲ ದಿನ ಕಳೆಯಿತು. ಎಷ್ಟು ದಿನವಾದರೂ ರಾಮ ಬಾರದಿದ್ದುದನ್ನು ಕಂಡು ದೊರೆ ಕೆಲ ಆಸ್ಥಾನಿಕರ ಜತೆ ರಾಮನ ಮನೆಗೆ ಭೇಟಿ ಕೊಟ್ಟ.

ರಾಮ ದಪ್ಪ ಕಂಬಳಿಯಡಿ ನಡುಗುತ್ತ ಮಲಗಿದ್ದ. ಆತನ ಅನಾರೋಗ್ಯಕ್ಕೆ ಕಾರಣವೇನು ಎಂದು ದೊರೆ ರಾಮನ ಪತ್ನಿಯನ್ನು ಕೇಳಿದ.

'ಮಹಾರಾಜ, ಸಾಲದ ಭಾರ ತಾಳಲಾಗದೆ ಕಾಯಿಲೆ ಬಿದ್ದಿದ್ದಾರೆ' ಎಂದಳಾಕೆ. ಇದರಿಂದ ಚಲಿಸಿಹೋದ ರಾಯ, 'ಆತ ಪಡೆದುಕೊಂಡ ಹಣ ವಾಪಸ್ ಮಾಡಬೇಕಿಲ್ಲ. ಆದಷ್ಟು ಬೇಗ ಸುಧಾರಿಸಿಕೊಳ್ಳಲು ಮಾಡಬೇಕಾದ್ದನ್ನು ಮಾಡಿ' ಎಂದ.

ಇದನ್ನು ಕೇಳಿದ ತಕ್ಷಣ ಚಂಗನೆ ಎದ್ದ ರಾಮ, 'ಧನ್ಯವಾದ ಮಹಾಸ್ವಾಮಿ' ಎಂದು ನಕ್ಕ. ಆಶ್ಚರ್ಯಚಕಿತನಾದ ದೊರೆ, 'ಏನಿದು ರಾಮ? ನಿನಗೇನೂ ಅನಾರೋಗ್ಯ ಇರಲಿಲ್ಲ. ಸುಮ್ಮನೆ ಸುಳ್ಳು ಹೇಳಿದೆ' ಎಂದು ಆಕ್ಷೇಪಿಸಿದ.

'ಹಾಗೇನಿಲ್ಲ ಮಹಾಪ್ರಭು. ನಾನು ಸುಳ್ಳು ಹೇಳಿಲ್ಲ. ಸಾಲದ ಭಾರದಿಂದಾಗಿ ಆರೋಗ್ಯ ಕೆಟ್ಟಿತ್ತು. ಈಗ ನೀವು ಆ ಹೊರೆ ಎತ್ತಿದ ಕಾರಣ, ಆರೋಗ್ಯ ವಾಪಸಾಯಿತು' ಎಂದ. ಇದನ್ನು ಕೇಳಿದ ದೊರೆ, ಉಸಿರೆತ್ತಲಿಲ್ಲ.

ಜೀವನ ಪಾಠ

ನಟನೆ ಮತ್ತು ಅನುಕರಣೆ ಮೂಲಕ ನೀವು ಅನನುಕೂಲಕರ ಸನ್ನಿವೇಶವೊಂದರಿಂದ ತಪ್ಪಿಸಿಕೊಳ್ಳಬಹುದು. ಆದರೆ, ಇದು ಸೂಕ್ತವೇ? ತತ್‌ಕ್ಷಣದ ಲಾಭ ಗಳಿಕೆಗೆ ದೀರ್ಘಾವಧಿಯ ನಂಬಿಕೆಯನ್ನು ಹಾಳು ಮಾಡಬೇಕೇ?

ಹಿತನುಡಿ

- ಸಾಲ ಮತ್ತು ಪರರ ಕೈಯನ್ನು ಕಾಯ್ದುಕೊಂಡಿರುವವರಿಗೆ ಭವಿಷ್ಯವಿಲ್ಲ.
- ಸ್ವತಂತ್ರವಾಗಿರುವವರು ಸಾಲದಿಂದಾಗಿ ದಾಸ್ಯಕ್ಕೆ ಬೀಳುತ್ತಾರೆ.
- ಸಾಲದಿಂದ ಜೀವಿತಾವಧಿ ಕಡಿಮೆ ಆಗುತ್ತದೆ.

ನುಡಿಮುತ್ತು

ಸುಳ್ಳು ಹೇಳುವುದು ಮೊದಲ ಕೆಡುಕು, ಎರಡನೆಯದು ಸಾಲ ಮಾಡುವುದು.

- ಬೆಂಜಮಿನ್ ಫ್ರಾಂಕ್ಲಿನ್

ಬೇಟೆಯಾಡದ ಬೆಕ್ಕು

ಒಮ್ಮೆ ವಿಜಯನಗರ ಸಾಮ್ರಾಜ್ಯದಲ್ಲಿ ಇಲಿಗಳ ಉಪಟಳ ತೀವ್ರವಾಗಿ ಹೆಚ್ಚಿತು. ಆಹಾರಧಾನ್ಯ ನಷ್ಟವಲ್ಲದೆ, ಅನಾರೋಗ್ಯಕ್ಕೂ ಅವು ಕಾರಣವಾಗುತ್ತಿದ್ದುದರಿಂದ ಜನ ಅಸಂತುಷ್ಟರಾದರು. ಇಲಿ ಕಾಟ ತಪ್ಪಿಸಬೇಕೆಂದು ದೊರೆಗೆ ಮನವಿ ಮಾಡಿ ಕೊಂಡರು.

ರಾಜಗುರುವಿನ ಸಲಹೆ ಮೇರೆಗೆ ದೊರೆ, ಪ್ರತಿ ಕುಟುಬವೂ ಬೆಕ್ಕೊಂದನ್ನು ಸಾಕಬೇಕು. ಬೆಕ್ಕನ್ನು ನೋಡಿಕೊಳ್ಳಲು ಪ್ರತಿ ತಿಂಗಳು ಇಂತಿಷ್ಟು ಹಣ ಕೊಡಲಾಗುವುದು ಎಂದು ಘೋಷಿಸಿದ.

ಎಲ್ಲರಿಗೂ ಇದರಿಂದ ಖುಷಿಯಾಯಿತು. ಸರಳವಾಗಿ ಪರಿಹರಿಸಬಹುದಾದ, ಸ್ವಾಭಾವಿಕ ಸಮಸ್ಯೆಗೆ ಇಂಥ ಯೋಜನೆ ಬೇಕಿತ್ತೇ ಎಂದು ರಾಮ ಕೇಳಿಕೊಂಡ.

ರಾಜನ ಆಜ್ಞೆಯಂತೆ ಪ್ರತಿ ಕುಟುಂಬಕ್ಕೂ ಬೆಕ್ಕು ಹಾಗೂ ಸಾಕಲು ಶುಲ್ಕ ನೀಡಲಾಯಿತು. ಎಲ್ಲರಂತೆ ರಾಮನಿಗೂ ಒಂದು ಬೆಕ್ಕು ಸಿಕ್ಕಿತು.

ಕೆಲದಿನಗಳ ಬಳಿಕ ಪರಿಶೀಲಿಸಿದಾಗ, ಇಲಿಗಳ ಸಂಖ್ಯೆ ಕಡಿಮೆ ಆಗುವುದರ ಬದಲು ಹೆಚ್ಚಿತ್ತು. ಖಜಾನೆ ಬರಿದಾಗಿದ್ದೇ ಲಾಭ. ಇದನ್ನು ಕಂಡ ದೊರೆ, ಬೆಕ್ಕನ್ನು ಹೊಂದಿದ ಎಲ್ಲರೂ ಮಾರನೆಯ ದಿನ ಆಸ್ಥಾನಕ್ಕೆ ಬರಬೇಕೆಂದು ಆದೇಶಿಸಿದ.

ಬೆಳಗ್ಗೆ ಎಲ್ಲರೂ ಆಗಮಿಸಿದ್ದರು. ಬೆಕ್ಕುಗಳು ಚೆನ್ನಾಗಿ ತಿಂದು, ಕೊಬ್ಬಿದ್ದವು. ಎಲ್ಲ ಕೊನೆಗೆ ತೆನಾಲಿ ರಾಮನ ಬೆಕ್ಕು ಬಂತು. ಅದು ಒಣಗಿಕೊಂಡಿದ್ದನ್ನು ಕಂಡ ದೊರೆ ಕೇಳಿದ, 'ಏನು, ಬೆಕ್ಕನ್ನು ನೋಡಿಕೊಳ್ಳಲು ಖಜಾನೆಯಿಂದ ಹಣ ಪಡೆಯುತ್ತಿಲ್ಲವೇ? ಹಾಗಿದ್ದರೂ ನಿನ್ನ ಬೆಕ್ಕು ಏಕೆ ಒಣಗಿಕೊಂಡಿದೆ?'

ಅದಕ್ಕೆ ರಾಮ ಹೇಳಿದ, 'ನೀವು ನನಗೆ ಹಾಲು ಕುಡಿಯದ ಬೆಕ್ಕು ಕೊಟ್ಟಿದ್ದೀರಿ'.

ಇದನ್ನು ಕೇಳಿ ದೊರೆ, ಆಸ್ಥಾನಿಕರು ಬೆರಗಾದರು. ದೊರೆ ಸೇವಕನಿಗೆ ಬಟ್ಟಲಲ್ಲಿ ಹಾಲು ತರಲು ಹೇಳಿದ. ಆತ ಹಾಲು ತಂದು ಬೆಕ್ಕಿನ ಮುಂದೆ ಇಟ್ಟ ತಕ್ಷಣ, ಅದು ಚಂಗನೆ ನೆಗೆದು ಅಲ್ಲಿಂದ ಪರಾರಿಯಾಯಿತು.

ಇದಕ್ಕೆ ಕಾರಣ ಗೊತ್ತಾಗದ ರಾಜ, ಎಲ್ಲವನ್ನೂ ವಿವರಿಸಿ ಹೇಳಬೇಕೆಂದು ರಾಮನಿಗೆ ಹೇಳಿದ. ರಾಮ ಹೇಳಿದ, 'ಮಹಾರಾಜ, ಬೆಕ್ಕಿಗೆ ಮೂರು ಹೊತ್ತು ಹೊಟ್ಟೆ ತುಂಬ ಊಟ ಹಾಕಿದರೆ, ಅದು ಹೇಗೆ ಇಲಿ ಹಿಡಿಯುತ್ತದೆ? ಮೊದಲ ದಿನ ನಾನು ಬೆಕ್ಕಿಗೆ ಬಿಸಿಯಾದ ಹಾಲು ಕೊಟ್ಟೆ, ಬಾಯಿ ಸುಟ್ಟುಕೊಂಡ ಬಳಿಕ, ಅದು ಹಾಲು ಕಂಡರೆ ಓಡುತ್ತದೆ. ಹಸಿವಾದಾಗ ಇಲಿ ಹಿಡಿದು ತಿನ್ನುತ್ತದೆ. ಜತೆಗೆ, ಬಿದ್ದಿದ್ದ ಆಹಾರ ಪದಾರ್ಥಗಳನ್ನು ಭಕ್ಷಿಸುತ್ತದೆ. ಇದರಿಂದ ನನ್ನ ಮನೆಯಲ್ಲಿ ಇಲಿ ಕಾಟವಿಲ್ಲ. ಜತೆಗೆ, ಮನೆ ಶುಚಿಯಾಗಿದೆ. ನೀವು ಕೊಟ್ಟ ಹಣವನ್ನು ಮನೆ ಖರ್ಚಿಗೆ ಬಳಸಿಕೊಂಡಿದ್ದೇನೆ' ಎಂದ.

ಬುದ್ಧಿ ಕಲಿತ ರಾಜ, ಇಡೀ ಯೋಜನೆಯನ್ನು ಸ್ಥಗಿತಗೊಳಿಸಿದ. ಇಲಿ ಹೆಚ್ಚಳ ಒಂದು ಸ್ವಾಭಾವಿಕ ಪ್ರಕ್ರಿಯೆ ಎಂಬುದು ಜನರಿಗೂ ಅರ್ಥವಾಯಿತು.

ಜೀವನ ಪಾಠ

ಪರಿಸರದ ಸಮಸ್ಯೆಗೆ ಪರಿಸರದಲ್ಲೇ ಪರಿಹಾರವೂ ಇರುತ್ತದೆ. ಪ್ರಕೃತಿ ಜಗತ್ತಿನ ಅತ್ಯುತ್ತಮ ಮತ್ತು ಅತಿ ದೊಡ್ಡ ಪ್ರಯೋಗಶಾಲೆ. ಸ್ವಾಭಾವಿಕ ಪ್ರಕ್ರಿಯೆಗಳಲ್ಲಿ ಮಧ್ಯಪ್ರವೇಶಿಸುವ ಮೂಲಕ ಅದನ್ನು ನಾವು ಹದಗೆಡಿಸಿದ್ದೇವೆ.

ಹಿತನುಡಿ

- ಪ್ರಕೃತಿಯನ್ನು ಆಳುವುದು ಸಾಧ್ಯವಿಲ್ಲ. ಆಕೆಯನ್ನು ಅನುಸರಿಸಬಹುದಷ್ಟೆ.
- ಪ್ರಕೃತಿ ದೈವ ಸೃಷ್ಟಿ. ಅದು ತನ್ನ ನಿಯಮಗಳನ್ನು ತಾನೇ ಮುರಿಯುವುದಿಲ್ಲ.
- ಪ್ರಕೃತಿ ಸೃಷ್ಟಿಸಿದ ಪದಾರ್ಥಗಳು ಯಂತ್ರಗಳು ಸೃಷ್ಟಿಸಿದ್ದಕ್ಕಿಂತ ಉತ್ತಮವಾಗಿರುತ್ತವೆ.

ನುಡಿಮುತ್ತು

ಪ್ರಕೃತಿಯಲ್ಲಿ ಪ್ರಗತಿ ನೆಗೆತದಿಂದ ಆಗುವಂತದ್ದಲ್ಲ, ನಿಧಾನವಾಗಿ ಆಗುವಂತದ್ದು.

-ಕರೋಲಸ್ ಲಿನ್ನೇಯಸ್

ಮಾತಿನ ಮಹತ್ವ

ಭುವನ ವಿಜಯದಲ್ಲಿ ವಿಷಯವೊಂದರ ಕುರಿತು ಚರ್ಚೆ ನಡೆಯುತ್ತಿತ್ತು. ಆಗ ತೆನಾಲಿರಾಮ ಸಲಹೆಯೊಂದನ್ನು ನೀಡಿದ. ಇದನ್ನು ಕೇಳಿದ ಉಳಿದ ಆಸ್ಥಾನಿಗರು ಬೇಕೆಂದೇ ಜೋರಾಗಿ ನಕ್ಕು ಹೀಯಾಳಿಸಿದರು. ಇದರಿಂದ ರಾಮ ಮಾತ್ರವಲ್ಲದೆ ರಾಜನಿಗೂ ಬೇಸರವಾಯಿತು.

ರಾಮ ಹೇಳಿದ, 'ಈ ಮಾತನ್ನು ಬೇಸರದಿಂದ ಹೇಳುತ್ತಿದ್ದೇನೆ. ಇಲ್ಲಿರುವ ಅರ್ಧದಷ್ಟು ವಿದ್ವಾಂಸರು ಮೂರ್ಖರು ಮತ್ತು ಕರುಬುವ ಸ್ವಭಾವವುಳ್ಳವರು. ಇಂಥವರು ನನ್ನ ಸಹಚರರಾಗಿರುವುದು ದೌರ್ಭಾಗ್ಯ'.

ಇದನ್ನು ಕೇಳಿದ ಎಲ್ಲರೂ ಸಿಟ್ಟಿಗೆದ್ದರು. ರಾಮನ ಕೆಟ್ಟ ನಡವಳಿಕೆಗೆ ಶಿಕ್ಷೆ ಆಗಬೇಕೆಂದು ಒತ್ತಾಯಿಸಿದರು. ಆಗ ರಾಜ ಮತ್ತು ಪ್ರಧಾನಿ ತಿಮ್ಮರಸ, ಆಡಿದ

ಮಾತು ವಾಪಸ್ ತೆಗೆದುಕೊಳ್ಳಬೇಕೆಂದು ತೆನಾಲಿಗೆ ಹೇಳಿದರು. ಒಪ್ಪಿಕೊಂಡ ರಾಮ ಹೇಳಿದ, 'ಗೆಳೆಯರೇ, ನಾನು ನಿಮ್ಮ ಬುದ್ಧಿವಂತಿಕೆ ಮತ್ತು ಚಾಣಾಕ್ಷತನವನ್ನು ಮೆಚ್ಚಿಕೊಂಡಿದ್ದೇನೆ. ನಾನು ನನ್ನ ಮಾತು ವಾಪಸ್ ತೆಗೆದುಕೊಳ್ಳುತ್ತೇನೆ. ನಿಮ್ಮಲ್ಲಿ ಅರ್ಧದಷ್ಟು ಮಂದಿ ಮೂರ್ಖರಲ್ಲ'.

ರಾಮ ತನ್ನ ಮಾತನ್ನು ಬೇರೆ ರೀತಿ ಹೇಳಿದ್ದಾನೆ ಎಂದು ಅರಿತ ಸಭಾಸದರು ಇಂಗು ತಿಂದ ಮಂಗನಂತೆ ಆದರು.

ಜೀವನ ಪಾಠ

ಸಂವಹನದ ಇಂಗ್ಲಿಷ್ ಸಮಾನಾರ್ಥ ಪದ ಕಮ್ಯುನಿಕೇಷನ್‌ನ ಮೂಲ ಲ್ಯಾಟಿನ್‌ನ ಕಮ್ಯೂನಿಸ್ ಎಂದರೆ ಅರ್ಥವನ್ನು ಹಂಚಿಕೊಳ್ಳುವುದು. ಉತ್ತಮ ಸಂವಹನಕಾರರು ಪದಗಳನ್ನು ಸರಿಯಾಗಿ ಬಳಸುತ್ತಾರೆ. ಮಾತ್ರವಲ್ಲ, ಧ್ವನಿ ಹಾಗೂ ಅಂಗಿಕ ಅಭಿನಯವನ್ನೂ ಕರಗತ ಮಾಡಿಕೊಂಡಿರುತ್ತಾರೆ. ಅಂಥವರು ಜನರನ್ನು ಪ್ರಭಾವಿಸುತ್ತಾರೆ.

ಹಿತನುಡಿ

- ಪದ ಯಾವುದೇ ಇರಲಿ, ಮುಖ್ಯವಾದ್ದು ನೀವು ಅದನ್ನು ಹೇಗೆ ಅರ್ಥೈಸಿದ್ದೀರಿ ಎಂಬುದು.
- ಪದಗಳು ಅಪಾರ ಸಾಮರ್ಥ್ಯವುಳ್ಳವು. ಪದದ ಹೊಡೆತ, ಕತ್ತಿಯ ಹೊಡೆತಕ್ಕಿಂತ ತೀವ್ರವಾದುದು.
- ಸೂಕ್ತವಾದ ಪದ, ಸಾಮ್ರಾಜ್ಯವನ್ನು ಉಳಿಸಬಲ್ಲದು.
- ಪದದ ಶಕ್ತಿಯನ್ನು ತಿಳಿಯದೆ, ಅರ್ಥಮಾಡಿಕೊಳ್ಳುವುದು ಅಸಾಧ್ಯ.

ನುಡಿಮುತ್ತು

ಪದಗಳು ಸೂರ್ಯನ ಕಿರಣಗಳಿದ್ದಂತೆ. ತೀಕ್ಷ್ಣವಾದಷ್ಟೂ ಅಪಾಯ ಜಾಸ್ತಿ.

-ರಾಬರ್ಟ್ ಸದೆ

ಮಡಕೆಗಳ ನಾಶ

ಅದೇನು ಕಾರಣವೋ ಗೊತ್ತಿಲ್ಲ. ಒಮ್ಮೆ ಹಂಪೆಯ ಎಲ್ಲರಿಗೂ ಹೊಟ್ಟೆನೋವು, ಸಂಕಟ, ಉರಿ. ಇದರಿಂದ ದೊರೆ ಚಿಂತಿತನಾದ.

ಹಲವು ರೋಗಿಗಳನ್ನು ಪರೀಕ್ಷಿಸಿದ ಬಳಿಕ ರಾಜ ವೈದ್ಯ, ಇದಕ್ಕೆ ಪುಡಿ ಮಾಡಿದ ಕಾಳು ಮೆಣಸಿನ ಸೇವನೆ ಕಾರಣ ಎಂದ. ಕಾಳುಮೆಣಸಿನ ಪುಡಿಯನ್ನು ಪರೀಕ್ಷೆಗೆ ಒಳಪಡಿಸಿದಾಗ, ಅದರಲ್ಲಿ ಕಲ್ಲು ಹಾಗೂ ಇದ್ದಿಲು ಪುಡಿ ಮಾಡಿ, ಮಿಶ್ರಗೊಳಿಸಿದ್ದು ಪತ್ತೆಯಾಯಿತು.

ಇದರಿಂದ ಸಿಟ್ಟಿಗೆದ್ದ ದೊರೆ, ಕಪ್ಪು ಮೆಣಸಿನ ಪುಡಿ ಮಾರುವ ಎಲ್ಲ

ಅಂಗಡಿಗಳ ಮಾಲೀಕರನ್ನು ಬಂಧಿಸಿ, ಜೈಲಿಗಟ್ಟಬೇಕೆಂದು ಆದೇಶ ಹೊರಡಿಸಿದ. ಇದರಿಂದ ಮಾಲೀಕರ ಕುಟುಂಬಗಳು ಸಂಕಷ್ಟಕ್ಕೆ ಸಿಲುಕಿದವು. ಅವರನ್ನು ಬಿಡುಗಡೆ ಮಾಡಬೇಕೆಂಬ ಮನವಿಯನ್ನು ದೊರೆ ತಳ್ಳಿಹಾಕಿದ.

ಅವರೆಲ್ಲ ತೆನಾಲಿ ರಾಮನ ಬಳಿಗೆ ಬಂದು ಗೋಳಿಟ್ಟರು. 'ಯಾರದ್ದೋ ತಪ್ಪಿಗೆ ಅಂಗಡಿ ಮಾಲೀಕರಿಗೆ ಶಿಕ್ಷೆ ವಿಧಿಸಲಾಗಿದೆ. ಅವರು ಮೆಣಸಿನ ಪುಡಿ ಮಾರುವವರಷ್ಟೆ ಅದನ್ನು ತಯಾರಿಸುವವ ರಾಜ ಪುರೋಹಿತನ ಸೋದರ. ಆತನಿಗೆ ಶಿಕ್ಷೆ ಆಗಬೇಕೇ ಹೊರತು ನಮ್ಮ ಸಂಬಂಧಿಗಲ್ಲ. ದಯವಿಟ್ಟು ಏನಾದರೂ ಮಾಡಿ' ಎಂದರು.

ಕೆಲದಿನ ಕಳೆಯಿತು. ಒಂದು ದಿನ ತೆನಾಲಿ ರಾಮ ತುಂಗಭದ್ರಾ ನದಿ ತೀರದ ಮೀನುಗಾರರ ಗುಡಿಸಿಲಿಗೆ ಹೋದ. ಒಳಗೆ ನೀರು ಸಂಗ್ರಹಿಸಿ ಇಟ್ಟಿದ್ದ ಮಡಕೆಗಳನ್ನು ಒದ್ದು, ಒಡೆಯಲಾರಂಭಿಸಿದ. ಬಳಿಕ ಇನ್ನೊಂದು ಗುಡಿಸಿಲು, ಮತ್ತೊಂದು, ಮಗದೊಂದು. ಶಬ್ದ ಕೇಳಿದ ಮೀನುಗಾರರೆಲ್ಲ ಧಾವಿಸಿ ಬಂದು, ರಾಮ ಮಡಕೆಗಳನ್ನು ಒಡೆಯುತ್ತಿರುವುದನ್ನು ಕಂಡು ದಂಗಾದರು. 'ದಯವಿಟ್ಟು ನಿಲ್ಲಿಸು. ಮಡಕೆಗಳನ್ನೇಕೆ ಒಡೆಯುತ್ತಿರುವೆ' ಎಂದು ಪ್ರಶ್ನಿಸಿದರು.

ಆದರೆ, ರಾಮ ಸುಮ್ಮನಾಗಲಿಲ್ಲ. ಮಡಕೆ ಒಡೆಯುವುದನ್ನು ಮುಂದುವರಿಸಿದ. ಕೆಲಹೊತ್ತಿನಲ್ಲೇ ವಿಷಯ ಹಂಪಿಯಿಡೀ ಹರಡಿತು. ರಾಮನ ತಲೆ ಕೆಟ್ಟಿದೆಯಂತೆ ಎಂಬ ಸುದ್ದಿ ದೊರೆಗೆ ತಲುಪಿತು. ಆತ ಚಿಂತೆಗೊಳಗಾದ.

ತಕ್ಷಣ ನದಿ ತೀರದ ಗುಡಿಸಲುಗಳ ಬಳಿ ಬಂದ. ರಾಮ ಮಡಕೆ ಒಡೆಯುತ್ತಿದ್ದುದನ್ನು ಕಂಡು, 'ರಾಮ, ದಯವಿಟ್ಟು ನಿಲ್ಲಿಸು. ಏನಾಗಿದೆ ನಿನಗೆ? ಏಕೆ ವಿನಾಕಾರಣ ಮಡಕೆಗಳನ್ನು ಒಡೆಯುತ್ತಿರುವಿ?' ಎಂದು ಪ್ರಶ್ನಿಸಿದ.

'ಮಹಾರಾಜ, ನಾನು ಈ ಮಡಕೆಗಳನ್ನು ಶಿಕ್ಷಿಸುತ್ತಿರುವೆ. ಕೊಳಚೆ ನೀರನ್ನು ಇವು ನದಿಯಿಂದ ತರುತ್ತಿವೆ. ಒಂದೊಮ್ಮೆ ಜನ ರೋಗಗ್ರಸ್ತರಾದರೆ, ಅದಕ್ಕೆ ಇವೇ ಕಾರಣ ಆಗಲಿವೆ' ಎಂದ ರಾಮ.

'ಹಾಗಾದಲ್ಲಿ ಕಲುಷಿತ ನೀರನ್ನು ಹೊರಗೆ ಚೆಲ್ಲಬೇಕೇ ಹೊರತು ಮಡಕೆಗಳನ್ನು ಒಡೆಯುವುದೇ? ನದಿ ನೀರು ಇಲ್ಲಿಗೆ ಬರುವಷ್ಟರಲ್ಲೇ ಮಲಿನಗೊಂಡಿರುತ್ತದೆ. ಬಡ ಮೀನುಗಾರರಿಗೇಕೆ ನಷ್ಟ ಉಂಟುಮಾಡುತ್ತಿರುವೆ. ಅದು ಅವರ ತಪ್ಪಲ್ಲ' ಎಂದ ದೊರೆ.

'ಆದರೆ ಮಹಾಪ್ರಭು, ಕಾಳುಮೆಣಸಿನ ಪುಡಿ ಮಾರುವವರಿಗೆ ಶಿಕ್ಷೆ ಕೊಡುವ

ಮೂಲಕ ನೀವು ಮಾಡಿದ್ದೂ ಇದೇ ಅಲ್ಲವೇ? ಪುಡಿ ಸರಬರಾಜು ಮಾಡುವ ರಾಜಪುರೋಹಿತನ ಸೋದರನಿಗೆ ಶಿಕ್ಷೆ ಕೊಡಬೇಕಿತ್ತು' ಎಂದ.

ರಾಜನಿಗೆ ತನ್ನ ತಪ್ಪು ಅರಿವಾಯಿತು. ಪುಡಿ ಮಾರುವ ವ್ಯಾಪಾರಿಗಳನ್ನು ಬಿಡುಗಡೆಗೊಳಿಸಬೇಕೆಂದು ಆದೇಶ ಹೊರಡಿಸಿದ.

ಜೀವನ ಪಾಠ

ನಾಯಕ ಪ್ರಾಮಾಣಿಕ, ಜ್ಞಾನಿ ಹಾಗೂ ನ್ಯಾಯಪರನಾಗಿರಬೇಕು. ಆತನಿಗೆ ಅಂತರ್‌ದೃಷ್ಟಿ ಇರಬೇಕು. ಪೂರ್ವಾಪರ ಆಲೋಚನೆ ಮಾಡದೆ ನಿರ್ಧಾರ ತೆಗೆದುಕೊಳ್ಳುವವ ಒಳ್ಳೆಯ ನಾಯಕನಾಗಲಾರ. ಮೊದಲು ಸಮಸ್ಯೆಯ ಮೂಲ ಕಾರಣ ಶೋಧಿಸಬೇಕು. ಬಳಿಕ ಅದನ್ನು ನಿವಾರಿಸಬೇಕು.

ಹಿತನುಡಿ

- ಅಪರಾಧಿಗೆ ಮಾತ್ರ ಶಿಕ್ಷೆ ಆಗಬೇಕು.
- ನ್ಯಾಯಾಧೀಶ ತಪ್ಪು ಮಾಡಿದವ ತಪ್ಪಿಸಿಕೊಳ್ಳಲು ಬಿಟ್ಟರೆ, ನಿರಪರಾಧಿ ಕಷ್ಟಕ್ಕೆ ಸಿಲುಕುತ್ತಾನೆ.
- ನ್ಯಾಯವೆಂಬುದು ನಾಗರಿಕ ಸಮಾಜದ ಅತ್ಯುತ್ತಮ ಗುಣ. ಅದು ಕೆಡದಂತೆ ನೋಡಿಕೊಳ್ಳಬೇಕು.
- ಜನರಿಗೆ ಕೆಡುಕಾಗಬಾರದು ಹಾಗೂ ಸಾರ್ವಜನಿಕ ಒಳಿತು ಸಾಧ್ಯವಾಗಬೇಕು ಎಂಬುದು ನ್ಯಾಯದ ಮೂಲ ಉದ್ದೇಶ ಆಗಬೇಕು.
- ಅನ್ಯಾಯ ಎಲ್ಲೇ ಆಗಿರಲಿ, ಅದು ಎಲ್ಲೆಡೆ ನ್ಯಾಯಕ್ಕೆ ಆತಂಕಕಾರಿ.

ನುಡಿಮುತ್ತು

ನ್ಯಾಯಸಮ್ಮತ ಕ್ರಿಯೆಗಳು ಸುಂದರವಾಗಿರುತ್ತವೆ. ನ್ಯಾಯಪರತೆಯಿಂದಾಗಿಯೇ ಅವು ಅರಳುತ್ತವೆ.

- ಜೇಮ್ಸ್ ಶಿರ್ಲೆ

ಖಾಲಿ ಕೊಡ, ತುಂಬಿದ ಕೊಡ

ಕೃಷ್ಣದೇವರಾಯನ ಪತ್ನಿ ಇಬ್ಬರು ಹೆಣ್ಣು ಮಕ್ಕಳ ಬಳಿಕ, ಗಂಡು ಮಗುವಿಗೆ ಜನ್ಮ ನೀಡಿದಳು. ರಾಜ್ಯದೆಲ್ಲೆಡೆ ಸಂಭ್ರಮಾಚರಣೆ. ಎಲ್ಲ ಪ್ರಜೆಗಳನ್ನು ಅರಮನೆಗೆ ಆಹ್ವಾನಿಸಿದ ದೊರೆ, ಮಗನನ್ನು ಹರಸಬೇಕೆಂದು ಕೋರಿದ.

ಅರಮನೆಗೆ ಬಂದ ರಾಮ ಮಗುವನ್ನು ನೋಡಿ, 'ಮಹಾರಾಜ, ಮಗ ನಿಮಗಿಂತ ಶ್ರೇಷ್ಠ ರಾಜನಾಗುತ್ತಾನೆ'. ಇದರಿಂದ ದೊರೆ ಖುಷಿಯಾದ. ಆದರೆ, ಕೆಲ ಆಸ್ಥಾನಿಗರು ಕೊಂಕು ತೆಗೆದರು. 'ಮಹಾರಾಜ, ತೆನಾಲಿರಾಮ ಅಷ್ಟು ಖಚಿತವಾಗಿ ಹೇಗೆ ಹೇಳಬಲ್ಲ? ಮುಖ ನೋಡಿ ಭವಿಷ್ಯ ಹೇಳುವುದು ಸಾಧ್ಯವೇ? ಆತ ಬರಿದೇ ಹೊಗಳುತ್ತಿದ್ದಾನೆ. ಆತನಿಗೆ ಶಿಕ್ಷೆ ಆಗಬೇಕು'.

ತೆನಾಲಿ ಬರಿದೇ ಹೊಗಳುವವನಲ್ಲ ಎಂದು ಗೊತ್ತಿದ್ದರೂ ದೊರೆ, ರಾಮನನ್ನು ಕೇಳಿದ, 'ನನ್ನನ್ನು ಉಬ್ಬಿಸಲೆಂದು ನೀನು ಹೀಗೆ ಹೇಳುತ್ತಿದ್ದೀಯಾ' ಎಂದ.

ತೆನಾಲಿ ಹೇಳಿದ, 'ನಿಮಗೆ ಗೊತ್ತಿದೆ. ನಾನು ಬರಿದೇ ಹೊಗಳುವವನಲ್ಲ ಎಂದು. ಮಗುವನ್ನು ಗಮನಿಸಿಯೇ ನಾನಿದನ್ನು ಹೇಳಿದ್ದೇನೆ'.

'ತೆನಾಲಿ ಭವಿಷ್ಯವನ್ನು ಹೇಳಬಲ್ಲ ಎಂದಾದಲ್ಲಿ, ಆತನಿಗೆ ನಾವೊಂದು ಪರೀಕ್ಷೆ ಒಡ್ಡುತ್ತೇವೆ' ಎಂದರು.

'ಹಾಗೆಯೇ ಆಗಲಿ, ಅವನಿಗೊಂದು ಸವಾಲು ಒಡ್ಡೋಣ. ಅದಕ್ಕೇನು ಮಾಡಬೇಕು' ಎಂದು ಕೇಳಿದ ದೊರೆ.

ಮಾರನೆಯ ದಿನ ಆಸ್ಥಾನಿಗರು ಹೇಳಿದರು, 'ಒಂದೇ ರೀತಿಯ ಎರಡು ಮಡಕೆಗಳನ್ನು ತೆಗೆದುಕೊಳ್ಳೋಣ. ಒಂದನ್ನು ಖಾಲಿ ಬಿಟ್ಟು, ಇನ್ನೊಂದರಲ್ಲಿ ಮರಳನ್ನು ತುಂಬೋಣ. ಎರಡನ್ನೂ ಒಂದೇ ರೀತಿಯ ಬಟ್ಟೆಯಿಂದ ಮುಚ್ಚಿ, ಚಾವಣಿಗೆ ನೇತು ಹಾಕೋಣ. ಯಾವುದು ಖಾಲಿ, ಯಾವುದು ಭರ್ತಿಯಾಗಿದೆ ಎಂಬುದನ್ನು ರಾಮ ಹೇಳಬೇಕು'.

ಆಸ್ಥಾನಿಗರು ಹೇಳಿದಂತೆ ಮಾಡಲಾಯಿತು. ಬಳಿಕ ರಾಮನನ್ನು ಆಸ್ಥಾನಕ್ಕೆ ಕರೆಸಲಾಯಿತು.

ದೊರೆ ಹೇಳಿದ, 'ರಾಮ, ಮೇಲಿನ 2 ಮಡಕೆಗಳಲ್ಲಿ ಯಾವುದು ಖಾಲಿ ಇದೆ, ಯಾವುದು ಭರ್ತಿ ಇದೆ ಎಂದು ಅವನ್ನು ಮುಟ್ಟದೆ ಹೇಳಬೇಕು. ಸರಿಯಾಗಿ ಹೇಳಿದಲ್ಲಿ, ನೀನು ಹೊಗಳುಭಟ್ಟನಲ್ಲ. ಇಲ್ಲವಾದಲ್ಲಿ ನೀನು ಮುಖಸ್ತುತಿ ಮಾಡುತ್ತಿದ್ದೀ ಎಂದಾಗುತ್ತದೆ'.

ಮಡಕೆಗಳನ್ನು ಕೆಲಕಾಲ ಸೂಕ್ಷ್ಮವಾಗಿ ನೋಡಿದ ರಾಮ ಹೇಳಿದ, 'ಬಲಭಾಗದ ಮಡಕೆಯಲ್ಲಿ ಮರಳು ಇದೆ. ಎಡಭಾಗದ್ದು ಖಾಲಿ ಇದೆ' ಎಂದ.

'ರಾಮ, ಖಾತ್ರಿಯಾ?' ಎಂದ ದೊರೆ.

'ಹೌದು ಮಹಾರಾಜ. ನಿಮ್ಮ ಮಗ ನಿಮಗಿಂತ ಶ್ರೇಷ್ಠ ರಾಜನಾಗುತ್ತಾನೆ ಎನ್ನುವಷ್ಟೇ ಖಚಿತವಾಗಿ' ಎಂದ ರಾಮ.

ರಾಜನ ಆದೇಶದಂತೆ ಮಡಕೆಗಳನ್ನು ಕೆಳಗಿಳಿಸಿ ಪರಿಶೀಲಿಸಿದಾಗ, ರಾಮ ಹೇಳಿದ್ದು ಸತ್ಯ ಎಂಬುದು ಖಾತ್ರಿಯಾಯಿತು.

ರಾಜ ಸಂತೋಷದಿಂದ ಹೇಳಿದ, 'ನಾನು ಇವರೆಲ್ಲರ ಮಾತು ಕೇಳಿದ್ದು ತಪ್ಪು. ನೀನು ಅಷ್ಟು ಖಾತ್ರಿಯಾಗಿ ಹೇಳಿದ್ದು ಹೇಗೆ? ಮಡಕೆಗಳು ಒಂದೇ ರೀತಿ ಇದ್ದಿದ್ದರಿಂದ ನನಗೇ ಗೊಂದಲವಾಗಿತ್ತು'.

'ಮಹಾರಾಜ, ಮಡಕೆಗಳು ಒಂದೇ ರೀತಿ ಇದ್ದರೂ, ಮರಳಿದ್ದ ಮಡಕೆಯ ಹಗ್ಗ ಹಿಗ್ಗಿದ ಕಾರಣ ಮಡಕೆ ಸ್ವಲ್ಪ ಕೆಳಗೆ ಬಂದಿತ್ತು. ಹಗುರವಾದ ಮಡಕೆ ಸ್ವಲ್ಪ ಮೇಲೆ ಇದ್ದಿತ್ತು. ಜತೆಗೆ, ಹತ್ತಿರ ಹೋದಾಗ ಜೋರಾಗಿ ಉಸಿರು ಬಿಟ್ಟಾಗ ಖಾಲಿ ಮಡಕೆ ಸೂಕ್ಷ್ಮವಾಗಿ ಚಲಿಸಿತು' ಎಂದ.

ಆಸ್ಥಾನಿಗರು ಬಾಯಿ ಬಿಡಲಿಲ್ಲ.

ಜೀವನ ಪಾಠ

ಸಮಯಪ್ರಜ್ಞೆಗಿಂತ ಅತ್ಯುತ್ತಮವಾದ ನಿಯಮವಿಲ್ಲ.

ಹಿತನುಡಿ

- ಸೂಕ್ಷ್ಮವಾದ ವೀಕ್ಷಣೆಯಿಂದ ಕಠಿಣ ಬಿಕ್ಕಟ್ಟಿನಿಂದ ಹೊರಬರಬಹುದು. ಮನುಷ್ಯನಿಗೆ 2 ಕಣ್ಣು, ಒಂದು ಬಾಯಿ ಇರುವುದು ಹೆಚ್ಚು ನೋಡಿ ಕಡಿಮೆ ಮಾತನಾಡಲಿ ಎಂಬ ಉದ್ದೇಶದಿಂದ.
- ಸಣ್ಣ ಸಣ್ಣ ಸಂಗತಿಗಳನ್ನು ಸೂಕ್ಷ್ಮವಾಗಿ ಗಮನಿಸುವುದು ಯಶಸ್ಸಿನ ಗುಟ್ಟುಗಳಲ್ಲಿ ಒಂದು.

ನುಡಿಮುತ್ತು

ಯಶಸ್ಸಿಗೆ ಸರಿ ಸಮನಾದ್ದು ಯಶಸ್ಸು ಮಾತ್ರ.

- ಡೂಮಾಸ್

ವೈಜ್ಞಾನಿಕ ಕುಸ್ತಿ

ಶ್ರೀಕಾಳಹಸ್ತಿಯ ಅತಿಸುರನೆಂಬ ಪೈಲ್ವಾನ ಹಲವು ರಾಜ್ಯಗಳಲ್ಲಿನ ಜಟ್ಟಿಗಳ ಮೇಲೆ ವಿಜಯ ಸಾಧಿಸಿ, ವಿಜಯನಗರಕ್ಕೆ ಬಂದು, ಆಸ್ಥಾನದ ಜಟ್ಟಿಗಳ ಮೇಲೆ ಸವಾಲೆಸೆದ. ಆತನ ಸಾಮರ್ಥ್ಯದ ಬಗ್ಗೆ ಅರಿವಿದ್ದ ಎಲ್ಲರೂ, ಇದರಿಂದ ಚಿಂತೆಗೊಳಗಾದರು.

ತೆನಾಲಿ ರಾಮನಿಗೆ ರಾಜ್ಯದ ಜಟ್ಟಿಗಳ ಸಮಸ್ಯೆ ಅರ್ಥವಾಯಿತು. ಆತ ಕೇಳಿದ, 'ಏಕೆ ಎಲ್ಲರೂ ಸಪ್ಪಗಿದ್ದೀರಿ? ಏನು ನಿಮ್ಮ ಸಮಸ್ಯೆ?'

ಪೈಲ್ವಾನರು ಹೇಳಿದರು, 'ನಾವು ಈವರೆಗೆ ರಾಜನ ಕೃಪಾಶ್ರಯದಲ್ಲಿ ಆರಾಮವಾಗಿದ್ದೆವು. ಅತಿಸುರನಿಗೆ ನಾವು ಸೋತಲ್ಲಿ, ನಮ್ಮ ಗೌರವ ಮತ್ತು ಬದುಕು ಎರಡೂ ಮಣ್ಣಾಗುತ್ತದೆ. ನಾವೇನು ಮಾಡುವುದು' ಎಂದರು.

ರಾಮ ಹೇಳಿದ, 'ಭಯ ಬೇಡ. ನಿಮ್ಮ ಪದಕಗಳನ್ನೆಲ್ಲ ನನಗೆ ಕೊಡಿ. ಎಲ್ಲರೂ ನನ್ನನ್ನು ಹಿಂಬಾಲಿಸಿ' ಎಂದ.

ಎಲ್ಲ ಪದಕಗಳನ್ನು ಧರಿಸಿದ ರಾಮನನ್ನು ಪೈಲ್ವಾನರು ಹಿಂಬಾಲಿಸಿದರು. ಅತಿಸುರನ ಡೇರೆಯ ಎದುರೇ ರಾಮ ಡೇರೆ ಹಾಕಿದ. ರಾಮ ಧರಿಸಿದ್ದ ಪದಕಗಳು, ಹಿಂಬಾಲಕರ ಸೇನೆಯನ್ನು ಕಂಡ ಅತಿಸುರ ಬೆದರಿದ. 'ಈಗ ನನ್ನ ಪ್ರತಿಸ್ಪರ್ಧಿ. ಆತನ ಸಾಮರ್ಥ್ಯ ಏನೆಂದು ಪರಿಶೀಲಿಸಬೇಕು' ಎಂದು ಯೋಚಿಸಿದ. ತಾನು ರಾಮನನ್ನು ಕಾಣಬಯಸುವುದಾಗಿ ಹೇಳಿ ಕಳಿಸಿದ. ವೀರಕೇಸರಿ ಎಂಬ ಸುಳ್ಳು ಹೆಸರಿನ ರಾಮ, 'ದೊರೆಯ ಆಸ್ಥಾನದಲ್ಲೇ ಭೇಟಿಯಾಗೋಣ' ಎಂದು ಪ್ರತ್ಯುತ್ತರ ಕಳಿಸಿದ.

ಮಾರನೇ ದಿನ ವೇದಿಕೆ ಸಿದ್ಧವಾಗಿತ್ತು. ಮಲ್ಲಯುದ್ಧಕ್ಕೆ ಆಹ್ವಾನಿಸಿದ. ಆಗ ಅತಿಸುರನನ್ನು ವೀರಕೇಸರಿ ಪ್ರಶ್ನಿಸಿದ, 'ನಿನ್ನದು ವೈಜ್ಞಾನಿಕ ವಿಧಾನದ ಕುಸ್ತಿಯೋ ಅಥವಾ ಬಲ ಪ್ರಯೋಗಿಸುವ ವಿಧಾನವೋ?'

'ವೈಜ್ಞಾನಿಕ ವಿಧಾನ' ಎಂದ ಅತಿಸುರ.

'ಹಾಗಾದರೆ ನಾನು ವೈಜ್ಞಾನಿಕ ವಿಧಾನದ ಕೆಲ ಸಂಜ್ಞೆಗಳನ್ನು ತೋರಿಸುತ್ತೇನೆ. ಅದನ್ನು ನೀನು ಸರಿಯಾಗಿ ವಿವರಿಸಿದಲ್ಲಿ, ನಿನ್ನ ಜೊತೆಗೆ ಕುಸ್ತಿ ಆಡುತ್ತೇನೆ' ಎಂದ ವೀರಕೇಸರಿ.

'ಹಾಗೆಯೇ ಆಗಲಿ' ಎಂದ ಅತಿಸುರ.

ಎರಡೂ ಕೈಗಳ ಮಧ್ಯದ ಬೆರಳನ್ನು ಅತಿಸುರನ ಕೈಗೆ ಜೋಡಿಸಿ, ತನ್ನ ಎದೆಗೆ ಹೊಡೆದುಕೊಂಡ. ಅತಿಸುರನ ಅಂಗೈಗಳನ್ನು ಬಿಡಿಸಿ, ಭುಜದ ಮೇಲಿರಿಸಿಕೊಂಡು, ತೋರು ಬೆರಳಿನಿಂದ ತನ್ನ ಕುತ್ತಿಗೆಯನ್ನು ಸುತ್ತು ಹಾಕಿದ. ಬಲ ಅಂಗೈಯನ್ನು ಪೃಷ್ಠದವರೆಗೆ ನೇತಾಡುವಂತೆ ಪ್ರದರ್ಶಿಸಿದ, ಎಡಮುಷ್ಟಿಯನ್ನು ಗಾಳಿ ಯಲ್ಲಿ ತೇಲಾಡಿಸಿದ. ಇದನ್ನೆಲ್ಲ ನೋಡಿದ ಅತಿಸುರನಿಗೆ ತಲೆಕೆಟ್ಟುಹೋಯಿತು. ತಾನು ಕಲಿತ ಸಂಜ್ಞೆಗಳನ್ನೆಲ್ಲ ನೆನಪಿಸಿಕೊಂಡ. ಪ್ರಯೋಜನವಾಗಲಿಲ್ಲ.

ಆತ ಏನೂ ಮಾತನಾಡದ್ದನ್ನು ಕಂಡ ವೀರಕೇಸರಿ, ಅತಿಸುರನ ಬಳಿ ಇದ್ದ ಪದಕಗಳನ್ನೆಲ್ಲ ಕಸಿದುಕೊಂಡು ಕುಸ್ತಿಯ ಕಣದಿಂದ ಇಳಿದು ತನ್ನ ಡೇರೆಯ ಕಡೆಗೆ ವಿಜಯದ ಕೂಗು ಹಾಕುತ್ತ ಹಿಂಬಾಲಕರೊಂದಿಗೆ ನಡೆದ.

ಮಾರನೆಯ ದಿನ ಆಸ್ಥಾನದಲ್ಲಿ ರಾಯ ಕೇಳಿದ, 'ರಾಮ, ನೀನು ನಿನ್ನೆ ತೋರಿಸಿದ ಸಂಜ್ಞೆಗಳ ಅರ್ಥವೇನು?'

'ಅತಿಸುರ ನಾನು ನಿನ್ನನ್ನು ಸಮೀಪಿಸಿದಾಗ, ಚಾಕುವಿನಿಂದ ನನ್ನ ಎದೆಗೆ ಚುಚ್ಚುತ್ತಿ. ನಾನು ಮುಖ ಮೇಲೆ ಮಾಡಿಕೊಂಡು ಬಿದ್ದು ಸಾಯುತ್ತೇನೆ. ಅನಂತರ ನನ್ನ ಪತ್ನಿ ಹಾಗೂ ಮಗುವನ್ನು ನೋಡಿಕೊಳ್ಳುವವರು ಯಾರು?' ಎಂದು ವಿವರಿಸಿದ ರಾಮ.

ಇದನ್ನು ಕೇಳಿದ ದೊರೆ, ಸಭಾಸದರು ಗಟ್ಟಿಯಾಗಿ ನಕ್ಕರು.

ಜೀವನ ಪಾಠ

ರಾಮನ ನಿಲುವು ಅಪ್ರಾಮಾಣಿಕ ಕುತಂತ್ರವೋ ಅಥವಾ ಪ್ರಾಮಾಣಿಕ ತಂತ್ರವೋ? ತಮ್ಮ ಪರಿಪ್ರೇಕ್ಷಕ್ಕೆ ಅನುಗುಣವಾಗಿ ಪ್ರತಿಕ್ರಿಯೆ ಬರುತ್ತದೆ.

ಹಿತನುಡಿ

- ಬದುಕಿನಲ್ಲಿ ಜ್ಞಾನವೊಂದೇ ಸಾಲದು. ಸೂಕ್ತ ಸಮಯದಲ್ಲಿ ವಿವೇಕದ ನಡೆಯೂ ಬೇಕು.
- ಕ್ರಿಯೆ ಎಂಬುದು ಆಲೋಚನೆಗಳ ಪ್ರಸ್ತುತಿ.
- ಮಾತು ಮತ್ತು ಕ್ರಿಯೆ ಒಂದೇ ಆಗಿರಲಿ. ಇದರಿಂದ ಯಾವುದೇ ವಿಪತ್ತನ್ನೂ ಜಯಿಸಬಹುದು.
- ಕ್ರಿಯೆಯಿಂದ ಲಾಭವಿದೆಯೇ ಹೊರತು ನಿಷ್ಕ್ರಿಯಿಂದಲ್ಲ.
- ಸಮಗ್ರ ಚಿಂತನೆ ಒಳಿತು. ಅಷ್ಟೇ ಒಳಿತಾದದ್ದು- ಸೂಕ್ತ ಪ್ರತಿಕ್ರಿಯೆ.
- ದೊಡ್ಡ ಗುರಿ ಇರಿಸಿಕೊಳ್ಳುವುದು ಅಗತ್ಯ.

ನುಡಿಮುತ್ತು

ಕ್ರಿಯೆಯಿಂದ ವಿಶಿಷ್ಟ, ಉಪಯುಕ್ತವಾದ ಜ್ಞಾನ ಬೆಳೆಯುತ್ತದೆ.

-ಫ್ರಾಂಕ್ ಕ್ರೇನ್

ಬಾವಿಯ ಮದುವೆ

ಕೃಷ್ಣದೇವರಾಯನ ಕಾಲದಲ್ಲೇ ದಿಲ್ಲಿಯಲ್ಲಿ ಸುಲ್ತಾನರ ಆಳ್ವಿಕೆ ಇತ್ತು. ಉತ್ತರ ಭಾರತದಲ್ಲಿ ಮೇಲ್ಗೈ ಹೊಂದಿದ್ದ ಸುಲ್ತಾನರು ಬಲಾಢ್ಯರಾಗಿದ್ದರು. ದಕ್ಷಿಣದ ರಾಜ್ಯಗಳನ್ನು ಕೈವಶ ಮಾಡಿಕೊಳ್ಳಲು ನಿರಂತರವಾಗಿ ಕುತಂತ್ರ ಹೂಡುತ್ತಿದ್ದರು.

ಹೀಗೊಮ್ಮೆ ದಿಲ್ಲಿಯ ಸುಲ್ತಾನನಿಗೆ ಕೃಷ್ಣದೇವರಾಯನನ್ನು ಕೆಣಕಬೇಕು ಎನ್ನಿಸಿತು. ಆತನ ತನ್ನ ದೂತನ ಜತೆ ರಾಯನಿಗೆ ಸಂದೇಶವೊಂದನ್ನು ಕಳಿಸಿಕೊಟ್ಟ. ಆ ಪತ್ರ ಹೀಗಿತ್ತು.

ಮದುವೆ ಆಹ್ವಾನ ಪತ್ರಿಕೆ

ನಮ್ಮ ರಾಜ್ಯದಲ್ಲಿ ಹೊಸದಾಗಿ ತೋಡಿದ ಬಾವಿಗೆ ಮದುವೆ ಮಾಡಲು ಇಚ್ಛಿಸಿದ್ದೇವೆ. ಈ ಸಮಾರಂಭಕ್ಕೆ ನಿಮ್ಮ ರಾಜ್ಯದ ಎಲ್ಲ ಬಾವಿಗಳನ್ನು ಆಹ್ವಾನಿಸುತ್ತಿದ್ದೇವೆ.

ಸ್ಥಳ : ಸಹಿ

ದಿನಾಂಕ : ದಿಲ್ಲಿಯ ಸುಲ್ತಾನ

ಪತ್ರದ ಜತೆಗೆ, ಬಾವಿಗಳನ್ನು ವಿವಾಹಕ್ಕೆ ಕಳಿಸದಿದ್ದರೆ, ಅದನ್ನು ಅವಮಾನ ಎಂದು ಪರಿಗಣಿಸಲಾಗುತ್ತದೆ. ಇದರ ಪರಿಣಾಮವನ್ನು ವಿಜಯನಗರ ಅನುಭವಿಸ ಬೇಕಾಗುತ್ತದೆ ಎಂಬ ಎಚ್ಚರಿಕೆಯನ್ನು ಲಗತ್ತಿಸಲಾಗಿತ್ತು.

ದೊರೆಗೆ ಪತ್ರದ ತಲೆಬುಡ ಅರ್ಥವಾಗಲಿಲ್ಲ. ಬಾವಿಗಳನ್ನು ದಿಲ್ಲಿಗೆ ಕಳುಹಿಸುವುದು ಸಾಧ್ಯವಿಲ್ಲದ ಕೆಲಸ. ದೊರೆ ಅಷ್ಟ ದಿಗ್ಗಜಗಳ ನೆರವು ಕೋರಿದ. ಆದರೆ, ಅವರು ಕೂಡಾ ಯಾವುದೇ ಪರಿಹಾರ ಸೂಚಿಸುವಲ್ಲಿ ವಿಫಲರಾದರು.

ಕೊನೆಗೆ ರಾಯ ತೆನಾಲಿ ರಾಮನ ನೆರವು ಕೋರಿದ. ಪತ್ರವನ್ನು ಓದಿದ ರಾಮ ಹೇಳಿದ, 'ಪತ್ರದಲ್ಲಿ ಭಯಪಡುವಂತದ್ದೇನೂ ಇಲ್ಲ. ಇದಕ್ಕೆ ಸೂಕ್ತ ಪರಿಹಾರ ನಾನು ನಾಳೆ ಸೂಚಿಸುತ್ತೇನೆ'.

ಮಾರನೇ ದಿನ ಬೆಳಗ್ಗೆ ಒಡ್ಡೋಲಗ ನೆರೆಯಿತು. ಆಗಮಿಸಿದ ರಾಮ ತಾನು ಸಿದ್ಧಪಡಿಸಿದ ಪತ್ರ ಓದಿದ.

'ದಿಲ್ಲಿಯ ಸುಲ್ತಾನರಿಗೆ,

ನೀವು ಕಳಿಸಿದ ಬಾವಿಯ ವಿವಾಹ ಆಮಂತ್ರಣ ಪತ್ರ ತಲುಪಿದೆ. ಇಂಥ ಪವಿತ್ರ ಕಾರ್ಯಕ್ರಮಕ್ಕೆ ನಮ್ಮನ್ನು ಆಹ್ವಾನಿಸಿದ್ದಕ್ಕೆ ನಾವು ಋಣಿಯಾಗಿದ್ದೇವೆ. ನಿಮ್ಮ ಪತ್ರವನ್ನು ರಾಜ್ಯದ ಬಾವಿಗಳಿಗೆ ಓದಿ ಹೇಳಿದೆವು. ತಮ್ಮ ವಿವಾಹದ ವೇಳೆ ದಿಲ್ಲಿಯ ಬಾವಿಗಳನ್ನು ಆಹ್ವಾನಿಸಿದ್ದಕ್ಕೆ ಅವು ಬೇಸರಿಸಿದವು.

ದಿಲ್ಲಿಯ ಬಾವಿಗಳು ತಾವೇ ಬಂದು ಆಹ್ವಾನಿಸಿದಲ್ಲಿ, ವಿಜಯನಗರದ ಬಾವಿಗಳು ದಿಲ್ಲಿಗೆ ಬರಲಿವೆ. ಹೀಗಾಗಿ, ದಿಲ್ಲಿಯ ಬಾವಿಗಳನ್ನು ವಿಜಯನಗರಕ್ಕೆ ಕಳಿಸಬೇಕೆಂದು ಕೋರುತ್ತೇವೆ. ಬಳಿಕ ವಿಜಯನಗರದ ಬಾವಿಗಳ ಜತೆ ನಾವೆಲ್ಲ ದಿಲ್ಲಿಗೆ ಬರುತ್ತೇವೆ.

ನಿಮ್ಮ ಬಾವಿಗಳ ಆಗಮನವನ್ನು ಎದುರು ನೋಡುತ್ತಿದ್ದೇವೆ.

ಸ್ಥಳ :

ದಿನಾಂಕ :

ಕೃಷ್ಣದೇವರಾಯ, ವಿಜಯನಗರ ಸಾಮ್ರಾಜ್ಯ

ಇಡೀ ಆಸ್ಥಾನ ರಾಮನ ಪತ್ರ ಕೇಳಿ ಸಂತಸಪಟ್ಟಿತು. ಸಂದೇಶವನ್ನು ದಿಲ್ಲಿಯ ಸುಲ್ತಾನನಿಗೆ ಕಳುಹಿಸಲಾಯಿತು ದಿಲ್ಲಿಯ ಸುಲ್ತಾನ ಪತ್ರವನ್ನು ಓದಿ, 'ಬಾವಿಗಳನ್ನು ಕಳಿಸುವುದು ಹೇಗೆ?' ಎಂದು ದೂತನನ್ನು ಪ್ರಶ್ನಿಸಿದ. ದೂತ ಉತ್ತರಿಸಲಿಲ್ಲ. ಸುಲ್ತಾನನ ಕುತಂತ್ರ ಫಲ ನೀಡಲಿಲ್ಲ.

ಜೀವನ ಪಾಠ

'ವಂಚಕ'ನಿಗೂ, 'ಚತುರ'ನಿಗೂ ವ್ಯತ್ಯಾಸವಿದೆ. ಕೆಲವೊಮ್ಮೆ ವಂಚಕನನ್ನು ನಿಶಸ್ತ್ರಗೊಳಿಸಲು ಚಾತುರ್ಯವನ್ನು ಬಳಸಬೇಕಾಗುತ್ತದೆ.

ಹಿತನುಡಿ

- ಒಣ ಜಂಭ, ಪ್ರತಿಷ್ಠೆ ಮತ್ತು ದುರಾಸೆಯಿಂದ ಮನುಷ್ಯರು ಹಾಸ್ಯಾಸ್ಪದವಾಗುತ್ತಾರೆ.
- ನೀನು ಬೇರೆಯವರನ್ನು ಅವಮಾನಿಸಿದರೆ, ಮತ್ತೊಬ್ಬರು ನಿನಗೂ ಅದನ್ನೇ ಮಾಡುತ್ತಾರೆ.
- ಕೆಡುಕು ಕ್ಷಮಾರ್ಹವಲ್ಲ.

ನುಡಿಮುತ್ತು

ಅಮಾನುಷ ಕೆಡುಕೊಂದರ ಅಗತ್ಯವಿಲ್ಲ. ಏಕೆಂದರೆ ಜಗತ್ತಿನ ಎಲ್ಲ ಕೆಡುಕು ಮನುಷ್ಯರಲ್ಲೇ ಇದೆ.

- ಜೋಸೆಫ್ ಕಾನ್ರಾಡ್

ವರಹದಲ್ಲಿ ಮುಖ

ಹೀಗೊಮ್ಮೆ ಕೃಷ್ಣದೇವರಾಯ ತೆನಾಲಿ ರಾಮನೊಂದಿಗೆ ಶ್ರೀರಂಗಪಟ್ಟಣಕ್ಕೆ ಪ್ರವಾಸ ಕೈಗೊಂಡಿದ್ದ. ಆಗ ದೊರೆಯ ಕಣ್ಣಿಗೆ ಹೊಲದಲ್ಲಿ ಕೆಲಸ ಮಾಡುತ್ತಿದ್ದ ರೈತ ಕಣ್ಣಿಗೆ ಬಿದ್ದ. ಆತನ ಆದಾಯ ಎಷ್ಟು, ಅದನ್ನು ಆತ ಹೇಗೆ ಖರ್ಚು ಮಾಡುತ್ತಾನೆ ಎಂಬುದನ್ನು ಕೇಳಿಕೊಂಡು ಬಾ ಎಂದು ರಾಮನನ್ನು ದೊರೆ ಕಳಿಸಿದ. ರೈತನೊಂದಿಗೆ ವಿವರವಾದ ಚರ್ಚೆ ಬಳಿಕ ವಾಪಸಾದ ರಾಮ, ದೊರೆಗೆ ವರದಿ ಒಪ್ಪಿಸಿದ.

'ಆತನಿಗೆ 18 ಎಕರೆ ಜಮೀನಿದ್ದು, ಪ್ರತಿ ವರ್ಷ ಉತ್ಪತ್ತಿಗೆ ಅನುಗುಣವಾಗಿ ಕಂದಾಯ ಕಟ್ಟುತ್ತಿದ್ದಾನೆ. ಮಾಸಿಕ ಸುಮಾರು 40 ವರಹ ಆದಾಯವಿದ್ದು, ದೊಡ್ಡ ಕುಟುಂಬವನ್ನು ಸಾಕುತ್ತಿದ್ದಾನೆ' ಎಂದು ರಾಮ ಹೇಳಿದ.

‘ಆತ 40 ವರಹವನ್ನು ಹೇಗೆ ವೆಚ್ಚ ಮಾಡುತ್ತಿದ್ದಾನೆ?’ ರಾಯನ ಮರುಪ್ರಶ್ನೆ.

‘ತನ್ನ ಮೇಲೆ 10, ಉಪಕಾರ ಸ್ಮರಣೆ ಎಂದು 10, 10 ವಾಪಸಾತಿ ಹಾಗೂ 10 ವರಹವನ್ನು ಬಡ್ಡಿ ಎಂದು ವೆಚ್ಚ ಮಾಡುತ್ತಿದ್ದಾನೆ’ ಎಂದ ರಾಮ.

ಅರ್ಥವಾಗದ ಕಾರಣ, ವಿವರಿಸುವಂತೆ ರಾಯ ಹೇಳಿದ.

‘ಒಂದು ಪಾಲು ತನ್ನ ಖರ್ಚಿಗೆ ಬಳಸುತ್ತಾನೆ. ಮನೆ ನೋಡಿಕೊಂಡದ್ದಾಗಿ ಪತ್ನಿಗೆ 10 ವರಹ, ವಯೋವೃದ್ಧ ತಂದೆ-ತಾಯಿಗೆ 10 ವರಹ ಹಾಗೂ ಮಕ್ಕಳಿಗಾಗಿ ಒಂದು ಪಾಲು ಖರ್ಚು ಮಾಡುತ್ತಾನೆ. ತನ್ನನ್ನು ಹಾಗೂ ಪತ್ನಿಯನ್ನು ಮಕ್ಕಳು ವೃದ್ಧಾಪ್ಯದಲ್ಲಿ ನೋಡಿಕೊಳ್ಳಲಿ ಎಂಬುದು ಆತನ ಆಶಯ’ ಎಂದು ವಿವರಿಸಿದ.

‘ನೀನು ನನಗೊಂದು ಉತ್ತಮ ಒಗಟನ್ನು ಹುಡುಕಿ ಕೊಟ್ಟಿದ್ದೀ. ಈ ಉತ್ತರವನ್ನು ರಹಸ್ಯವಾಗಿ ಇಟ್ಟುಕೋ. ನೀನು ನನ್ನ ಮುಖವನ್ನು ಕನಿಷ್ಠ 100 ಬಾರಿ ನೋಡುವ ವರೆಗೆ ಇದನ್ನು ಯಾರಿಗೂ ಹೇಳಕೂಡದು’ ಎಂದ ದೊರೆ.

ಆಗಲಿ ಎಂದು ತೆನಾಲಿ ಸಮ್ಮತಿಸಿದ.

ಮರುದಿನ ಒಗಟನ್ನು ಆಸ್ಥಾನದಲ್ಲಿ ಹೇಳಿದ ದೊರೆ, ವಿವರಣೆ ನೀಡಬೇಕೆಂದು ಆಸ್ಥಾನದಲ್ಲಿದ್ದವರನ್ನು ಕೇಳಿದ.

ದೊರೆ ಜತೆಗೆ ತೆನಾಲಿರಾಮ ಪ್ರವಾಸಕ್ಕೆ ಹೋಗಿದ್ದ ಎಂಬುದು ಅಲ್ಲಸಾನಿ ಪೆದ್ದಣ್ಣನಿಗೆ ಗೊತ್ತಿತ್ತು. ಆತ ರಾಮನ ಬಳಿ ಬಂದು ಒಗಟಿಗೆ ಉತ್ತರವೇನು ಎಂದು ಕೇಳಿದ. ಮೊದಮೊದಲು ಉತ್ತರ ನಿರಾಕರಿಸಿದ ರಾಮ, ವರಹಗಳ ಆಸೆಗೆ ಉತ್ತರ ಹೇಳಿಬಿಟ್ಟ. ಅರಮನೆಗೆ ವಾಪಸಾದ ಪೆದ್ದಣ್ಣ, ಒಗಟಿನ ಉತ್ತರ ಹೇಳಿದ. ತೆನಾಲಿ ರಾಮ ಉತ್ತರ ಹೇಳಿದ್ದಾನೆ ಎಂದು ಗೊತ್ತಾಗಿ, ದೊರೆ ಆತನನ್ನು ಕರೆಸಿದ.

‘ರಾಮ, ಉತ್ತರ ಹೇಳಬಾರದೆಂದು ನಿನಗೆ ಹೇಳಿದ್ದೆನಲ್ಲವೇ? ಏಕೆ ವಚನಭಂಗ ಮಾಡಿದೆ?’ ಎಂದು ದೊರೆ ಪ್ರಶ್ನಿಸಿದ.

‘ಮಹಾರಾಜ, ನಾನು ವಚನಭಂಗ ಮಾಡಿಲ್ಲ. ನಿಮ್ಮ ಮುಖವನ್ನು 100 ಬಾರಿ ನೋಡಿದ ಬಳಿಕವೇ ಪೆದ್ದಣ್ಣನಿಗೆ ಉತ್ತರ ಹೇಳಿದ್ದೇನೆ. ಪೆದ್ದಣ್ಣ ನನಗೆ 100 ವರಹಗಳ ಚೀಲ ಕೊಟ್ಟಿದ್ದು, ಪ್ರತಿ ವರಹದಲ್ಲೂ ನಿಮ್ಮ ಮುಖವಿತ್ತು. ಅನಂತರವೇ ಉತ್ತರ ಹೇಳಿದೆ’ ಎಂದ ರಾಮ.

ರಾಮನ ಚಾತುರ್ಯಕ್ಕೆ ರಾಜ ಬೆರಗಾದ.

ಜೀವನ ಪಾಠ

ನಮಗೆ ಯಾವುದರಿಂದ ಲಾಭವಾಗುತ್ತದೋ, ಅಂಥ ನಿರ್ಧಾರಗಳನ್ನೇ ತೆಗೆದುಕೊಳ್ಳುತ್ತೇವೆ. ನಾವು ಕಾನೂನನ್ನು ಅಕ್ಷರಶಃ ಪಾಲಿಸಬೇಕೋ ಅಥವಾ ಕಾನೂನಿನ ಸಾರವನ್ನು ಗ್ರಹಿಸಿ ನಡೆಯಬೇಕೋ? ನಮ್ಮ ಸಾಕ್ಷಿಪ್ರಜ್ಞೆಗೆ ಅನುಗುಣವಾಗಿ ಕೆಲಸ ಮಾಡಬೇಕು.

ಹಿತನುಡಿ

- ಒಳಿತನ್ನು ಮಾಡಲು ಸಂದರ್ಭಕ್ಕಾಗಿ ಕಾಯಬಾರದು. ಲಭ್ಯ ಅವಕಾಶ ಬಳಸಿಕೊಳ್ಳಬೇಕು.
- ಉತ್ತಮ ಮನುಷ್ಯ ಎನ್ನಿಸಿಕೊಳ್ಳಲು ಸಿಕ್ಕ ಅವಕಾಶಗಳನ್ನೆಲ್ಲ ಬಳಸಿಕೊಳ್ಳಬೇಕು.
- ಅವಕಾಶಗಳು ಅಪರೂಪ. ನಾವೇ ಅದನ್ನು ಹುಡುಕಿಕೊಳ್ಳಬೇಕು.
- ಅವಕಾಶ ಸಿಗಲಿಲ್ಲ ಎಂದು ಕೊರಗದಿರು. ಪ್ರತಿ ದುರಂತದಲ್ಲೂ ಅವಕಾಶ ಇರಲಿದೆ.

ನುಡಿಮುತ್ತು

ಅವಕಾಶವೆಂಬುದು ಮುಂದಲೆಯಲ್ಲಿ ಕೂದಲು, ಹಿಂಭಾಗ ಬೋಳಾಗಿರುವಂತದ್ದು. ಮುಂದಲೆ ಹಿಡಿದರೆ ಆಕೆ ದಕ್ಕುತ್ತಾಳೆ. ತಪ್ಪಿಸಿಕೊಳ್ಳಲು ಬಿಟ್ಟರೂ ಮತ್ತೆಂದೂ ಸಿಗಲಾರಳು.

- ಲ್ಯಾಟಿನ್ ಗಾದೆ

ಅಪ್ರಾಮಾಣಿಕತೆಗೆ ದಂಡ

ಹಂಪೆಯ ರಾಜಮಾರ್ಗದಲ್ಲಿ ಭಿಕ್ಷುಕನೊಬ್ಬನಿಗೆ 100 ವರಹಗಳಿದ್ದ ಚರ್ಮದ ಚೀಲವೊಂದು ಸಿಕ್ಕಿತು. ಚೀಲ ಕಳೆದುಕೊಂಡಿದ್ದ ಶ್ರೀಮಂತ ಹುಡುಕುತ್ತಿದ್ದು, ತಂದುಕೊಟ್ಟವರಿಗೆ ಬಹುಮಾನ ಕೊಡುವುದಾಗಿ ಘೋಷಿಸುತ್ತಿದ್ದುದು ಭಿಕ್ಷುಕನಿಗೆ ಕೇಳಿಸಿತು.

ಪ್ರಾಮಾಣಿಕನಾದ ಆತ ಚೀಲವನ್ನು ಕೊಟ್ಟು, 'ಸ್ವಾಮಿ, ತೆಗೆದುಕೊಳ್ಳಿ ನಿಮ್ಮ ಚೀಲ. ನನಗೆ ಬಹುಮಾನ ಕೊಡಿ' ಎಂದ.

'ಬಹುಮಾನ? ಏಕೆ ಬಹುಮಾನ ಕೊಡಬೇಕು? ನನ್ನ ಚೀಲದಲ್ಲಿ 200

ವರಹಗಳಿತ್ತು. ಸುಮ್ಮನೆ ಹೋಗದಿದ್ದಲ್ಲಿ ಸೈನಿಕರಿಗೆ ಹೇಳುತ್ತೇನೆ' ಎಂದ ದುರಾಸೆಯ ಶ್ರೀಮಂತ.

ಭಿಕ್ಷುಕ ಹೆದರಲಿಲ್ಲ. 'ಬನ್ನಿ ಆಸ್ಥಾನಕ್ಕೆ ಹೋಗೋಣ. ಅಲ್ಲೇ ವಿವಾದ ಬಗೆಹರಿಯಲಿ' ಎಂದ.

ಇಬ್ಬರೂ ಆಸ್ಥಾನಕ್ಕೆ ಹೋಗಿ ರಾಜನ ಎದುರು ದೂರು ಹೇಳಿಕೊಂಡರು. ರಾಜ ಸಮಸ್ಯೆ ಬಗೆಹರಿಸು ಎಂದು ರಾಮನಿಗೆ ಹೇಳಿದ. ಕೆಲಕಾಲ ಯೋಚಿಸಿದ ರಾಮ ಹೇಳಿದ, 'ಇಬ್ಬರು ಹೇಳಿದ್ದನ್ನೂ ನಾನು ನಂಬುತ್ತೇನೆ. ತನ್ನ ಚೀಲದಲ್ಲಿ 200 ವರಹ ಇತ್ತೆಂದು ವರ್ತಕ ಹೇಳುತ್ತಿದ್ದಾನೆ. ಭಿಕ್ಷುಕನಿಗೆ ಸಿಕ್ಕ ಚೀಲದಲ್ಲಿ ಇದ್ದುದು 100 ವರಹ ಮತ್ರ. ಹೀಗಾಗಿ, ಆ ಚೀಲ ವರ್ತಕನದಲ್ಲ' ಎಂದ.

ವರ್ತಕನ ಮುಖ ಬಿಳಿಚಿಕೊಂಡಿತು. ಬಹುಮಾನ ಉಳಿಸಲು ಮಾಡಿದ ತನ್ನ ಕುತಂತ್ರದಿಂದ 100 ವರಹ ಹೋಯಿತು ಎಂದು ಆತ ಗೋಳಾಡಿದ. ನೂರು ವರಹ ಗಿಟ್ಟಿಸಿದ ಭಿಕ್ಷುಕ ಖುಷಿಯಿಂದ ಹೋದ.

ಜೀವನ ಪಾಠ

ಬಹುತೇಕರ ಅಭಿಪ್ರಾಯ ಏನೇ ಇದ್ದರೂ, ಸತ್ಯ ಹೇಳಿದರೆ ಉಪಯೋಗ ಇದೆ. ಸತ್ಯವನ್ನು ತಿರುಚುವವರು, ಬೆಳಕಿಗೆ ಬರುತ್ತಾರೆ, ಕೆಲವರು ಬೇಗ, ಕೆಲವರು ತಡವಾಗಿ. ಅಪ್ರಾಮಾಣಿಕರಿಗೆ ತೊಂದರೆ ತಪ್ಪಿದ್ದಲ್ಲ.

ಹಿತನುಡಿ

- ವಾಸ್ತವವನ್ನು ಒಪ್ಪಿಕೊಳ್ಳುವ ಮನಸ್ಥಿತಿಯೇ ಪ್ರಾಮಾಣಿಕತೆ.
- ಸುಳ್ಳು ತೊಂದರೆಯಲ್ಲಿ ಸಿಲುಕಿಸುತ್ತದೆ, ಪ್ರಾಮಾಣಿಕತೆಗೆ ತನ್ನದೇ ರಕ್ಷಣಾ ಕವಚವಿದೆ. ಕೊಟ್ಟ ಮಾತು ತಪ್ಪಬೇಡಿ. ಸೌಜನ್ಯ ಮರೆಯಬೇಡಿ.

ನುಡಿಮುತ್ತು

ಕಠಿಣ ಎನಿಸಬಹುದು. ಆದರೆ, ಅಪ್ರಾಮಾಣಿಕತೆ ಮತ್ತು ಕೃತ್ರಿಮತೆ ಇಲ್ಲದಿರುವುದು ಒಳಿತು.

ಅನಾಮಿಕ

ಬದನೆಯ ಕಳವು

ಕೃಷ್ಣದೇವರಾಯನ ಅರಮನೆಯ ತೋಟದಲ್ಲಿ ಅತ್ಯುತ್ತಮ ಗುಣಮಟ್ಟದ ಬದನೆ ಗಿಡವೊಂದಿತ್ತು. ದೊರೆಯ ಅನುಮತಿ ಇಲ್ಲದೆ ತೋಟವನ್ನು ಪ್ರವೇಶಿಸುವಂತಿರಲಿಲ್ಲ. ಆ ಬದನೆ ದೊರೆಗೆ ಮೀಸಲಾಗಿತ್ತು.

ಒಮ್ಮೆ ರಾಜ ಹಮ್ಮಿಕೊಂಡಿದ್ದ ಭೋಜನಕೂಟದಲ್ಲಿ ಬದನೆಯ ಖಾದ್ಯವನ್ನು ಬಡಿಸಲಾಯ್ತು. ಅದರ ರುಚಿಗೆ ಮಾರುಹೋದ ರಾಮ, ರಾತ್ರಿ ಪತ್ನಿಗೆ ಈ ಕುರಿತು ಹೇಳಿದ. ಆಕೆ ತನಗೂ ಅದನ್ನು ತಿನ್ನಬೇಕೆಂಬ ಆಸೆಯಿದೆ ಎಂದು ಒತ್ತಾಯಿಸಿದಳು. ‘ಅದು ಹೇಗೆ ಸಾಧ್ಯ? ಒಂದೇ ಒಂದು ಬದನೆಕಾಯಿ ಕಳುವಾದರೂ, ಕದ್ದವನ ತಲೆ ಹೋಗುವುದು ಖಚಿತ’ ಎಂದ ರಾಮ.

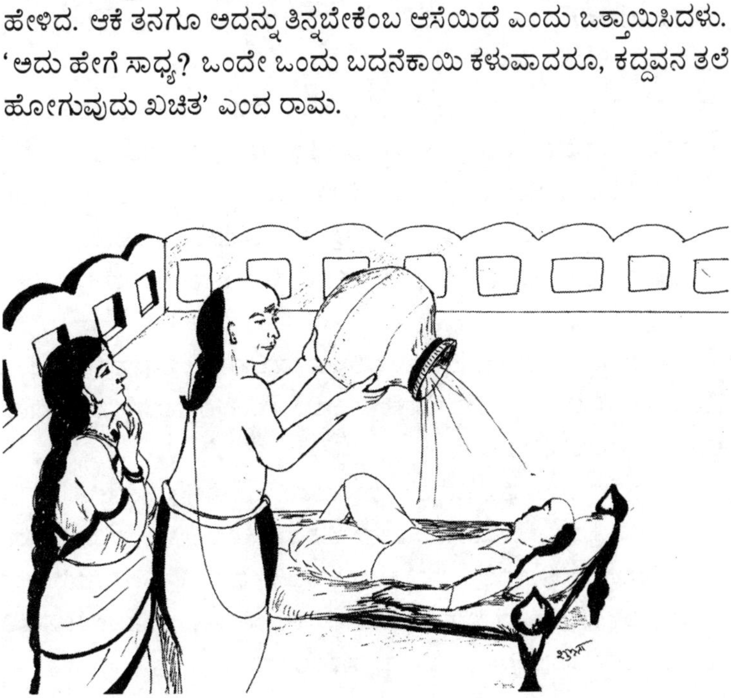

ಆದರೆ, ಆಕೆಯದು ಒಂದೇ ಹಟ. ಕೊನೆಗೆ ರಾಮ ಬದನೆ ತರಲು ಒಪ್ಪಿದ. ಮಾರನೆಯ ದಿನ ರಾತ್ರಿ ತೋಟಕ್ಕೆ ಕದ್ದು ನುಗ್ಗಿದ ರಾಮ, ಕೆಲ ಬದನೆಗಳನ್ನು ಕದ್ದು ತಂದ. ಅದನ್ನು ಅಡುಗೆ ಮಾಡಿದ ಹೆಂಡತಿ, ರುಚಿಗೆ ಮಾರುಹೋದಳು. ತನ್ನ ಮಗನೂ ತಿನ್ನಲಿ ಎಂದು ಹಟ ಹಿಡಿದಳು.

'ಅಂಥ ತಪ್ಪು ಮಾಡಬೇಡ. ಆತ ಏನಾದರೂ ಬಾಯಿಬಿಟ್ಟರೆ, ನನ್ನ ತಲೆ ಹೋಗುವುದು ಖಾತ್ರಿ' ಎಂದ ರಾಮ.

ಪತ್ನಿ ಇದಕ್ಕೆ ಒಪ್ಪಲಿಲ್ಲ. 'ಇಷ್ಟು ರುಚಿ ಇರುವ ತಿನಿಸನ್ನು ನಾವು ಮಾತ್ರ ತಿಂದು ಅವನಿಗೆ ಕೊಡದಿರುವುದು ಹೇಗೆ? ಇದಕ್ಕೊಂದು ದಾರಿ ಹುಡುಕಿ. ಆತ ಬದನೆ ತಿನ್ನಬೇಕು. ನಾವು ಕಳವು ಮಾಡಿದ್ದೇವೆ ಎಂಬುದು ಸಾಬೀತಾಗಬಾರದು' ಎಂದಳು.

ತೆನಾಲಿಯ ಮಗ ಮಹಡಿಯ ಮೇಲೆ ಮಲಗಿದ್ದ. ಪಾತ್ರೆಯೊಂದರಲ್ಲಿ ನೀರು ತುಂಬಿಕೊಂಡ ರಾಮ, ಮಗನ ಮೇಲೆ ಸುರಿದ. ಬಳಿಕ ಮಗನನ್ನು ಎತ್ತಿಕೊಂಡು, 'ಮಳೆ ಸುರಿಯುತ್ತಿದೆ. ಒಳಗೆ ಹೋಗಿ ಮಲಗೋಣ' ಎಂದ.

ಮಗನ ಬಟ್ಟೆ ಬದಲಿಸಿ, ಬದನೆಯ ಪದಾರ್ಥ ತಿನ್ನಲು ಕೊಟ್ಟ. ಮಗ ಊಟ ಮಾಡುತ್ತಿರುವಾಗ 'ಜೋರಾಗಿ ಮಳೆ ಬರುತ್ತಿದೆ. ನೀನು ಒಳಗೆ ಮಲಗು' ಎಂದು ಮತ್ತೊಮ್ಮೆ ಹೇಳಿದ.

ಮಾರನೆ ದಿನ ತೋಟದಿಂದ ಬದನೆ ಕಳುವಾದದ್ದು ರಾಜನಿಗೆ ಗೊತ್ತಾಯಿತು. ಕಳ್ಳನನ್ನು ಪತ್ತೆ ಹಚ್ಚಿದವರಿಗೆ ಭಾರಿ ಬಹುಮಾನ ಕೊಡುವುದಾಗಿ ಘೋಷಿಸಿದ.

ದಂಡನಾಯಕನಿಗೆ ರಾಮನ ಮೇಲೆ ಸಂಶಯ. ಆತ ವಿಷಯವನ್ನು ದೊರೆಗೆ ಹೇಳಿದಾಗ, 'ತೆನಾಲಿ ಚಾಣಾಕ್ಷ ಯಾವುದಾದರೊಂದು ಉಪಾಯ ಹೂಡಿ ತಪ್ಪಿಸಿಕೊಳ್ಳುತ್ತಾನೆ. ಅವನ ಮಗನನ್ನು ಕರೆಸಿ ಕೇಳೋಣ. ಆ ಮಗು ಸುಳ್ಳು ಹೇಳುವುದಿಲ್ಲ' ಎಂದ.

ತೆನಾಲಿಯ ಮಗನನ್ನು ಆಸ್ಥಾನಕ್ಕೆ ಕರೆಸಲಾಯ್ತು. ರಾತ್ರಿ ಯಾವ ತರಕಾರಿ ತಿಂದೆ ಎಂಬ ಪ್ರಶ್ನೆಗೆ ಬಾಲಕ, 'ಬದನೆಕಾಯಿ. ಅಂಥ ರುಚಿಕರ ಬದನೆಯನ್ನು ನಾನು ಈವರೆಗೆ ತಿಂದಿಲ್ಲ' ಎಂದ.

ದಂಡನಾಯಕ ರಾಮನಿಗೆ ಹೇಳಿದ, 'ರಾಮ, ನಿನ್ನ ತಪ್ಪು ಒಪ್ಪಿಕೋ'.

'ಯಾವುದೇ ತಪ್ಪು ಮಾಡದ ನಾನು ಏಕೆ ಒಪ್ಪಿಕೊಳ್ಳಲಿ? ಕಳೆದ ರಾತ್ರಿ ಮಗ ಬೇಗ ಮಲಗಿದ. ಕನಸಿನಲ್ಲಿ ಬದನೆ ತಿಂದ ಕನಸು ಕಂಡಿದ್ದಾನೆ. ಹೀಗಾಗಿಯೇ ಆತ ಬದನೆ, ಮಳೆ ಎಂದೆಲ್ಲ ಬಾಯಿಗೆ ಬಂದ ಮಾತು ಆಡುತ್ತಿದ್ದಾನೆ. ಆತನನ್ನೇ ಕೇಳಿ ರಾತ್ರಿ ಮಳೆ ಬಂದಿತ್ತಾ ಎಂದು?' ಎಂದು ರಾಮ ಸವಾಲೆಸೆದ.

ದಂಡನಾಯಕ ರಾಮನ ಮಗನಿಗೆ 'ನಿನ್ನೆ ರಾತ್ರಿ ಹವಾಮಾನ ಹೇಗಿತ್ತು? ಮಳೆ ಏನಾದರೂ ಬಂದಿತ್ತಾ?' ಎಂದು ಪ್ರಶ್ನಿಸಿದಾಗ ಮಗು, 'ನಿನ್ನೆ ರಾತ್ರಿ ಭಾರಿ ಮಳೆ ಬಂದಿತ್ತು. ಮಹಡಿಯಲ್ಲಿ ಮಲಗಿದ್ದ ನನ್ನ ಬಟ್ಟೆಯೆಲ್ಲ ನೆನೆದವು. ಬಳಿಕ ನಾನು ಮನೆಯೊಳಗೆ ಮಲಗಿದೆ' ಎಂದ. ಆದರೆ, ಆ ರಾತ್ರಿ ವಿಜಯನಗರದಲ್ಲಿ ಎಲ್ಲಿಯೂ ಒಂದೇ ಒಂದು ಹನಿ ಮಳೆ ಬಂದಿರಲಿಲ್ಲ.

ರಾಜ ಮತ್ತು ದಂಡನಾಯಕನಿಗೆ ಬೇರೆ ದಾರಿಯೇ ಉಳಿಯಲಿಲ್ಲ. ತೆನಾಲಿ ರಾಮನನ್ನು ಸಂಶಯಿಸಿದ್ದಕ್ಕೆ ಆತನ ಕ್ಷಮೆ ಕೇಳಿದರು.

ಜೀವನ ಪಾಠ

ಕಳವು ಮಾಡಬೇಕೆಂದು ಪತಿಯನ್ನು ಒತ್ತಾಯಿಸುವುದು ಸರಿಯೇ? ಅಂಥ ಒತ್ತಡಕ್ಕೆ ಮಣಿಯುವುದು ಸೂಕ್ತವೇ? ಚಾಣಾಕ್ಷತೆ ಬಳಸಿ, ತಪ್ಪು ಮಾಡಿದ್ದರೂ ತಪ್ಪಿಸಿಕೊಳ್ಳುವುದು ಸಮ್ಮತವೇ? ಇದರಿಂದ ಇಂಥ ಸಾಮರ್ಥ್ಯಕ್ಕೆ ಧಕ್ಕೆ ಆಗುವುದಿಲ್ಲವೇ? ಈ ಪ್ರಶ್ನೆಗಳನ್ನು ನಮಗೆ ನಾವೇ ಹಾಕಿಕೊಳ್ಳಬೇಕು.

ಹಿತನುಡಿ

- ಯೋಜನೆಯಂತೆ ಕಾರ್ಯನಿರ್ವಹಿಸಿದಲ್ಲಿ ದಿನನಿತ್ಯದ ಬದುಕಿನಲ್ಲಿ ಪ್ರಯೋಜನವಿದೆ.
- ಪ್ರಸ್ತುತದ ವಿಶ್ಲೇಷಣೆ, ಭವಿಷ್ಯದ ಆಲೋಚನೆ, ಗುರಿ ಇಟ್ಟುಕೊಳ್ಳುವುದು, ಹಾಗೂ ಗುರಿ ಸಾಧನೆಗೆ ಅಗತ್ಯವಾದ ಯೋಜನೆ ಹಮ್ಮಿಕೊಳ್ಳುವುದು ಫಲಪ್ರದ ಆಗಲಿದೆ.
- ಯೋಜನೆ ಮೂಲಕ ಸಾಮಾನ್ಯ ಪರಿಸ್ಥಿತಿಯಲ್ಲೂ ಉತ್ತಮ ಫಲಿತಾಂಶ ಪಡೆಯಬಹುದು.

ನುಡಿಮುತ್ತು

ಮೊದಲೇ ಯೋಜನೆ ರೂಪಿಸಿದಲ್ಲಿ, ಪರಿಸ್ಥಿತಿ ಅದಕ್ಕೆ ಹೊಂದಿಕೊಳ್ಳುವಂತೆ ರೂಪುಗೊಳ್ಳುವುದರಲ್ಲಿ ಯಾವುದೇ ಅಚ್ಚರಿಯಿಲ್ಲ.

-ಸರ್ ವಿಲಿಯಂ ಓಕ್ಲರ್

ಕಾಡುಹರಟೆ ನಿಷ್ಫಲ

ರಾಜಗುರು ತಾತಾಚಾರ್ಯನಿಗೆ ದೊರೆಯ ಎದುರು ರಾಮನನ್ನು ಸೋಲಿಸಬೇಕೆಂಬ ಹಂಬಲ.

ಒಂದು ದಿನ ಆಸ್ಥಾನದಲ್ಲಿ ದೊರೆ ಮತ್ತು ಇತರರು ವಿಷಯವೊಂದರ ಕುರಿತು ಚರ್ಚೆ ನಡೆಸುತ್ತಿದ್ದರು. ಆಗ ಪ್ರವೇಶಿಸಿದ ತಾತಾಚಾರ್ಯ, 'ರಾಮ, ನಿನ್ನ ಶಿಷ್ಯನೊಬ್ಬನ ಕುರಿತು ನಾನು ಕೇಳಿದ ವಿಷಯ ತಿಳಿಸಲೇ?' ಎಂದ.

‘ರಾಜಗುರು, ಏನಾದರೂ ಹೇಳುವ ಮುನ್ನ ನನ್ನ ಕೆಲವು ಸರಳ ಪ್ರಶ್ನೆಗಳಿಗೆ ಉತ್ತರ ಕೊಡುವಿರಾ?’ ಕೇಳಿದ ರಾಮ.

‘ಏನದು, ಕೇಳು’ ಎಂದ ರಾಜಗುರು.

‘ದೊರೆ ಮತ್ತು ಉಳಿದವರ ಸಮಯವನ್ನು ಕಾಡುಹರಟೆಯಿಂದ ಹಾಳು ಮಾಡುವುದು ಬೇಡ. ನನ್ನ ಮೊದಲ ಪ್ರಶ್ನೆ- ನೀವು ಹೇಳಬೇಕೆಂದಿರುವುದು ನಿಜವೇ, ವಾಸ್ತವವೇ ಮತ್ತು ಸತ್ಯಸಂಗತಿಯೇ?’

ರಾಜಗುರು ಹೇಳಿದ, ‘ಗೊತ್ತಿಲ್ಲ. ನಾನು ಆ ಬಗ್ಗೆ ಕೇಳಿದೆನಷ್ಟೆ’.

‘ಸರಿ. ಅದು ಸತ್ಯವೇ ಎಂಬುದು ನಿಮಗೆ ಗೊತ್ತಿಲ್ಲ. ಅದು ಸುಳ್ಳಾಗಿರಬಹುದು, ಗಾಳಿ ಸುದ್ದಿ ಇರಬಹುದು. ಇದು ನನ್ನ ಎರಡನೇ ಪ್ರಶ್ನೆ. ನೀವು ಹೇಳುತ್ತಿರುವ ಸುದ್ದಿ ಒಳ್ಳೆಯದೇ?’ ವಿವರಿಸಿದ ರಾಮ.

‘ಇದು. ಅದು ತದ್ವಿರುದ್ಧವಾದ್ದು’ ಹೇಳಿದ ತಾತಾಚಾರ್ಯ.

‘ನೀವು ಹೇಳುತ್ತಿರುವುದು ಕೆಟ್ಟ ಸುದ್ದಿ. ಅದು ಸತ್ಯವೆಂದು ನಿಮಗೆ ಖಾತ್ರಿ ಇಲ್ಲದಿದ್ದರೂ ಹೇಳಲು ಮುಂದಾಗಿದ್ದೀರಿ’ ಎಂದ ರಾಮ.

ತಾತಾಚಾರ್ಯನಿಗೆ ಮಾತು ಕಟ್ಟಿ ಹೋಯಿತು. ಹೌದೆಂದು ತಲೆ ಆಡಿಸಿದ.

‘ಇನ್ನೊಂದು ಪ್ರಶ್ನೆ ಇದೆ. ನೀವು ಹೇಳಲಿರುವ ಸುದ್ದಿ ಉಪಯುಕ್ತವೇ, ಸಕಾರಾತ್ಮಕವಾದದ್ದೇ?’ ರಾಮನ ಪ್ರಶ್ನೆ.

‘ಇಲ್ಲ, ಇಲ್ಲ’ ಎಂದು ರಾಜಗುರು.

‘ನೀವು ಹೇಳಲು ಹೊರಟಿರುವ ಸುದ್ದಿ ಸತ್ಯವಲ್ಲ ಅಥವಾ ಒಳ್ಳೆಯದಲ್ಲ ಅಥವಾ ಉಪಯುಕ್ತವಾದದ್ದಲ್ಲ. ಹೀಗಿರುವಾಗ ಅಂಥ ಸುದ್ದಿ ಏಕೆ ಹೇಳಬೇಕು? ಆ ಮೂಲಕ ನನ್ನ ಹಾಗೂ ಎಲ್ಲರ ಕಾಲ-ಶಕ್ತಿಹರಣ ಮಾಡಬೇಕು?’ ಪ್ರಶ್ನಿಸಿದ ರಾಮ.

ತಾತಾಚಾರ್ಯ ನಾಚಿ ತಲೆತಗ್ಗಿಸಿದ. ಸೋಲು ಒಪ್ಪಿಕೊಂಡ.

ಜೀವನ ಪಾಠ

ಸಂವಹನದಲ್ಲಿ ಸತ್ಯ, ಒಳಿತು, ಉಪಯುಕ್ತತೆಯ ಮಾನದಂಡವನ್ನು ಬಳಸಿದಲ್ಲಿ, ನಮ್ಮ ಸಮಯ ಉಳಿತಾಯವಲ್ಲದೆ, ಬದುಕು ಸಕಾರಾತ್ಮಕವಾಗುತ್ತದೆ. ಈ ಮಾನದಂಡವು ನಮ್ಮ ಸಾಮಾಜಿಕ ಮತ್ತು ವೃತ್ತಿ ಬದುಕಿನಲ್ಲಿ ಶಿಸ್ತಿನಿಂದ ನಿರ್ವಹಿಸಲು ನೆರವಾಗುತ್ತದೆ.

ಹಿತನುಡಿ

- ಒಳಿತಿನ, ಉಪಯುಕ್ತವಾದ ಹಾಗೂ ನಿಜವಾದ ಕೆಲಸವನ್ನು ಬೇಗ ಮಾಡಿ. ಮನಸ್ಸನ್ನು ಕೆಡಕಿನಿಂದ ದೂರವಿಡಿ.
- ಮುಗ್ಧತೆ ಮತ್ತು ಹಾನಿ ಮಾಡದಿರುವುದು ಮಾತ್ರ ಒಳಿತಲ್ಲ. ಬದಲಿಗೆ, ಒಳ್ಳೆಯ ಮತ್ತು ಉಪಯುಕ್ತ ಕ್ರಿಯೆ ಮಾಡಲು ನಮ್ಮ ಸಾಮರ್ಥ್ಯ ಬಳಕೆಯೇ ಸದ್ಗುಣ.

ನುಡಿಮುತ್ತು

ಕೆಲಸವಿಲ್ಲದವರು ಗಳಹುತ್ತ ಕೂರುತ್ತಾರೆ. ಕಡಿಮೆ ಬುದ್ಧಿಯಿರುವವರು ಹೆಚ್ಚು ಮಾತನ್ನಾಡುತ್ತಾರೆ.

- ಮಾಂಟೆಸ್ಕೂ

ಕಳ್ಳರಿಗೇ ಟೋಪಿ

ತೆನಾಲಿ ರಾಮನ ಮನೆ ಎದುರು ಚೆಂದವಾದ ಕೈತೋಟವಿತ್ತು. ಅಸಂಖ್ಯ ಹೂವು, ಹಣ್ಣಿನ ಗಿಡಗಳಿದ್ದವು. ಒಂದು ಮೂಲೆಯಲ್ಲಿ ಬಾವಿ ಇದ್ದಿತ್ತು.

ಒಂದು ದಿನ ಸಂಜೆ ಮಹಡಿ ಮೇಲೆ ಕುಳಿತಿದ್ದಾಗ, ಗಿಡಗಳು ಬಿಸಿಲಿನಿಂದ ಹಾಗೂ ನೀರು ಹಾಕದ ಕಾರಣ ಬಾಡಿಹೋಗಿದ್ದು ಕಂಡುಬಂತು. ಹಾಗೆಯೇ ನೋಡುತ್ತಿದ್ದಾಗ ಕೆಲವು ಪೊದೆಗಳ ಹಿಂದೆ ಚಲನೆ ಕಣ್ಣಿಗೆ ಬಿತ್ತು. ಕಳ್ಳರು ಅಲ್ಲಿ ಅಡಗಿದ್ದಾರೆ ಎಂದು ರಾಮನಿಗೆ ಗೊತ್ತಾಯಿತು. ಆದರೆ, ಅದನ್ನು ತೋರಿಸಿ ಕೊಳ್ಳಲಿಲ್ಲ.

ಪತ್ನಿಯನ್ನು ಕರೆದು ನಗರದಲ್ಲಿ ಕಳ್ಳತನ ಹೆಚ್ಚುತ್ತಿರುವ ಕುರಿತು ಕಳ್ಳನಿಗೆ ಕೇಳಿಸುವಂತೆ ಮಾತನಾಡಿದ ರಾಮ, 'ನಿನ್ನಲ್ಲಿರುವ ಒಡವೆಗಳನ್ನೆಲ್ಲ ಕಬ್ಬಿಣದ ಟ್ರಂಕ್‌ನಲ್ಲಿ ಇರಿಸಿ, ತೋಟದ ಬಾವಿಯಲ್ಲೇಕೆ ಇಡಬಾರದು? ಇದರಿಂದ ಆಭರಣಗಳು ಸುರಕ್ಷಿತವಾಗಿರುತ್ತವೆ' ಎಂದು ಪತ್ನಿಯನ್ನು ಕೇಳಿದ.

ಇಬ್ಬರೂ ಮಾತನ್ನಾಡುತ್ತ ಮನೆಯೊಳಗೆ ಹೋದರು. ತೋಟದಲ್ಲಿ ಕಳ್ಳರು ಅಡಗಿರುವುದನ್ನು ಪತ್ನಿಗೆ ತಿಳಿಸಿದ ರಾಮ, ಕಬ್ಬಿಣದ ಟ್ರಂಕ್‌ನಲ್ಲಿ ಭಾರವಾದ ಕಲ್ಲು ತುಂಬಿ, ಎಳೆಯುತ್ತ ತಂದು ಬಾವಿಯೊಳಗೆ ಹಾಕಿದ.

ರಾಮ ಮತ್ತು ಆತನ ಪತ್ನಿ ಟ್ರಂಕ್‌ನ್ನು ಬಾವಿಗೆ ಹಾಕಿದ್ದನ್ನು ಕಳ್ಳರು ಕಂಡರು. ರಾಮ ಮತ್ತು ಪತ್ನಿ ಮನೆಯೊಳಗಿನ ಎಲ್ಲ ದೀಪ ಆರಿಸಿದ ಬಳಿಕ, ಕೆಲಕಾಲ ಕಾಯ್ದು ಬಾವಿಯೊಳಗಿಂದ ಟ್ರಂಕ್ ಎತ್ತಲು ಪ್ರಯತ್ನ ಆರಂಭಿಸಿದರು. ಎಷ್ಟು ಪ್ರಯತ್ನಿಸಿದರೂ ಕಳ್ಳರಿಗೆ ಟ್ರಂಕ್ ಮೇಲೆತ್ತಲು ಸಾಧ್ಯವಾಗಲಿಲ್ಲ. ಅವರಿಗೆ ಉಳಿದ ದಾರಿ ಒಂದೇ- ಬಾವಿಯಲ್ಲಿದ್ದ ನೀರು ಖಾಲಿ ಮಾಡುವುದು.

ಮುಂಜಾವಿನ ತನಕ ನೀರು ಎತ್ತಿದರೂ ಟ್ರಂಕ್ ಕಾಣಲಿಲ್ಲ. ಕೊನೆಗೂ ಟ್ರಂಕ್ ಹೊರಗೆ ತೆಗೆದು ಒಡೆದು ನೋಡಿದರೆ ಒಡವೆಗಳ ಬದಲು ಭಾರಿ ಕಲ್ಲುಗಳಿದ್ದವು. ಇದನ್ನೆಲ್ಲ ಕಿಟಕಿಯಿಂದ ನೋಡುತ್ತಿದ್ದ ರಾಮ, ನಗುತ್ತ ತೋಟಕ್ಕೆ ಬಂದ. ಕಳ್ಳರು ಆತ ಬರುತ್ತಿದ್ದುದನ್ನು ಕಂಡು ಓಡಲು ಯತ್ನಿಸಿದರು. ರಾಮ ಹೇಳಿದ, 'ಗೆಳೆಯರೇ, ಹೆದರಬೇಡಿ. ನಾನು ನಿಮ್ಮನ್ನು ಹಿಡಿಯಲು ಬರುತ್ತಿಲ್ಲ. ಬದಲಿಗೆ, ಧನ್ಯವಾದ ಹೇಳಲು ಬರುತ್ತಿದ್ದೇನೆ. ನೀವು ಬಾಡಿಹೋಗುತ್ತಿದ್ದ ಗಿಡಗಳಿಗೆ ನೀರು ಹಾಕಿದ್ದೀರಿ' ಎಂದ.

ರಾಮ ತಮಗೆ ಟೋಪಿ ಹಾಕಿದ ಎಂಬುದನ್ನು ಅರಿತ ಕಳ್ಳರು, ಪೆಚ್ಚು ಮೋರೆ ಹಾಕಿಕೊಂಡು ಅಲ್ಲಿಂದ ಕಾಲ್ಕಿತ್ತರು.

ಜೀವನ ಪಾಠ

ಕೆಲಸವನ್ನು ಸಮರ್ಥವಾಗಿ ಮಾಡಿಸಬಲ್ಲವನೇ ನಾಯಕ. ಆತ ಅನಗತ್ಯವಾಗಿ ಮಧ್ಯಪ್ರವೇಶಿಸಬಾರದು. ಅಗತ್ಯವಿದ್ದಲ್ಲಿ ನಿರ್ದೇಶನ ನೀಡಬಹುದು. ನಿಗದಿತ ಅವಧಿಯಲ್ಲಿ ಕೆಲಸ ಪೂರೈಸುವಂತೆ ಹುರುಪು ತುಂಬಬೇಕು.

ಹಿತನುಡಿ

- ನೋಡಲು ಕಣ್ಣುಗಳಿಗೆ ಬೆಳಕು ಅಗತ್ಯವಿರುವಂತೆ ಯೋಜನೆಗಳನ್ನು ರೂಪಿಸಲು ಕ್ರಿಯಾಶೀಲ ಮಿದುಳು ಅಗತ್ಯ.
- ಆಲೋಚನೆಯೊಂದನ್ನು ಹತ್ತಿಕ್ಕಲು ಯಾರಿಗೂ ಸಾಧ್ಯವಿಲ್ಲ.
- ಎಲ್ಲ ಕ್ರಿಯೆಗಳ ಮೂಲ ಸೂಕ್ತ ಆಲೋಚನೆ.

ನುಡಿಮುತ್ತು

ಮನುಷ್ಯ ಸಾಯಬಹುದು, ದೇಶಗಳು ಹುಟ್ಟಬಹುದು ಮತ್ತು ಸಾಯಬಹುದು. ಆದರೆ, ಉದಾತ್ತಧ್ಯೇಯಗಳು ನಿರಂತರ. ಅವಕ್ಕೆ ಸಾವಿಲ್ಲ.

-ಜಾನ್ ಎಫ್.ಕೆನಡಿ

ಸುಳ್ಳಾದ ಭರವಸೆ

ಒಂದು ದಿನ ಆಸ್ಥಾನಕ್ಕೆ ಆಗಮಿಸಿದ ತೆನಾಲಿ ರಾಮ ಚಿಂತಾಕ್ರಾಂತನಾಗಿದ್ದ. ದೊರೆ ಇದನ್ನು ಕಂಡು ವಿಚಾರಿಸಿದ, 'ರಾಮ, ಏಕೆ ಸಪ್ಪಗೆ ಇರುವೆ? ಏನು ಬೇಕು ಕೇಳು'.

ದುಃಖದ ದನಿಯಲ್ಲಿ ರಾಮ ಹೇಳಿದ, 'ಮಹಾರಾಜ, ನಾನು 2 ತಿಂಗಳಲ್ಲಿ ಸಾಯುತ್ತೇನೆಂದು ಜ್ಯೋತಿಷಿಗಳು ಹೇಳಿದ್ದಾರೆ. ನನ್ನ ಸಾವಿನ ಬಗ್ಗೆ ಚಿಂತಿಸುತ್ತಿಲ್ಲ. ಆದರೆ, ಬಳಿಕ ನನ್ನ ಕುಟುಂಬವನ್ನು ನೋಡಿಕೊಳ್ಳುವವರು ಯಾರು ಎಂಬುದೇ ನನ್ನ ಚಿಂತೆ'.

ರಾಜ ಹೇಳಿದ, 'ರಾಮ, ನೀನು ಸದಾಕಾಲ ನನ್ನ ಹಾಗೂ ವಿಜಯನಗರದ ಮಾನ ಕಾಪಾಡಲು ಶ್ರಮಪಟ್ಟಿದ್ದೀ, ಪ್ರಾಮಾಣಿಕ ಸೇವೆ ಸಲ್ಲಿಸಿರುವೆ. ನಿನ್ನ ಕುಟುಂಬವನ್ನು ನಾನು ಸಲಹುವೆ' ಎಂದ.

ಬಳಿಕ ತೆನಾಲಿ ರಾಮನಿಗೆ ಹುಶಾರಿಲ್ಲ ಎಂಬ ಸುದ್ದಿಯನ್ನು ರಾಮನೇ ಹಬ್ಬಿಸಿದ.

ಬಳಿಕ ಮರಣ ಹೊಂದಿದ ಎಂಬ ಸುದ್ದಿ ಹರಡಿಬಿಟ್ಟ. ತನ್ನಲ್ಲಿದ್ದ ಹಣ, ಆಭರಣವನ್ನೆಲ್ಲ ದೊಡ್ಡ ಟ್ರಂಕ್‌ನಲ್ಲಿ ತುಂಬಿ, ತಾನೂ ಒಳಗೆ ಅಡಗಿಕೊಂಡ.

ರಾಮನ ಮರಣದ ವಿಷಯ ತಿಳಿದ ದೊರೆ, ಆತನ ಮನೆಯಲ್ಲಿರುವ ಟ್ರಂಕ್‌ನ್ನು ತರುವಂತೆ ಸೇವಕರಿಗೆ ಆಜ್ಞಾಪಿಸಿದ. ರಾಮ ತುಂಬ ಹಣ ಇಟ್ಟಿದ್ದಾನೆ ಎಂಬುದು ರಾಜನ ಅಭಿಪ್ರಾಯ. ಸೇವಕರು ರಾಮನ ಮನೆಯಲ್ಲಿದ್ದ ಪೆಟ್ಟಿಗೆಯನ್ನು ಹೊತ್ತುತಂದರು. ಪೆಟ್ಟಿಗೆಯ ಬೀಗ ಒಡೆದು ತೆರೆಯಲಾಯಿತು. ಅದರೊಳಗಿದ್ದ ರಾಮ ಹೊರಗೆ ಬಂದ. ಆಶ್ಚರ್ಯಚಕಿತನಾದ ದೊರೆ ಹೇಳಿದ, 'ರಾಮ, ನೀನು ಮರಣ ಹೊಂದಿದೆ ಎಂದು ಎಲ್ಲರೂ ಹೇಳಿದ್ದರಲ್ಲ'.

ರಾಮ ಹೇಳಿದ, 'ಮಹಾರಾಜ, ನಿಮ್ಮನ್ನು ನಂಬಿಕೊಂಡು ನಾನು ಹೇಗೆ ಸಾಯಲಿ? ಸಾವಿನ ಬಳಿಕ ನನ್ನ ಕುಟುಂಬವನ್ನು ಚೆನ್ನಾಗಿ ನೋಡಿಕೊಳ್ಳುತ್ತೇನೆ ಎಂದು ಮಾತು ಕೊಟ್ಟವರು ನೀವೇ ಅಲ್ಲವೇ?'

ರಾಮನ ಮಾತು ಕೇಳಿ ದೊರೆಗೆ ನಾಚಿಕೆಯಾಯಿತು. ಆತ ಬಾಯಿ ಬಿಡಲಿಲ್ಲ.

ಜೀವನ ಪಾಠ

ನಂಬಿಕೆ ಎನ್ನುವುದು ಒಂದು ದಿನದಲ್ಲಿ ಸೃಷ್ಟಿಯಾಗುವಂಥದ್ದಲ್ಲ. ಅದನ್ನು ನಿರಂತರ ಪರೀಕ್ಷೆಗೆ ಒಳಪಡಿಸಬೇಕು. ಕೆಲವರು ತತ್‌ಕ್ಷಣ ಆಶ್ವಾಸನೆ ನೀಡುತ್ತಾರೆ, ಅದನ್ನು ನಂಬಲಾಗುತ್ತದೆ. ಆದರೆ, ಚಾಕುವನ್ನು ಆಗಾಗ ಸಾಣೆ ಹಿಡಿಯುವಂತೆ, ನಂಬಿಕೆಯನ್ನು ಪುನಾ ಪರೀಕ್ಷೆಗೊಳಪಡಿಸಬೇಕು.

ಹಿತನುಡಿ

- ಗೋಸುಂಬೆತನ ಮೂರ್ಖತನ. ಅದು ಕ್ಷಮಾರ್ಹವಲ್ಲ.
- ತಾನಿರುವಂತೆಯೇ ಇರುವುದು ಸೂಕ್ತ, ಸ್ವಾಭಾವಿಕ ಮತ್ತು ಕ್ಷೇಮಕರ. ಮುಖವಾಡ ಸರಿಯಲ್ಲ.
- ತಾನು ಒಳ್ಳೆಯವ ಎಂದು ನಟಿಸುವವರು ನೀಚರು.
- ಗೋಸುಂಬೆಯೊಬ್ಬನ ಕ್ಷಮಾಯಾಚನೆ ಕೂಡಾ ಗೋಸುಂಬೆತನವೇ.

ನುಡಿಮುತ್ತು

ನಕಲು ಹೃದಯಕ್ಕೆ ಗೊತ್ತಿರುವುದನ್ನು ನಕಲು ಮುಖ ಮುಚ್ಚಿಕೊಳ್ಳಬೇಕಾಗುತ್ತದೆ.

-ವಿಲಿಯಂ ಷೇಕ್ಸ್‌ಪಿಯರ್

ಚಾಣಾಕ್ಷ ವ್ಯಾಪಾರಿ

'ನಾಲ್ಕು ವರ್ಣಗಳಲ್ಲಿ ಯಾರು ಚುರುಕು, ಚತುರಮತಿಗಳು ಹಾಗೂ ಯಾರು ಸರಳ-ನೇರವಂತಿಕೆಯವರು' ಎಂದು ದೊರೆ ಹೀಗೊಂದು ದಿನ ತೆನಾಲಿಯನ್ನು ಕೇಳಿದ.

'ಮಹಾರಾಜ, ವ್ಯಾಪಾರಿಗಳು (ವೈಶ್ಯರು) ಬುದ್ಧಿವಂತರು. ಬ್ರಾಹ್ಮಣರು ಸರಳಜೀವಿಗಳು' ಎಂದ ರಾಮ.

ರಾಮನ ಅಭಿಪ್ರಾಯ ದೊರೆಗೆ ಒಪ್ಪಿಗೆಯಾಗಲಿಲ್ಲ. 'ಅದು ಹೇಗೆ ಸಾಧ್ಯ ತೆನಾಲಿ. ಬ್ರಾಹ್ಮಣರು ಹೆಚ್ಚು ವ್ಯಾಸಂಗ ಮಾಡಿರುತ್ತಾರೆ. ಹೀಗಾಗಿ ಬುದ್ದಿವಂತ ರಾಗಿರುತ್ತಾರೆ. ವ್ಯಾಪಾರಿಗಳು ಹೆಚ್ಚು ಓದಿರುವುದಿಲ್ಲ. ಆದ್ದರಿಂದ ವಿವೇಕಿಗಳಾಗಿರುವುದಿಲ್ಲ' ಎಂದ.

'ಮಹಾಪ್ರಭು, ನೀವು ಮಧ್ಯಪ್ರವೇಶಿಸದಿದ್ದರೆ ನನ್ನ ಮಾತು ಸರಿ ಎಂದು ಸಾಬೀತು ಮಾಡುತ್ತೇನೆ' ಎಂದ ರಾಮ.

ಒಂದು ವಾರ ಕಳೆಯಿತು. ರಾಜಗುರು ಬಳಿ ಹೋದ ರಾಮ ಹೇಳಿದ, 'ರಾಜಗುರು, ಮಹಾರಾಜರಿಗೆ ನಿಮ್ಮ ಜುಟ್ಟು ಬೇಕಿದೆಯಂತೆ. ಅದನ್ನು ಬೋಳಿಸಿ ಕೊಡಲು ಸಾಧ್ಯವೇ?'

ರಾಜಗುರು ಅಸಂತುಷ್ಟನಾದ. ಜುಟ್ಟು ಆತನ ಧಾರ್ಮಿಕ ಶ್ರದ್ಧೆಯ ಗುರುತಾಗಿತ್ತು. 'ತೆನಾಲಿ ರಾಮ, ನಾನು ಈ ಜುಟ್ಟನ್ನು ಕಷ್ಟಪಟ್ಟು ಬೆಳೆಸಿದ್ದೇನೆ. ಅದನ್ನು ಹೇಗೆ ಬೋಳಿಸಲಿ?' ಎಂದ.

'ಅದಕ್ಕೆ ಏನು ಬೆಲೆ ಹೇಳುವಿರೋ ಅದನ್ನು ಕೊಡಲಾಗುತ್ತದೆ' ಎಂದ ರಾಮ.

ತನ್ನ ಜುಟ್ಟಿಗೆ ಕತ್ತರಿ ಬೀಳುವುದು ಆತನಿಗೆ ಇಷ್ಟವಿರಲಿಲ್ಲ. ಆದರೆ, ರಾಜನ ಮಾತು ತಳ್ಳಿಹಾಕುವಂತೆಯೂ ಇರಲಿಲ್ಲ. ಹಣದ ಆಮಿಷ ಬೇರೆ ಒಡ್ಡಲಾಗಿತ್ತು.

'ರಾಜಾಜ್ಞೆ ಆದ್ದರಿಂದ ಜುಟ್ಟು ಕೊಡುತ್ತೇನೆ. ಅದಕ್ಕೆ 10 ವರಹ ಕೊಡಬೇಕು' ಎಂದ.

ಹತ್ತು ವರಹ ನೀಡಿ, ರಾಜಗುರುವಿನ ಜುಟ್ಟು ಕತ್ತರಿಸಲಾಯಿತು.

ಮಾರನೆಯ ದಿನ ತೆನಾಲಿರಾಮ ನಗರದ ಪ್ರಮುಖ ವ್ಯಾಪಾರಿಗಳಲ್ಲಿ ಒಬ್ಬನಾದ ಸುಕುಮಾರನನ್ನು ಕರೆಸಿ, ರಾಜನ ಆಶಯ ತಿಳಿಸಿದ.

ಸುಕುಮಾರ ಹೇಳಿದ, 'ಸಾಮ್ರಾಜ್ಯದ ಎಲ್ಲವೂ ರಾಜನಿಗೆ ಸೇರಿದ್ದು. ಆದರೆ ನಾನೊಬ್ಬ ಬಡ ಮನುಷ್ಯನೆಂಬುದನ್ನು ನೆನಪಿನಲ್ಲಿಡಿ'

'ಯೋಚನೆ ಮಾಡಬೇಡ. ನೀನು ಅಪೇಕ್ಷಿಸಿದಷ್ಟು ಹಣ ನೀಡಲಾಗುವುದು' ಎಂದ ರಾಮ.

'ಆದರೆ' ಎಂದು ರಾಗವೆಳೆದ ಸುಕುಮಾರ.

'ಆದರೆ ಏನು?' ರಾಮನ ಪ್ರತಿಕ್ರಿಯೆ.

'ಈ ಜುಟ್ಟಿಗಾಗಿ ನನ್ನ ಮಗಳ ಮದುವೆಯಲ್ಲಿ 10 ಸಾವಿರ ವರಹ ವೆಚ್ಚ ಮಾಡಬೇಕಾಯಿತು. ಕಳೆದ ವರ್ಷ ನನ್ನ ತಂದೆ ಮರಣ ಹೊಂದಿದಾಗ, ಈ ಜುಟ್ಟಿಗಾಗಿ 5 ಸಾವಿರ ವರಹ ಖರ್ಚಾಯಿತು. ಈ ಜುಟ್ಟು ಬೆಲೆ ಬಾಳುವಂತದ್ದು' ಎಂದ.

'ಸರಿ. ನಿನಗೆ 15 ಸಾವಿರ ವರಹ ನೀಡಲಾಗುತ್ತದೆ. ಕ್ಷೌರಿಕ ಅದನ್ನು ಕತ್ತರಿಸಲಿ' ಎಂದ ರಾಮ.

ಮಾರನೆ ದಿನ ಸುಕುಮಾರನಿಗೆ 15 ಸಾವಿರ ವರಹ ಕೊಡಲಾಯಿತು. ದೊರೆಯ ಸಮಕ್ಷಮದಲ್ಲಿ ಕ್ಷೌರಿಕ ಸುಕುಮಾರನ ಜುಟ್ಟು ಕತ್ತರಿಸಲು ಮುಂದಾದ.

ಸುಕುಮಾರ ಹೇಳಿದ, 'ಎಚ್ಚರ ಇರಲಿ. ಈ ಜುಟ್ಟು ರಾಜನ ಆಸ್ತಿ. ಕೃಷ್ಣದೇವರಾಯ ಪ್ರಭುವಿನ ಜುಟ್ಟು ಕತ್ತರಿಸುವಷ್ಟೇ ಎಚ್ಚರಿಕೆಯಿಂದ ಕತ್ತರಿಸು'.

ಇದನ್ನು ಕೇಳಿದ ದೊರೆ ತಾಳ್ಮೆ ಕಳೆದುಕೊಂಡ. ತನ್ನ ಜುಟ್ಟು ಕತ್ತರಿಸುವ ಕುರಿತ ಮಾತು ಆತನನ್ನು ಸಿಟ್ಟಿಗೆಬ್ಬಿಸಿತು. 'ಈ ಅವಿಚಾರಿಯನ್ನು ಹೊರಗೆಸೆಯಿರಿ. ಆತ ನನ್ನ ಕಣ್ಣಿನ ಮುಂದೆ ಇರಬಾರದು' ಎಂದು ಕೂಗಿದ.

ಸುಕುಮಾರನನ್ನು ಕತ್ತು ಹಿಡಿದು ಅರಮನೆಯಿಂದ ಹೊರಕ್ಕೆ ದಬ್ಬಲಾಯಿತು. ಆತನೇನೂ ಬೇಸರ ಪಟ್ಟುಕೊಳ್ಳಲಿಲ್ಲ. ಕಾರಣ ಆತ ಕಷ್ಟಪಡದೆ 15 ಸಾವಿರ ವರಹ ಗಳಿಸಿದ್ದ!

ರಾಮ ರಾಜನಿಗೆ ಹೇಳಿದ, 'ಮಹಾರಾಜ, ನೀವು ಆ ವ್ಯಾಪಾರಿಯ ಬುದ್ಧಿವಂತಿಕೆಯನ್ನು ಗಮನಿಸಿದಿರಾ? 15 ಸಾವಿರ ವರಹ ಗಿಟ್ಟಿಸಿದ. ಜತೆಗೆ ಜುಟ್ಟನ್ನೂ ಉಳಿಸಿಕೊಂಡ. ಆದರೆ, ಅಷ್ಟೆಲ್ಲ ಓದಿದ ರಾಜಗುರು 10 ವರಹಕ್ಕೆ ತನ್ನ ಜುಟ್ಟು ಕಳೆದುಕೊಂಡ'.

ರಾಜ ಮತ್ತೆ ಮಾತನಾಡಲಿಲ್ಲ.

ಜೀವನ ಪಾಠ

ಸಾಕ್ಷ್ಯವಿದ್ದರೆ ಮಾತ್ರ ಜನ ನಿಮ್ಮ ಮಾತು ನಂಬುತ್ತಾರೆ. ಇದರಿಂದ ವಿಶ್ವಾಸಾರ್ಹತೆ ಹುಟ್ಟುತ್ತದೆ. ಸಾಕ್ಷ್ಯವಿಲ್ಲದ ಮಾತುಗಳು ಅಭಿಪ್ರಾಯಗಳಾಗುತ್ತವೆ. ನಮ್ಮ ವಿಶ್ವಾಸಾರ್ಹತೆ ಹೆಚ್ಚಿದಂತೆ, ನಂಬುವವರೂ ಹೆಚ್ಚುತ್ತಾರೆ.

ಹಿತನುಡಿ

- ವಾಸ್ತವ ಎಂಬುದು ನಾವು ನಿರ್ಲಕ್ಷಿಸಿದರೂ ಇರುತ್ತದೆ.
- ಸತ್ಯಸಂಗತಿಗಳ ಶೋಧನೆ ಕಷ್ಟವಿರಬಹುದು. ಆದರೆ, ತತ್‌ಕ್ಷಣ ನಿರ್ಧಾರಕ್ಕೆ ಬರುವ ಬದಲು ಶ್ರಮಿಸುವುದು ಒಳಿತು.
- ಸತ್ಯಸಂಗತಿಗಳು ಬದಲಾಗುವುದಿಲ್ಲ. ಬದಲಾಗುವುದು ಅಭಿಪ್ರಾಯಗಳು ಮಾತ್ರ.
- ಅಭಿಪ್ರಾಯಗಳು ನಮ್ಮ ಹವ್ಯಾಸ-ಬದುಕನ್ನು ಆಧರಿಸುವ ಬದಲು, ತದ್ವಿರುದ್ಧವಾಗಿರುವುದು ಒಳಿತು.
- ಜನಪ್ರಿಯ ಅಭಿಪ್ರಾಯವನ್ನು ತೊಡೆದು ಹಾಕಲು ವರ್ಷಗಳೇ ಬೇಕಾಗುತ್ತವೆ.

ನುಡಿಮುತ್ತು

ವಸ್ತುಗಳನ್ನು ಕುರಿತ ಅಭಿಪ್ರಾಯಗಳು ನಾವು ಆಲೋಚಿಸಿದಂತೆ ಇರುತ್ತವೆ.

-ಮಾರ್ಕಸ್ ಅರೀಲಿಯಸ್

ವರ್ಷದ ಮೂರ್ಖ

ಪ್ರತಿ ವರ್ಷ ಅರಮನೆಯಲ್ಲಿ 'ವರ್ಷದ ಮೂರ್ಖ' ಸ್ಪರ್ಧೆ ಆಯೋಜಿಸಲಾಗುತ್ತಿತ್ತು. ಗೆದ್ದವನಿಗೆ 5 ಸಾವಿರ ವರಹ ನೀಡಲಾಗುತ್ತಿತ್ತು. ಪ್ರತಿವರ್ಷ ತೆನಾಲಿ ರಾಮ ಸ್ಪರ್ಧೆಯಲ್ಲಿ ಗೆದ್ದು, ಹಣ ಪಡೆಯುತ್ತಿದ್ದ. ಇದು ಆಸ್ಥಾನಿಗರಿಗೆ ಹೊಟ್ಟೆಯುರಿ ತಂದಿತ್ತು.

ಆ ವರ್ಷ ರಾಮನ ಸೇವಕರಿಗೆ ಲಂಚ ಕೊಟ್ಟು ಆತನ ಕೊಠಡಿಗೆ ಬೀಗ ಹಾಕಿ, ಸ್ಪರ್ಧೆಗೆ ರಾಜರಾಗದಂತೆ ಮಾಡಲು ಆಸ್ಥಾನಿಗರು ನಿರ್ಧರಿಸಿದರು. ಎಲ್ಲವೂ ಯೋಜಿಸಿದಂತೆಯೇ ನಡೆಯಿತು. ತೆನಾಲಿ ಅರಮನೆ ಮುಟ್ಟುವ ಹೊತ್ತಿಗೆ ಸ್ಪರ್ಧೆ ಬಹುತೇಕ ಮುಗಿದುಹೋಗಿತ್ತು. ವಿಜೇತನ ಹೆಸರು ಪ್ರಕಟಿಸುವುದು ಮಾತ್ರ ಬಾಕಿ

ಇತ್ತು. ರಾಮ ತಡವಾಗಿ ಬಂದುದನ್ನು ಕಂಡ ದೊರೆ, ತಡವಾಗಿದ್ದೇಕೆ ಎಂದು ಪ್ರಶ್ನಿಸಿದ.

'100 ವರಹ ತುರ್ತಾಗಿ ಬೇಕಿತ್ತು. ಅದನ್ನು ಸಂಗ್ರಹಿಸಲು ಒದ್ದಾಡುತ್ತಿದ್ದುದರಿಂದ ತಡವಾಯಿತು' ಎಂದು ರಾಮ ಹೇಳಿದ.

'ಅಲ್ಲಯ್ಯ, ಸ್ಪರ್ಧೆಯಲ್ಲಿ ಪಾಲ್ಗೊಂಡು ಗೆದ್ದಿದ್ದರೆ 5 ಸಾವಿರ ವರಹ ಸಿಗುತ್ತಿತ್ತು. ನೀನು ಮೂರ್ಖನಂತೆ ವರ್ತಿಸಿದ್ದೀ' ಎಂದ ದೊರೆ.

'ಹೌದು ಮಹಾಪ್ರಭು, ನಾನೊಬ್ಬ ಮೂರ್ಖ' ಎಂದ ರಾಮ.

'ರಾಮ, ಇಂದು ನೀನು ವಿಚಿತ್ರವಾಗಿ ವರ್ತಿಸಿರುವೆ. ನೀನು ಬರಿ ಮೂರ್ಖನಲ್ಲ, ಮಹಾಮೂರ್ಖ. ನಿನ್ನಂತ ಮೂರ್ಖನನ್ನು ನಾನು ಕಂಡಿಲ್ಲ' ಎಂದ ರಾಜ.

'ಅಂದರೆ, ನಾನು ಸ್ಪರ್ಧೆಯಲ್ಲಿ ಗೆದ್ದೆ ಎಂದಾಯ್ತು' ಎಂದ ರಾಮ.

ರಾಜನಿಗೆ ತಾನು ಬಾಯಿ ತಪ್ಪಿ ಮಾತನಾಡಿದೆ ಎಂದು ಗೊತ್ತಾಯಿತು. ಆದರೆ, ಇದರಿಂದ ಬೇಸರ ಆಗಲಿಲ್ಲ. ರಾಮನೇ ವರ್ಷದ ಮೂರ್ಖ ಎಂದು ಘೋಷಿಸಿದ. ಹಣ ಕಳೆದುಕೊಂಡ ಆಸ್ಥಾನಿಗರು ಮತ್ತೆ ಬೆಪ್ಪರಾದರು.

ಜೀವನ ಪಾಠ

ತನಗೆ ವಿರುದ್ಧವಾಗಿರುವ ಪರಿಸ್ಥಿತಿಯನ್ನು ತನ್ನ ಪರವಾಗಿ ಬದಲಿಸುವವನೇ ಜಾಣ. ಕತ್ತಲೆಯನ್ನು ತೆಗಳುವ ಬದಲು ದೀಪ ಹಚ್ಚಬೇಕು.

ಹಿತನುಡಿ

- ಬೇರೆಯವರನ್ನು ಮೂರ್ಖರೆಂದು ಕರೆಯುತ್ತ ಕೆಲವೊಮ್ಮೆ ನಾವೇ ಮೂರ್ಖರಾಗಿ ಬಿಡುತ್ತೇವೆ.
- ಮಾತು ಮತ್ತು ಕ್ರಿಯೆಗಳು ವ್ಯಕ್ತಿಯನ್ನು ಮೂರ್ಖ ಇಲ್ಲವೇ ಜಾಣ ಎಂದು ಗುರುತಿಸಲು ನೆರವಾಗುತ್ತವೆ.
- ನಮ್ಮ ಮಾತು-ಕ್ರಿಯೆ ಬಗ್ಗೆ ಎಚ್ಚರ ಅಗತ್ಯ.

ನುಡಿಮುತ್ತು

ಬೇರೊಬ್ಬನ ಅಭಿಪ್ರಾಯದ ಪ್ರಕಾರ, ಪ್ರತಿ ಮನುಷ್ಯರೂ ಮೂರ್ಖರೇ.

– ಅನಾಮಿಕ

ಬರಿದೇ ಪ್ರತಿಷ್ಠೆ

ಚಳಿಗಾಲದ ಒಂದು ಸಂಜೆ ತೆನಾಲಿ ರಾಮ ಅರಮನೆಯಿಂದ ಮನೆ ವಾಪಸಾಗುತ್ತಿದ್ದ. ದಾರಿಯಲ್ಲಿ ಭಿಕ್ಷುಕನನ್ನು ಕಂಡು ಆತನಿಗೆ ಬೆಳ್ಳಿಯ ವರಹವೊಂದನ್ನು ಕೊಡಲು ಹೋದ. ಹಣ ತೆಗೆದುಕೊಳ್ಳಲು ನಿರಾಕರಿಸಿದ ಆತ ಹೇಳಿದ, 'ನೀವು ಯಾರು ಎಂಬುದು ನನಗೆ ಗೊತ್ತು. ರಾಜನ ಅಷ್ಟ ದಿಗ್ಗಜಗಳಲ್ಲಿ ಒಬ್ಬರು ನೀವು. ನೀವು ನನ್ನ ಸಮಸ್ಯೆ ಬಗೆಹರಿಸಬಹುದಾ?''

'ನಿನ್ನ ಸಮಸ್ಯೆ ಏನು?' ಕೇಳಿದ ರಾಮ.

'ನಾನೊಬ್ಬ ಭಿಕ್ಷುಕ ಇರಬಹುದು. ಆದರೆ, ಜನ ನನ್ನನ್ನು ಸೇಠ್ ಎಂದು ಕರೆಯಬೇಕೆನ್ನುವುದು ನನ್ನ ಆಸೆ. ಇದಕ್ಕೆ ಪರಿಹಾರ ಇದೆಯೇ?' ಎಂದು ಕೇಳಿದ.

‘ನಿನ್ನ ಸಮಸ್ಯೆ ಬಗೆಹರಿಸುತ್ತೇನೆ. ನಾನು ಹೇಳಿದಂತೆ ಮಾಡು. ಸ್ವಲ್ಪ ದೂರದಲ್ಲಿ ಹೋಗಿ ನಿಲ್ಲು. ನಿನ್ನನ್ನು ಯಾರಾದರೂ ಸೇಠ್ ಎಂದು ಕರೆದರೆ, ಹೊಡೆಯಲು ಅಟ್ಟಿಸಿಕೊಂಡು ಹೋಗು’ ಎಂದ.

ರಸ್ತೆಯಲ್ಲಿ ಆಡುತ್ತಿದ್ದ ಕೆಲವು ಹುಡುಗರನ್ನು ಕರೆದು ಹೇಳಿದ, ‘ಅಲ್ಲಿ ನಿಂತ ಭಿಕ್ಷುಕನನ್ನು ನೋಡಿದ್ದೀರಾ? ಆತನನ್ನು ಸೇಠ್ ಎಂದು ಕರೆದರೆ ಆತನಿಗೆ ಕಿರಿಕಿರಿ ಆಗುತ್ತದೆ. ಬೇಕಾದರೆ ನೀವೇ ಪರಿಶೀಲಿಸಿ’ ಎಂದ ರಾಮು.

ಕೀಟಲೆ ಸ್ವಭಾವದ ಮಕ್ಕಳಿಗೆ ಇಷ್ಟು ಸಾಕಿತ್ತು. ಎಲ್ಲರೂ ಒಟ್ಟಾಗಿ ಭಿಕ್ಷುಕನ ಬಳಿ ಹೋಗಿ ‘ಸೇಠ್, ಸೇಠ್’ ಎಂದು ಕರೆದರು. ಸಿಟ್ಟಿಗೆದ್ದ ಭಿಕ್ಷುಕ, ಅವರನ್ನು ಅಟ್ಟಿಸಿಕೊಂಡು ಹೋದ. ಸುತ್ತ ಇದ್ದ ಜನರೂ, ಭಿಕ್ಷುಕನನ್ನು ಸೇಠ್ ಎಂದು ಕರೆದರು. ಭಿಕ್ಷುಕ ಅವರನ್ನೂ ಓಡಿಸಿಕೊಂಡು ಹೋದ.

ಇದು ಕೆಲದಿನ ನಡೆಯಿತು. ಬಳಿಕ ಹಂಪೆಯಲ್ಲಿ ಆ ಭಿಕ್ಷುಕನನ್ನು ಎಲ್ಲರೂ ಸೇಠ್ ಎಂದೇ ಕರೆಯಲಾರಂಭಿಸಿದರು.

ಜೀವನ ಪಾಠ

ಅತ್ಯಂತ ಹಾಸ್ಯಾಸ್ಪದ ಬೇಡಿಕೆಯನ್ನೂ ಆಗುಮಾಡಬಹುದು. ಇದಕ್ಕಾಗಿ ‘ಪೆಟ್ಟಿಗೆಯಿಂದ ಹೊರಗಿನ ಯೋಚನೆ’ ಅಗತ್ಯ.

ಹಿತನುಡಿ

- ಬೆಂಕಿಯನ್ನು ಮುಚ್ಚಿಟ್ಟಷ್ಟೂ, ಸುಡುವುದು ಹೆಚ್ಚು.
- ಕುದುರೆಯ ಮೂಗಿಗೆ ಹಾಕಿದ ಬಳೆ, ಸೋಡಾ ಬಾಟಲಿಗೆ ಹಾಕಿದ ಕಾರ್ಕ್, ನೀರು ತಡೆಹಿಡಿದ ಅಣೆಕಟ್ಟು-ಇವುಗಳ ಶಕ್ತಿ ಹೆಚ್ಚುವುದು ನಿರ್ಬಂಧ ದಿಂದಾಗಿಯೇ.
- ಅಂತರ್ಗತ ಶಕ್ತಿಯನ್ನು ನಮ್ಮ ಗುರಿ ಸಾಧನೆಗೆ ಬಳಸಬೇಕು.

ನುಡಿಮುತ್ತು

ಮನುಷ್ಯನ ಸ್ವಾಭಾವಿಕ ಒಲವು ಸಂಶಯ ಮತ್ತು ಸುಳ್ಳಿನ ಕಡೆಗೇ ಹೊರತು, ಸತ್ಯ ಮತ್ತು ನಂಬಿಕೆ ಕಡೆಗಲ್ಲ. - ಎಚ್.ಎಲ್.ಮೆಂಕೆನ್

ಸತ್ವ ಪರೀಕ್ಷೆ

ಒಮ್ಮೆ ಯೂರೋಪಿನ ಪ್ರಾಂತ್ಯವೊಂದರ ಮುಖ್ಯಸ್ಥನ ಪತ್ನಿ ವಿಜಯನಗರಕ್ಕೆ ಭೇಟಿಕೊಟ್ಟಳು. ರಾಜನ ಆಸ್ಥಾನದ ಅಷ್ಟ ದಿಗ್ಗಜಗಳ ಖ್ಯಾತಿ ಬಗ್ಗೆ ಆಕೆ ಕೇಳಿದ್ದಳು. ಕೇಳಿದ್ದು ನಿಜವೇ ಎಂಬುದನ್ನು ಪರೀಕ್ಷಿಸಲು ನಿರ್ಧರಿಸಿದಳು.

ಅಂದು ಬೆಳಗ್ಗೆ ದೊರೆಯ ಭೇಟಿಗೆ ಆಸ್ಥಾನಕ್ಕೆ ಬರುವಾಗ ಎರಡು ಹೂವಿನ ಹಾರ ಹಿಡಿದುಕೊಂಡು ಬಂದಳು. ದೊರೆಗೆ ಪ್ರಶ್ನೆ ಹಾಕಿದಳು, 'ಮಹಾರಾಜ, ಈ ಎರಡು ಹಾರಗಳಲ್ಲಿ ನಿಜವಾದ್ದು ಯಾವುದು, ಕೃತ್ರಿಮವಾದದ್ದು ಯಾವುದು?'

ದೊರೆ, ಆಸ್ಥಾನಿಗರು ದಂಗಾದರು. ಮಹಿಳೆ ಮತ್ತೆ ಕೇಳಿದಳು, 'ಯಾವುದು ನಿಜವಾದ ಹಾರ?'

ತೆನಾಲಿ ರಾಮ ಸುತ್ತ ದೃಷ್ಟಿ ಹರಿಸಿದಾಗ, ಕಿಟಕಿ ಹೊರಗೆ ಎಸೆದಿದ್ದ ಹಾರದ ಸುತ್ತ ಹಾರುತ್ತಿದ್ದ ದುಂಬಿಗಳು ಕಾಣಿಸಿದವು. ಆತನಿಗೊಂದು ಉಪಾಯ ಹೊಳೆಯಿತು. 'ಕಿಟಕಿ ತೆರೆಯಿರಿ. ತಂಗಾಳಿ ಒಳಗೆ ಬರಲಿ' ಎಂದ. ಸೇವಕರು ಕಿಟಕಿ ತೆರೆದರು. ದುಂಬಿಗಳು ಒಳಬಂದು ಮಹಿಳೆಯ ಬಲಗೈಯಲ್ಲಿದ್ದ ಹಾರದ ಮೇಲೆ ಕುಳಿತವು. ಅದು ನಿಜವಾದ ಹೂವುಗಳ ಹಾರ ಎಂಬುದು ಸಾಬೀತಾಯಿತು.

ಇದನ್ನು ಕಂಡು ಮಹಿಳೆ ಪ್ರಸನ್ನಳಾದಳು. ದೊರೆ ಮತ್ತು ಆಸ್ಥಾನಿಗರ ಬುದ್ಧಿಮತ್ತೆಯನ್ನು ಶ್ಲಾಘಿಸಿದಳು.

ಜೀವನ ಪಾಠ

ಕಿಟಕಿಯಿಂದ ಹೊರಗೆ ದುಂಬಿಗಳು ಹಾರಾಡುತ್ತಿದ್ದುದನ್ನು ಆಸ್ಥಾನದಲ್ಲಿದ್ದವರೆಲ್ಲ ನೋಡಿದ್ದರು. ಆದರೆ, ಸಮಸ್ಯೆಗೆ ಪರಿಹಾರ ದುಂಬಿಗಳಲ್ಲಿದೆ ಎಂಬುದು ಗೊತ್ತಾಗಿದ್ದು ರಾಮನಿಗೆ ಮಾತ್ರ.

'ಸಿದ್ಧ ಬುದ್ಧಿಮತ್ತೆ'ಯಿಂದ ಸಮಸ್ಯೆ ಪರಿಹರಿಸಲು ಸಾಧ್ಯವಿಲ್ಲ. ಕ್ರಿಯಾಶೀಲ ಮನಸ್ಸಿನಿಂದ ಆವಿಷ್ಕಾರ ಸಾಧ್ಯ. ಅಲೆಕ್ಸಾಂಡರ್ ಫ್ಲೆಮಿಂಗ್, ಲೂಯಿಸ್ ಪಾಶ್ಚರ್, ನ್ಯೂಟನ್ ಇಂಥ ಶಕ್ತಿ ಇದ್ದವರು.

ಹಿತನುಡಿ

- ಸುಳ್ಳು ಮತ್ತು ಸತ್ಯದ ನಡುವಿನ ಅಂತರ ವಿಶಾಲವಾದದ್ದು.
- ಸುಳ್ಳು ಹೇಳುವವನ ಪತ್ತೆ ಸುಲಭ.
- ಸುಳ್ಳುಗಳು ಬೇಗ ಬಯಲಾಗುತ್ತವೆ, ಸತ್ಯ ಚಿರಂತನ.
- ಸತ್ಯದ ಭಾಷೆ ಸರಳ ಮತ್ತು ನೇರವಾದದ್ದು. ಸತ್ಯ ಹಾಗೂ ಸುಳ್ಳಿನ ಪತ್ತೆಗೆ ಬೇಕಾದ್ದು ಸಮಯಪ್ರಜ್ಞೆ ಮತ್ತು ಸಾಮಾನ್ಯಜ್ಞಾನ.

ನುಡಿಮುತ್ತು

ನಕಲುತನ ವಸ್ತ್ರ ಧರಿಸಿರಲೇಬೇಕು. ಆದರೆ, ಸತ್ಯ ಬೆತ್ತಲೆ ಆಗಿರುವುದನ್ನೇ ಇಷ್ಟಪಡುತ್ತದೆ. - ಥಾಮಸ್ ಫುಲ್ಲರ್

ಕರಿನಾಯಿ ಆಕಳು ಆಗದು

ಒಂದು ದಿನ ಸೂರ್ಯ ಮೂಡಿ ತುಂಬ ಹೊತ್ತಾದರೂ ದೊರೆ ಏಳಲಿಲ್ಲ. ಮುಖ ಕ್ಷೌರ ಮಾಡಲು ಬಂದ ಕ್ಷೌರಿಕ, ರಾಜ ಮಲಗಿದ್ದುದನ್ನು ಕಂಡ. ಎಚ್ಚರಿಕೆಯಿಂದ ಮುಖಕ್ಷೌರ ಮಾಡಿ ತಲೆಕೂದಲು ಕತ್ತರಿಸಿ ಹೋದ.

ಬಳಿಕ ಎಚ್ಚರಗೊಂಡ ರಾಜ ಕ್ಷೌರಿಕನ ಕರಚಳಕಕ್ಕೆ ಮರುಳಾದ. ಆತನನ್ನು ಅರಮನೆಗೆ ಕರೆಸಿ, ಏನು ಬಹುಮಾನ ಬೇಕು ಎಂದು ಕೇಳಿದ.

'ಮಹಾರಾಜ, ನೀವು ನನ್ನನ್ನು ಚೆನ್ನಾಗಿ ಸಲಹಿದ್ದೀರಿ. ನನ್ನ ಒಂದೇ ಒಂದು

ಅಭಿಲಾಷೆ ಬ್ರಾಹ್ಮಣನಾಗಬೇಕು ಎಂಬುದು. ಅದನ್ನು ನೆರವೇರಿಸಲು ಸಾಧ್ಯವೇ?' ಕೇಳಿದ ಕ್ಷೌರಿಕ.

ಹಿಂದೆ ಮುಂದೆ ಯೋಚಿಸದೆ ರಾಜ ಬ್ರಾಹ್ಮಣರನ್ನು ಕರೆಸಿ, '2 ತಿಂಗಳೊಳಗೆ ಈತನನ್ನು ಬ್ರಾಹ್ಮಣನಾಗಿ ಮಾಡಬೇಕು. ನನ್ನ ಆಜ್ಞೆ ಪಾಲನೆ ಆಗದೆ ಹೋದರೆ, ಶಿಕ್ಷೆ ಜತೆಗೆ ನಿಮಗೆ ಕೊಡಮಾಡಿದ ಸೌಲಭ್ಯಗಳನ್ನು ವಾಪಸ್ ಪಡೆಯಬೇಕಾಗುತ್ತದೆ' ಎಂದು ಎಚ್ಚರಿಸಿದ.

ಇದು ಸಾಧ್ಯವಾಗದ ಕೆಲಸ ಎಂದುಕೊಂಡರೂ, ಅವರು ಕ್ಷೌರಿಕನನ್ನು ತಮ್ಮೊಟ್ಟಿಗೆ ಕರೆದೊಯ್ದರು. ವಿಷಯ ರಾಜ್ಯವಿಡೀ ಹಬ್ಬಿತು. ಇಂಥ ಅವಾಸ್ತವ ಆದೇಶದ ವಿರುದ್ಧ ಎಲ್ಲರೂ ಸಿಟ್ಟಾದರೂ, ರಾಜನ ಆದೇಶವಾದ್ದರಿಂದ ಉಸಿರೆತ್ತುವಂತಿರಲಿಲ್ಲ. ಅವರಿಗೆ ಉಳಿದದ್ದು ಒಂದೇ ದಾರಿ- ತೆನಾಲಿ ರಾಮನ ಮೊರೆಹೋಗುವುದು.

ಅವರೆಲ್ಲ ರಾಮನನ್ನು ಕಂಡು, ಅಲವತ್ತುಕೊಂಡರು. ಏನಾದರೂ ಮಾಡುವೆ ಎಂದು ರಾಮ ಭರವಸೆ ನೀಡಿದ.

ಇತ್ತ ಕ್ಷೌರಿಕನಿಗೆ ಮಂತ್ರ, ಧಾರ್ಮಿಕ ವಿಧಿ ವಿಧಾನಗಳನ್ನು ಕಲಿಸುವ ಕೆಲಸ ಆರಂಭವಾಯಿತು. ಇದನ್ನು ನೋಡಲೆಂದು ದೊರೆ, ನದಿ ತೀರಕ್ಕೆ ಒಂದು ದಿನ ಬಂದ. ಕಲಿಕೆ ಕೆಲಸ ನಡೆಯುತ್ತಿತ್ತು. ಸ್ವಲ್ಪ ದೂರದಲ್ಲಿ ರಾಮ ನಿಂತಿರುವುದು, ಕಪ್ಪು ಬಣ್ಣದ ನಾಯಿ ಹಿಡಿದುಕೊಂಡು ಏನೋ ಹೇಳುತ್ತಿರುವುದು ಕಂಡುಬಂದಿತು. ರಾಜನಿಗೆ ಕುತೂಹಲ.

ರಾಮ ನಾಯಿಯನ್ನು ನೀರಿನಲ್ಲಿ ಮುಳುಗಿಸಿ, ಉಜ್ಜಿ ಸ್ನಾನ ಮಾಡಿಸುತ್ತಿದ್ದಾಗ ಸನಿಹ ಹೋದ ದೊರೆ ಕೇಳಿದ, 'ರಾಮ, ಆ ನಾಯಿಗೆ ಏನು ಮಾಡುತ್ತಿರುವೆ?'

ರಾಮ ಹೇಳಿದ, 'ಅದನ್ನು ಹಸುವಾಗಿ ಪರಿವರ್ತಿಸುತ್ತಿರುವೆ'

ಇದನ್ನು ಕೇಳಿದ ರಾಜ ಜೋರಾಗಿ ನಕ್ಕು ಕೇಳಿದ, 'ರಾಮ ಇದೇನಿದು ಹುಚ್ಚು? ಈ ನಾಯಿ ಏನು, ಯಾವ ನಾಯಿಯನ್ನಾದರೂ ಆಕಳಾಗಿ ಪರಿವರ್ತಿಸುವುದು ಸಾಧ್ಯವೇ?'

'ಮಹಾರಾಜ, ನನ್ನ ಮೂರ್ಖತನವನ್ನು ಕ್ಷಮಿಸಿ. ಕ್ಷೌರಿಕನನ್ನು ಬ್ರಾಹ್ಮಣನಾಗಿ ಮಾಡಬಹುದಾದರೆ, ಈ ಕರಿ ನಾಯಿಯನ್ನು ಹಸುವಾಗಿ ಬದಲಿಸಲು ಏಕೆ ಸಾಧ್ಯವಿಲ್ಲ

ಹೇಳಿ?' ಎಂದು ಪ್ರಶ್ನಿಸಿದ ರಾಮ.

ದೊರೆ ಪರಿವರ್ತನೆ ಪ್ರಯತ್ನ ನಿಲ್ಲಿಸಬೇಕೆಂದು ಬ್ರಾಹ್ಮಣರಿಗೆ ಸೂಚಿಸಿದ. ತನ್ನ ಕಣ್ಣು ತೆರೆಸಲು ರಾಮ ಇದನ್ನು ಮಾಡಿದ್ದಾನೆ ಎಂಬುದನ್ನು ಅರಿತ.

ಜೀವನ ಪಾಠ

ಬದಲಿಸಲು ಸಾಧ್ಯವಾದದ್ದನ್ನು ಮಾತ್ರ ಬದಲಿಸಲು ಯತ್ನಿಸಬೇಕು. ಭಯದಿಂದ ಆದ ಬದಲಾವಣೆ ಹೆಚ್ಚು ಕಾಲ ಬಾಳದು.

ಹಿತನುಡಿ

- ಉತ್ತಮ ಗುಣ ಮತ್ತು ಸಚ್ಚಾರಿತ್ರ್ಯವನ್ನು ಕಲಿಯಲು ಒಳದಾರಿಗಳಿಲ್ಲ.
- ಎಲ್ಲರೂ ಉತ್ತಮ ಗುಣ, ಸಚ್ಚಾರಿತ್ರ್ಯವನ್ನು ಹೊಗಳುತ್ತಾರೆ. ಆದರೆ ತಾವು ಅದನ್ನು ಅನುಸರಿಸುವುದಿಲ್ಲ.
- ಸಾಮಾಜಿಕ ಸ್ವಾಸ್ಥ್ಯಕ್ಕೆ ನಾಗರಿಕರು ಸಚ್ಚಾರಿತ್ರ್ಯ ಹೊಂದಿರುವುದು ಅಗತ್ಯ.

ನುಡಿಮುತ್ತು

ಸಚ್ಚಾರಿತ್ರ್ಯ ಎಂಬುದು ಅಮರತ್ವ, ವೈಭವ, ಐಶ್ವರ್ಯಕ್ಕಿಂತ ದೊಡ್ಡದು. ಇವ್ಯಾವೂ ಸಚ್ಚಾರಿತ್ರ್ಯವನ್ನು ಮೀರಿಸಲಾರವು.

ಮಹಾಭಾರತ

ಅವಸರದಿಂದ ನಷ್ಟ

ರಾಜ ಗುರು ತಾತಾಚಾರ್ಯನಿಗೆ ತೆನಾಲಿ ರಾಮನನ್ನು ಕಂಡರೆ ವಿನಾಕಾರಣ ಹೊಟ್ಟೆಯುರಿ. ಒಂದು ದಿನ ತನ್ನ ತೋಟದಲ್ಲಿ ಬೆಳೆದಿದ್ದ ಸೇಬಿನ ಹಣ್ಣನ್ನು ಮಸ್ಲಿನ್ ಬಟ್ಟೆಯಲ್ಲಿ ಸುತ್ತಿಕೊಂಡು ರಾಮ ಬರುವುದನ್ನೇ ಕಾಯುತ್ತ ನಿಂತ.

ರಾಮ ಬಂದಾಗ ಆತನಿಗೆ ಹೇಳಿದ, 'ನಿನಗೊಂದು ಸವಾಲು. ಈ ಬಟ್ಟೆಯಲ್ಲಿ ಯಾವ ಹಣ್ಣಿದೆ? ಸರಿಯಾಗಿ ಹೇಳಿದಲ್ಲಿ ನನ್ನ ಮನೆಯಿಂದ ನಿನ್ನ ಎರಡು ಕೈಯಲ್ಲಿ ಕೊಂಡೊಯ್ಯಬಹುದಾದ ವಸ್ತುವೊಂದನ್ನು ನೀನು ತೆಗೆದುಕೊಂಡು ಹೋಗ ಬಹುದು. ಇಲ್ಲವಾದಲ್ಲಿ, ನಾನು ಅದನ್ನೇ ಮಾಡಬಹುದು'.

‘ಆಯಿತು’ ಎಂದ ರಾಮ.

‘ಅದು ಸೀಬೆಕಾಯಿ’ ಎಂದ. ‘ತಪ್ಪು, ಇನ್ನೆರಡು ಅವಕಾಶವಿದೆ’ ಎಂದ ತಾತಾಚಾರ್ಯ.

‘ಇದು ಸೀತಾಫಲದ ಕಾಲ. ಸೀತಾಫಲ ಇರಬಹುದು’ ಎಂದ ರಾಮ.

‘ತಪ್ಪು. ಕಡೇ ಅವಕಾಶ’ ರಾಜ ಗುರುವಿನ ಪ್ರತಿಕ್ರಿಯೆ.

‘ಮೋಸಂಬಿ’ ಎಂದ ರಾಮ. ಅದೂ ತಪ್ಪು ಊಹೆ. ರಾಜಗುರು ತನ್ನ ಕೈಯಲ್ಲಿದ್ದ ಸೇಬನ್ನು ತೋರಿಸಿದ.

ಸೋಲೊಪ್ಪಿಕೊಂಡ ರಾಮ ಸಂಜೆ ಮನೆಗೆ ಬಂದು ಪದಾರ್ಥ ಹೊತ್ತೊಯ್ಯಬೇಕೆಂದು ಹೇಳಿದ.

ಸಂಜೆ ರಾಮನ ಮನೆಗೆ ಬಂದ ರಾಜ ಗುರುವಿಗೆ ಮಹಡಿ ಮೇಲಿಟ್ಟ ಕಬ್ಬಿಣದ ಪೆಟ್ಟಿಗೆ ಕಣ್ಣಿಗೆ ಬಿತ್ತು.

‘ನಿಜ ಹೇಳು ರಾಮ. ಆ ಪೆಟ್ಟಿಗೆಯಲ್ಲಿ ಏನಿದೆ?’ ಕೇಳಿದ ರಾಜ ಗುರು.

‘ಪತ್ನಿಯ ಆಭರಣ, ಹಣ, ಬೆಲೆ ಬಾಳುವ ವಸ್ತುಗಳು ಅದರಲ್ಲಿವೆ. ಅದನ್ನು ಮುಚ್ಚಿಟ್ಟಿದ್ದೆ. ಆದರೂ, ನಿಮ್ಮ ಸೂಕ್ಷ್ಮ ಕಣ್ಣುಗಳಿಗೆ ಅದು ಕಾಣಿಸಿಬಿಟ್ಟಿದೆ’ ಎಂದ ರಾಮ.

‘ಅದನ್ನು ಸರಿಯಾಗಿ ಮುಚ್ಚಿಡಬಹುದಿತ್ತು. ಅದು ಮನೆ ಮೇಲೆ ಇದ್ದರೂ, ನಿನ್ನ ಮನೆಯ ಭಾಗವಾದ್ದರಿಂದ ನಾನು ಅದನ್ನು ಪಡೆಯಬಹುದು’ ಎಂದ ರಾಜ ಗುರು.

‘ಒಪ್ಪಂದದಂತೆ ನೀವು ಅದನ್ನು ಮುಟ್ಟಬೇಕು. ಎರಡೂ ಕೈಯಲ್ಲಿ ಹೊತ್ತೊಯ್ಯಬಹುದಾದ ವಸ್ತು ಕೊಡಬೇಕೆಂಬುದು ಶರತ್ತು’ ಎಂದ ರಾಮ.

‘ಒಂದೇ ವಸ್ತು ಸಾಕು’ ಎಂದ ರಾಜ ಗುರು ಮನೆಯೊಳಗೆ ಹೋಗಿ ಮರದ ಏಣಿಯೊಂದನ್ನು ತಂದು ಮಾಡಿಗೆ ಆನಿಸಿ ಇಟ್ಟು ಹತ್ತಲಾರಂಭಿಸಿದ.

‘ದಯವಿಟ್ಟು ಅದನ್ನು ತಂದುಕೊಡಿ. ನನ್ನ ಬೆಲೆ ಬಾಳುವ ವಸ್ತುಗಳನ್ನು ಉಳಿಸಿದ್ದಕ್ಕೆ ನಾನು ನಿಮಗೆ ಕೃತಜ್ಞನಾಗಿರಬೇಕು’ ಎಂದ ರಾಮ.

‘ಬೆಳೆ ಬಾಳುವ ವಸ್ತುಗಳನ್ನು ಉಳಿಸಿದೆನೇ? ಅದನ್ನು ಉಳಿಸಿಕೊಳ್ಳಲು ಬಿಡುತ್ತೇನೆ ಎಂದು ನೀನೇಕೆ ಅಂದುಕೊಂಡಿರುವೆ?’ ಕೇಳಿದ ರಾಜ ಗುರು.

‘ಶರತ್ತಿನಂತೆ ಗೆದ್ದವ ತನ್ನ ಎರಡೂ ಕೈನಿಂದ ಸಾಗಿಸಬಹುದಾದ ಒಂದು

ವಸ್ತುವನ್ನು ಕೊಂಡೊಯ್ಯಬಹುದು. ನೀವು ಏಣಿಯನ್ನು ಈಗಾಗಲೇ ಹೊತ್ತು ತಂದಿರಿ' ಎಂದು ನಗೆಯಾಡಿದ ರಾಮ.

ರಾಜ ಗುರುವಿಗೆ ಉಸಿರೆತ್ತಲೂ ಆಗದಷ್ಟು ಆಶ್ಚರ್ಯ.

ಜೀವನ ಪಾಠ

ಬಹುಮಾನ ಪಡೆಯಲು ಮುನ್ನುಗ್ಗಬೇಡಿ. ಆತುರ ಬೇಡ. ಮಾಡಿಕೊಂಡ ಒಪ್ಪಂದವನ್ನು ನೆನೆಸಿಕೊಳ್ಳಿ. ನಿಧಾನವಾಗಿ, ಸ್ವಾಭಾವಿಕ ವರ್ತನೆ ಇರಲಿ. ಆತುರ ಇಡೀ ಸ್ಪರ್ಧೆಯನ್ನೇ ಹಾಳುಗೆಡವುವ ಸಾಧ್ಯತೆ ಇರುತ್ತದೆ.

ಹಿತನುಡಿ

- ಪದದ ಪ್ರಾಮುಖ್ಯತೆ ಇರುವುದು ನೀವು ಅದನ್ನು ಹೇಗೆ ಅರ್ಥೈಸುತ್ತೀರಿ ಎಂಬುದರಲ್ಲಿ. ತಪ್ಪು ಮತ್ತು ಸರಿ ಪದಗಳ ನಡುವೆ ಅಗಾಧ ವ್ಯತ್ಯಾಸವಿದೆ.
- ಪದದ ಸೂಕ್ತ ಬಳಕೆ ಅತ್ಯಗತ್ಯ.

ನುಡಿಮುತ್ತು

ಬೇಜವಾಬ್ದಾರಿ ಪದ ಸಂಘರ್ಷಕ್ಕೆ ಕಾರಣ. ಕೆಟ್ಟ ಪದವೊಂದು ಜೀವನವನ್ನೇ ಹಾಳುಗೆಡವಬಲ್ಲದು. ಕಹಿ ಪದ ದ್ವೇಷಕ್ಕೆ ಕಾರಣ ಆಗಬಹುದು. ಕ್ರೂರ ಪದ ನಗುವನ್ನು ಅಳಿಸಿಹಾಕಬಲ್ಲದು. ಘನತೆಯ ಪದ ದಾರಿಯನ್ನು ಸುಗಮಗೊಳಿಸುತ್ತದೆ. ಸಂತಸ ಸೃಷ್ಟಿಸಬಲ್ಲ ಪದ ದಿನವನ್ನು ಬೆಳಗಿಸಬಲ್ಲದು. ಪದಗಳು ಜೀವನವನ್ನು ಸಂತಸದಾಯಕ ವಾಗಿಸಬಲ್ಲವು.

- ಅನಾಮಿಕ

ಚತುರಮತಿ

ವಿಜಯನಗರದ ರಾಜಧಾನಿ ಹಂಪೆಯಲ್ಲಿ ಒಮ್ಮೆ ಕಳವು ಪ್ರಕರಣಗಳು ಹೆಚ್ಚಿದವು. ಮಹಾಪ್ರಧಾನ ತಿಮ್ಮರಸು ಹಾಗೂ ಕಾರ್ಯಕರ್ತ (ಮುಖ್ಯ ಕಾರ್ಯದರ್ಶಿ) ನನ್ನ ಕರೆಸಿದ ರಾಜ, 'ಕಳ್ಳರಿಗೆ ಸಾರ್ವಜನಿಕವಾಗಿ 500 ಚಾಟಿಯೇಟು ನೀಡಬೇಕು' ಎಂದು ಕಠಿಣ ಆದೇಶ ಹೊರಡಿಸಿದ.

ಕಳವು ಮಾಡುತ್ತಿದ್ದ ಗುಂಪೊಂದು ರಾಜಭಟರ ಕೈಗೆ ಸಿಕ್ಕಿಕೊಂಡಿತು. ಅವರನ್ನು ರಾಜನ ಎದುರು ಹಾಜರುಪಡಿಸಲಾಯಿತು. ಎಲ್ಲರಿಗೂ 500 ಛಡಿಯೇಟು ಬಾರಿಸಲು ರಾಜ ಆದೇಶಿಸಿದ.

ಸೈನಿಕರು ಇನ್ನೇನು ಚಾಟಿ ಎತ್ತಬೇಕು ಎನ್ನುವಷ್ಟರಲ್ಲಿ ಕಳ್ಳನೊಬ್ಬನಿಗೆ ರಾಜನ ಹಿಂಭಾಗದಲ್ಲಿ ಅಭಯಹಸ್ತ ತೋರಿಸುತ್ತಿದ್ದ ವೆಂಕಟೇಶ್ವರನ ಚಿತ್ರ ಕಾಣಿಸಿತು. ಆತ ಹೇಳಿದ, 'ಮಹಾಪ್ರಭು, ಪ್ರಭು ವೆಂಕಟೇಶ್ವರನ ಚಿತ್ರ ನಿಮ್ಮ ಹಿಂದಿದ್ದರೂ ನೀವು ಇಷ್ಟು ಕಠಿಣ ಶಿಕ್ಷೆ ನೀಡಬಹುದೇ?'

ಇದನ್ನು ಕೇಳಿದ ದೊರೆ ಕ್ಷಣಕಾಲ ಸುಮ್ಮನಾದ. ಆದರೆ ಆಸ್ಥಾನದಲ್ಲಿದ್ದ ತೆನಾಲಿ ರಾಮ ಹೇಳಿದ, 'ಅದರಿಂದಾಗಿಯೇ ದೊರೆ 500 ಛಡಿಯೇಟು ನೀಡುತ್ತಿರುವುದು. ದೇವರು ಹೇಳುತ್ತಿರುವುದು ಕನಿಷ್ಠ 5 ಎಂದು' ಎಂದ.

ಆಸ್ಥಾನದಲ್ಲಿ ಇದ್ದವರೆಲ್ಲ ನಗೆಯಾಡಿದರು. ಕಳ್ಳರು ರಾಮನ ಉತ್ತರದಿಂದ ದಿಗ್ಮೂಢರಾದರು.

ಜೀವನ ಪಾಠ

ತನಗೆ ಕ್ಷಮೆ ನೀಡಬೇಕೆಂದು ಕೇಳುವ ಹಕ್ಕು ಅಪರಾಧಿಗಿದೆ. ಆದರೆ, ನ್ಯಾಯಾಧೀಶನಿಗೆ ಅಪರಾಧಕ್ಕೆ ಸೂಕ್ತವಾದ ಶಿಕ್ಷೆ ನೀಡುವ ಅಧಿಕಾರ ಇದೆ. ಕುತಂತ್ರದ ಬೋನಿಗೆ ಬೀಳುವುದರಿಂದ, ಸಮಸ್ಯೆ ಇನ್ನಷ್ಟು ಬಿಗಡಾಯಿಸುತ್ತದೆ.

ಹಿತನುಡಿ

- ಅಪರಾಧಿ ತಪ್ಪಿಸಿಕೊಳ್ಳಲು ಬಿಡಬಾರದು.
- ಶಿಕ್ಷೆ ಅಪರಾಧಿ ತನ್ನ ತಪ್ಪು ತಿದ್ದಿಕೊಳ್ಳಲು ನೀಡುವಂತದ್ದು. ಶಿಕ್ಷೆಯ ಭಯದಿಂದ ಅಪರಾಧ ಪ್ರವೃತ್ತಿ ಕಡಿಮೆ ಆಗುತ್ತದೆ.

ನುಡಿಮುತ್ತು

ಶಿಕ್ಷೆಯು ಮನಸ್ಸಿಗೆ ತಾಗದಿದ್ದರೆ, ಅಪರಾಧಿ ಇನ್ನಷ್ಟು ಕಠಿಣನಾಗುತ್ತಾನೆ.

- ಜಾನ್ ಲಾಕ್

ಸುಳ್ಳು ಹೇಳದವರಿಲ್ಲ

ಒಂದು ದಿನ ದೊರೆ ಮತ್ತು ರಾಮ ಉಭಯ ಕುಶಲೋಪರಿಯಲ್ಲಿ ತೊಡಗಿದ್ದರು. ರಾಮ ಹೇಳಿದ, 'ಮಹಾಪ್ರಭು, ಸುಳ್ಳು ಹೇಳುವುದು ಮಾನವ ಸಹಜ ಪ್ರವೃತ್ತಿ. ಅವಕಾಶ ಸಿಕ್ಕಿದಾಗ ಮನುಷ್ಯರು ಸುಳ್ಳು ಹೇಳುತ್ತಾರೆ' ಎಂದ.

'ಇದೇನು ಹೇಳುತ್ತಿದ್ದೀ ರಾಮ? ನಾನು ಎಂದೂ ಸುಳ್ಳು ಹೇಳಿಲ್ಲ. ಸುಳ್ಳು ಹೇಳದ ಅಸಂಖ್ಯ ಜನರಿದ್ದಾರೆ' ಎಂದ ದೊರೆ.

'ಸುಳ್ಳು ಹೇಳದವರು ಇಲ್ಲ ಮಹಾಪ್ರಭು. ಒಂದಲ್ಲ ಒಂದು ಸಂದರ್ಭದಲ್ಲಿ ಸುಳ್ಳು ಹೇಳಿರುತ್ತಾರೆ' ಎಂದ ರಾಮ.

'ಸರಿ. ಇದನ್ನು ಸಾಬೀತುಪಡಿಸು. ನಿನಗೆ ಸೂಕ್ತ ಬಹುಮಾನ ನೀಡುತ್ತೇನೆ' ಎಂದ ದೊರೆ.

ಆರು ತಿಂಗಳು ಕಳೆಯಿತು. ರಾಮ ಮನೆ ನಿರ್ಮಾಣದಲ್ಲಿ ತೊಡಗಿಕೊಂಡ. ಗೋಡೆಯೊಂದಕ್ಕೆ ದೊಡ್ಡ ಕನ್ನಡಿಯನ್ನು ಅಳವಡಿಸಿದ. ಮನೆ ಕಾಮಗಾರಿ ಪೂರ್ಣಗೊಂಡಿತು. ಋಷಿಯ ವೇಷ

ಧರಿಸಿದ ರಾಮ, ರಾಜನ ಆಸ್ಥಾನಕ್ಕೆ ಹೋದ. 'ನಗರದಲ್ಲಿ ತಾನೊಂದು ಮನೆ ಕಟ್ಟಿಸಿದ್ದು, ಅಲ್ಲಿ ನಿರಂತರವಾಗಿ ಪ್ರಾರ್ಥಿಸುತ್ತೇನೆ. ದೇವರು ನನ್ನ ಭಕ್ತಿಗೆ ಮೆಚ್ಚಿದ್ದು ಮನೆಯ ಕೊಠಡಿಯೊಂದರಲ್ಲಿ ಈವರೆಗೆ ಒಂದೂ ಸುಳ್ಳು ಹೇಳದವರಿಗೆ ಕಾಣಿಸಿಕೊಳ್ಳುತ್ತಾನೆ. ನೀವು ಆಗಮಿಸಿ, ದೇವರನ್ನು ಕಾಣಬಹುದು ಎಂದು ಆಹ್ವಾನಿಸಿದ.

ರಾಜನಿಗೆ ಋಷಿಯ ಮನೆಗೆ ಹೋಗಬೇಕೆಂದು ಆಸೆ ಆಯಿತು. ಆದರೆ, ಅದಕ್ಕೆ ಮೊದಲು ಅಲ್ಲಸಾನಿ ಪೆದ್ದಣ್ಣನನ್ನು ಕಳುಹಿಸಿದ. ಮನೆಯನ್ನು ಮೆಚ್ಚಿದ ಪೆದ್ದಣ್ಣ, ಕೊಠಡಿಯಲ್ಲಿದ್ದ ಕನ್ನಡಿಯಲ್ಲಿ ಕಂಡಿದ್ದು ತನ್ನದೇ ಪ್ರತಿಬಿಂಬ. ಋಷಿ ಹೇಳಿದಂತೆ ಆತನಿಗೆ ದೇವರು ಕಾಣಿಸಲಿಲ್ಲ. ಆದರೆ, ಸತ್ಯವನ್ನು ಹೇಳಲು ಹೆದರಿ, ತಾನು ದೇವರನ್ನು ಕಂಡಿದ್ದಾಗಿ ದೊರೆಗೆ ಸುಳ್ಳು ಹೇಳಿದ.

ದೊರೆಗೆ ನಂಬಿಕೆ ಬರಲಿಲ್ಲ. ನಂದಿ ತಿಮ್ಮಣ್ಣನನ್ನು ಕಳಿಸಿದ. ಕನ್ನಡಿಯಲ್ಲಿ ದೇವರು ಕಾಣದಿದ್ದರೂ, ಹೆದರಿ ಆತನೂ ಸುಳ್ಳು ಹೇಳಿದ.

'ನನ್ನ ಇಬ್ಬರು ಆಸ್ಥಾನಿಕರು ದೇವರನ್ನು ಕಂಡಿರುವುದರಿಂದ ಋಷಿ ಹೇಳಿದ್ದು ಸತ್ಯ ಎನಿಸುತ್ತದೆ. ನಾನೇ ಹೋಗಿ ಸತ್ಯವೇನು ಎಂದು ಕಾಣುತ್ತೇನೆ' ಎಂದುಕೊಂಡ ದೊರೆ ರಾಮನ ಮನೆಗೆ ಹೋದ.

ಕೊಠಡಿಯ ಕನ್ನಡಿಯಲ್ಲಿ ಆತನಿಗೆ ಕಂಡದ್ದು ತನ್ನದೇ ಪ್ರತಿಬಿಂಬ. 'ಋಷಿಯ ಪ್ರಕಾರ ಎಂದೂ ಸುಳ್ಳು ಹೇಳದವರಿಗೆ ದೇವರು ಕಾಣಿಸುತ್ತಾನೆ. ನನಗೆ ಕಾಣದೆ ಇದ್ದರೆ, ನಾನು ಸುಳ್ಳು ಹೇಳಿದ್ದೇನೆ ಎಂದಾಗುತ್ತದೆ' ಎಂದು ಆಲೋಚಿಸಿ, ಋಷಿಯ ಬಳಿ ಹೋಗಿ ತಾನು ದೇವರನ್ನು ಕಂಡಿದ್ದಾಗಿ ಹೇಳಿದ.

ಋಷಿ ಕೇಳಿದ, 'ಮಹಾರಾಜ, ನೀವು ಕಂಡಿದ್ದು ದೇವರನ್ನೇ ಎಂದು ಖಾತ್ರಿ ಇದೆಯೇ?'

'ಹೌದು, ನಾನು ದೇವರನ್ನು ಕಂಡೆ' ಎಂದ ದೊರೆ.

'ಕೊಠಡಿಯ ಕನ್ನಡಿಯಲ್ಲಿ ದೇವರನ್ನು ಕಂಡಿರಾ' ಎಂದು ಮತ್ತೆ ಪ್ರಶ್ನಿಸಿದ.

ಸಿಟ್ಟಿಗೆದ್ದ ರಾಜ, 'ನೀನು ಋಷಿ ಆಗಿಲ್ಲದ ಪಕ್ಷದಲ್ಲಿ ನನ್ನನ್ನು ಸಂಶಯಿಸಿದಕ್ಕಾಗಿ ಶಿಕ್ಷೆ ಅನುಭವಿಸುತ್ತಿದ್ದೆ' ಎಂದ.

ತನ್ನ ಗಡ್ಡ, ಮಾರುವೇಷ ತೆಗೆದ ಋಷಿ ದೊರೆಗೆ ಹೇಳಿದ, 'ಮಹಾಪ್ರಭು,

ನೀವು ಎಂದೂ ಸುಳ್ಳು ಹೇಳುವುದಿಲ್ಲ ಎಂದಿದ್ದಿರಿ. ನಿಮ್ಮ ಆಸ್ಥಾನಿಕರು ಸುಳ್ಳು ಹೇಳಿದರು. ನೀವು ಮಾಡಿದ್ದೂ ಅದನ್ನೇ. ಎಲ್ಲರೂ ಒಂದಲ್ಲ ಒಂದು ಸುಳ್ಳು ಹೇಳಿರುತ್ತಾರೆ ಎಂಬ ಮಾತನ್ನು ನೀವು ಒಪ್ಪಬೇಕು' ಎಂದ ರಾಮ.

ದೊರೆ ರಾಮನ ಮಾತನ್ನು ಒಪ್ಪಿದ.

ಜೀವನ ಪಾಠ

ಫ್ರಾನ್ಸಿಸ್ ಬೇಕನ್ ತನ್ನ ಲೇಖನದಲ್ಲಿ ಪಿಲಾತನನ್ನು ಕೇಳುತ್ತಾನೆ. 'ಸತ್ಯ ಎಂದರೇನು?' ಆದರೆ, ಯಾವುದೇ ಉತ್ತರ ನಿರೀಕ್ಷಿಸುವುದಿಲ್ಲ. ಸತ್ಯ-ಸುಳ್ಳು ನಮ್ಮೊಂದಿಗೆ ಎಂದಿನಿಂದಲೂ ಇವೆ. ಮನುಷ್ಯನಲ್ಲಿ ಸಾಮರ್ಥ್ಯ, ದೋಷ ಇರುವುದು ಸಹಜ. ದೋಷ ಇಲ್ಲ ಎನ್ನುವುದು ಸರಿಯಲ್ಲ. ಈ ದೌರ್ಬಲ್ಯ ಮೀರುವುದು ನಮ್ಮ ಗುರಿಯಾಗಬೇಕು.

ಹಿತನುಡಿ

- ದೋಷ ಇಲ್ಲದವರು ಯಾರೂ ಇಲ್ಲದ ಕಾರಣ, ಅದನ್ನು ಒಪ್ಪಿಕೊಳ್ಳಬೇಕು. ತರ್ಕದ ಸಮಕ್ಷಮದಲ್ಲಿ ಪೂರ್ವಾಗ್ರಹಗಳು ಉಳಿಯುವುದಿಲ್ಲ.
- ಪೂರ್ವಾಗ್ರಹಗಳು ಸಮರ್ಥಿಸಿಕೊಳ್ಳಲಾಗದ ಅಭಿಪ್ರಾಯಗಳು. ಅವನ್ನು ತಡಮಾಡದೆ ತೊರೆಯಬೇಕು.

ನುಡಿಮುತ್ತು

ಪೂರ್ವಾಗ್ರಹದ ವಿರುದ್ಧದ ಹೋರಾಟ ನೆರಳಿನೊಡನೆ ಗುದ್ದಾಟ ವಿದ್ದಂತೆ. ಗುದ್ದಾಡುವವ ಸುಸ್ತಾಗುತ್ತಾನೆ. ಪೂರ್ವಾಗ್ರಹಕ್ಕೆ ಯಾವುದೇ ಧಕ್ಕೆ ಉಂಟಾಗದು.

-ಚಾರ್ಲ್ಸ್ ಮೈಲ್ಡ್‌ಮೇ

ಅಸಾಧ್ಯ ಬುದ್ಧಿವಂತ

ಕೃಷ್ಣದೇವರಾಯನ ಸಮಕಾಲೀನ ದಿಲ್ಲಿಯ ಬಾಬರ್ (ಜಹೀರುದ್ದೀನ್ ಮುಹಮ್ಮದ್ ಜಲಾಲುದ್ದೀನ್ ಬಾಬರ್) ಭಾರತದಲ್ಲಿ ಮೊಗಲ್ ಸಾಮ್ರಾಜ್ಯಕ್ಕೆ ಅಸ್ತಿಭಾರ ಹಾಕಿದವ.

ತೆನಾಲಿ ರಾಮನ ಖ್ಯಾತಿ ಬಗ್ಗೆ ತಿಳಿದ ಬಾಬರ್ ಆತನನ್ನು ಕಾಣಬೇಕೆಂಬ

ಅಭಿಲಾಷೆ ವ್ಯಕ್ತಪಡಿಸಿದ. ರಾಜನ ಅನುಮತಿ ಪಡೆದು ರಾಮ ದಿಲ್ಲಿಗೆ ಹೋದ. ಆತನಿಗೆ ಉಳಿದುಕೊಳ್ಳಲು ಭರ್ಜರಿ ವ್ಯವಸ್ಥೆ ಮಾಡಲಾಯಿತು.

ರಾಮ ಮಾರನೇ ದಿನ ಆಸ್ಥಾನಕ್ಕೆ ಭೇಟಿ ನೀಡುವುದೆಂದು ನಿರ್ಧಾರವಾಯಿತು. ಅಂದು ನಡೆದ ಸಭೆಯಲ್ಲಿ ಸಾಮ್ರಾಟ್ ಬಾಬರ್ ಹೇಳಿದ, 'ತೆನಾಲಿ ರಾಮ ಅತ್ಯುತ್ತಮ ಹಾಸ್ಯಗಾರ ಎಂದು ಕೇಳಿದ್ದೇನೆ. ನಾಳೆ ಆತ ಆಸ್ಥಾನಕ್ಕೆ ಭೇಟಿ ನೀಡುವವನಿದ್ದಾನೆ. ಆತ ಯಾವುದೇ ನಗೆಚಟಾಕಿ ಹಾರಿಸಲಿ, ಅದಕ್ಕೆ ಯಾರೂ ನಗಬಾರದು. ಆತ ಹೇಗೆ ನಗಿಸುತ್ತಾನೆ ಹಾಗೂ ಬಹುಮಾನ ಗಿಟ್ಟಿಸುತ್ತಾನೆ ಎಂಬುದನ್ನು ನೋಡೋಣ' ಎಂದು ವಿವರಿಸಿದ.

ಮಾರನೆ ದಿನ ರಾಮ ಆಸ್ಥಾನದಲ್ಲಿ ಹಾಜರಾದ. ಆತನ ಯಾವುದೇ ಕತೆ, ನಗೆ ಚಾಟಿಕೆಗೆ ದೊರೆ ಇಲ್ಲವೇ ಸಭಾಸದರು ಪ್ರತಿಕ್ರಿಯೆ ನೀಡಲಿಲ್ಲ. ಇದು 15 ದಿನ ನಡೆಯಿತು. ರಾಮ ಅಂದು ದರ್ಬಾರಿಗೆ ಹೋಗಲಿಲ್ಲ. ಬಾಬರ್ ಎಲ್ಲಿಗೆ ಹೋಗುತ್ತಾನೆ ಎಂದು ಆತನನ್ನು ಹಿಂಬಾಲಿಸಿ ತಿಳಿದುಕೊಂಡ. ಪ್ರಧಾನಿ ಜತೆ ಯಮುನೆಯ ತೀರದಲ್ಲಿ ಪ್ರತಿ ಮುಂಜಾನೆ ವಾಯುವಿಹಾರಕ್ಕೆ ಹೋಗುತ್ತಾನೆ ಎಂದು ರಾಮನಿಗೆ ಗೊತ್ತಾಯಿತು. ಆತ ಆಗ ಬಡಜನರಿಗೆ ನೆರವು ನೀಡುತ್ತಾನೆ ಎಂಬುದನ್ನೂ ಕಂಡುಕೊಂಡ. ರಾಮನ ಮನಸ್ಸಿನಲ್ಲಿ ಯೋಜನೆಯೊಂದು ರೂಪುಗೊಂಡಿತು.

ಅಂದು ಬೆಳಗ್ಗೆ ವೃದ್ಧನ ವೇಷ ಧರಿಸಿದ ರಾಮ, ಮಾವಿನ ಸಸಿ ಹಾಗೂ ಗುದ್ದಲಿ ಹಿಡಿದುಕೊಂಡು ದೊರೆಗಾಗಿ ಯಮುನೆಯ ತೀರದಲ್ಲಿ ಕಾಯಲಾರಂಭಿಸಿದ. ದೊರೆ ಬರುತ್ತಿರುವುದನ್ನು ಗಮನಿಸಿ, ಸಸಿ ನೆಡಲು ಗುಂಡಿ ತೋಡಲಾರಂಭಿಸಿದ. ಹತ್ತಿರ ಬಂದ ದೊರೆ ಕೇಳಿದ, 'ನೀನೇನು ಮಾಡುತ್ತಿದ್ದೀ ಎಂದು ಕೇಳಬಹುದೇ?'

'ಇದೊಂದು ಉತ್ತಮ ತಳಿ ಮಾವು. ಇದನ್ನು ನೆಡುತ್ತಿದ್ದೇನೆ' ಎಂದ ರಾಮ.

'ನೀನು ಈಗಾಗಲೇ ವೃದ್ಧನಾಗಿರುವೆ. ಈ ವಯಸ್ಸಿನಲ್ಲಿ ಸಸಿ ನೆಡಲು ಏಕೆ ಶ್ರಮ ಪಡುತ್ತಿರುವೆ?' ಎಂದು ಪ್ರಶ್ನಿಸಿದ ಬಾಬರ್.

'ಮಹಾಪ್ರಭು, ನನ್ನ ಪೂರ್ವಿಕರು ನೆಟ್ಟ ಮರಗಳಿಂದ ನಾನು ಹಣ್ಣು ತಿಂದಿರುವೆ. ಈ ಗಿಡದ ಹಣ್ಣುಗಳನ್ನು ಮುಂದಿನ ಜನಾಂಗದವರು ತಿನ್ನುತ್ತಾರೆ. ನನಗಾಗಿ ಅಲ್ಲ, ಮುಂದಿನ ತಲೆಮಾರಿಗಾಗಿ ಈ ಕೆಲಸ' ಎಂದ ವೃದ್ಧ.

ವೃದ್ಧನ ಮಾತಿನಿಂದ ಖುಷಿಯಾದ ದೊರೆ, ಆತನಿಗೆ ಚಿನ್ನದ ನಾಣ್ಯಗಳ ಚೀಲ ಕೊಟ್ಟ. ಚೀಲವನ್ನು ಪಡೆದುಕೊಂಡ ವೃದ್ಧ ಹೇಳಿದ, 'ಮಹಾಪ್ರಭು, ಜನರಿಗೆ ಅವರ

ಶ್ರಮದ ಫಲ ಕೆಲಕಾಲಾನಂತರ ಸಿಗುತ್ತದೆ. ಆದರೆ, ನನಗೆ ಶೀಘ್ರವಾಗಿ ಫಲ ನೀಡಿರುವಿರಿ. ಬೇರೆಯವರಿಗೆ ನೆರವಾಗಬೇಕೆಂಬ ನನ್ನ ಯೋಚನೆಯಿಂದ ನನಗೆ ಲಾಭವಾಗಿದೆ' ಎಂದು ಧನ್ಯವಾದ ಅರ್ಪಿಸಿದ.

'ನಿನ್ನ ಯೋಚನಾಧಾಟಿ ನನಗೆ ಇಷ್ಟವಾಗಿದೆ. ನೀನೊಬ್ಬ ಮಾನವೀಯ ವ್ಯಕ್ತಿ. ತೆಗೆದುಕೋ. ಈ ವರಹಫ ಚೀಲವನ್ನು' ಎಂದ ಬಾಬರ್.

'ಮಹಾಪ್ರಭು, ಮರ ವರ್ಷಕ್ಕೊಮ್ಮೆ ಹಣ್ಣು ಬಿಡುತ್ತದೆ. ಆದರೆ, ನನ್ನ ಶ್ರಮ ಎರಡು ಬಾರಿ ಫಲ ನೀಡಿದೆ. ನಾನು ಅಭಾರಿಯಾಗಿದ್ದೇನೆ' ಎಂದ.

'ನಿನ್ನ ಆಲೋಚನೆ ಶ್ರೇಷ್ಠತೆಯ ಪ್ರತೀಕವಾಗಿವೆ. ನಿನ್ನ ಮಾತು ನನಗೆ ಸಂತಸ ತಂದಿದೆ' ಎಂದ ಬಾಬರ್ ಇನ್ನೊಂದು ವರಹಗಳ ಚೀಲವನ್ನು ವೃದ್ಧನಿಗೆ ಕೊಟ್ಟ.

ಬಾಬರ್ ಜತೆ ಇದ್ದ ಪ್ರಧಾನಿ ದೊರೆಯ ಕಿವಿಯಲ್ಲಿ ಪಿಸುಗುಟ್ಟಿದ, 'ಮಹಾಪ್ರಭು, ಈತ ಚಾಣಾಕ್ಷನಂತೆ ಕಾಣುತ್ತಾನೆ. ಇಲ್ಲೇ ನಿಂತರೆ, ಇಡೀ ರಾಜ್ಯದ ಐಶ್ವರ್ಯ ಇವನ ಪಾಲಾಗುವ ಸಾಧ್ಯತೆ ಇದೆ.'

ಇದನ್ನು ಕೇಳಿದ ಬಾಬರ್ ಜೋರಾಗಿ ನಕ್ಕು, ಅಲ್ಲಿಂದ ಹೊರಟ. ಆಗ ವೃದ್ಧ ಹೇಳಿದ, 'ಮಹಾಪ್ರಭು, ಇತ್ತ ಕಡೆ ತಿರುಗಿ, ನನ್ನನ್ನೊಮ್ಮೆ ನೋಡುವಿರಾ?'

ದೊರೆ ತಿರುಗಿ ನೋಡಿದರೆ, ಗಡ್ಡ ಕೈಯಲ್ಲಿ ಹಿಡಿದುಕೊಂಡಿದ್ದ ತೆನಾಲಿರಾಮನನ್ನು ಕಂಡ. ಜೋರಾಗಿ ನಕ್ಕು ಹೇಳಿದ, 'ರಾಮ, ನಿನ್ನ ಜಾಣತನಕ್ಕೆ ನಾನು ಬೆರಗಾಗಿದ್ದೇನೆ. ನಿಜವಾಗಿಯೂ ನೀನು ಅಸಾಧ್ಯ ಬುದ್ಧಿವಂತ. ಪ್ರಾಜ್ಞ'

ಮಾರನೆಯ ದಿನ ಬಾಬರ್, ರಾಮನನ್ನು ಸನ್ಮಾನಿಸಿ ವಿಜಯನಗರಕ್ಕೆ ಕಳಿಸಿಕೊಟ್ಟ. ದಿಲ್ಲಿಯಲ್ಲಿ ರಾಮನ ಸಾಧನೆ ಕೇಳಿ, ದೊರೆ ಕೃಷ್ಣದೇವರಾಯ ಸಂತಸಗೊಂಡ.

ಜೀವನ ಪಾಠ

ಅನ್ವೇಷಕ ಪ್ರವೃತ್ತಿ, ಅನಿರೀಕ್ಷಿತವಾದದ್ದನ್ನೂ ಎದುರಿಸಲು ಯೋಜನೆ, ಅತಿ ಸೂಕ್ಷ್ಮ ಯೋಜನೆ ರೂಪುಗೊಳಿಸಿ ನಿರ್ವಹಿಸುವುದು- ಪ್ರಬಲ ಎದುರಾಳಿ ವಿರುದ್ಧ ಹೋರಾಡಲು ಬೇಕಾಗುತ್ತದೆ.

ಹಿತನುಡಿ

- ಬರಿದೇ ಪ್ರತಿಷ್ಠೆ ನಾಶಕ್ಕೆ ಕಾರಣ. ಸೌಜನ್ಯದಿಂದ ಜಯ ಖಂಡಿತ.
- ಸರಳತೆ, ನಮ್ರತೆ, ನಿಗರ್ವ ಶ್ರೇಷ್ಠತೆಯ ಕುರುಹು.
- ನಮ್ರತೆ, ನಿಗರ್ವ, ಸಚ್ಚಾರಿತ್ರ್ಯದ ಆಧಾರಸ್ತಂಭ ಇದ್ದಂತೆ.
- ನಮ್ರ, ನಿಗರ್ವಿ ಮನುಷ್ಯ ಹಣ್ಣು ತುಂಬಿದ ಮರವಿದ್ದಂತೆ.

ನುಡಿಮುತ್ತು

ನಮ್ರ, ನಿಗರ್ವಿ ಮನುಷ್ಯನನ್ನು ಯಾರೂ ತಳ್ಳಿಹಾಕಲು ಸಾಧ್ಯವಿಲ್ಲ.

- ಉತ್ತರಾಧ್ಯಯನ ಸೂತ್ರ

ಮೋಸಕ್ಕೆ ಶಾಸ್ತಿ

ಒಂದು ದಿನ ದೊರೆ ಆಸ್ಥಾನದಲ್ಲಿದ್ದಾಗ ಗುಣಶೇಖರನೆಂಬ ಶ್ರೀಮಂತ ದೊಡ್ಡ ಪೆಟ್ಟಿಗೆಯೊಂದಿಗೆ ಅಲ್ಲಿಗೆ ಆಗಮಿಸಿದ.

'ಮಹಾರಾಜ, ನಾನು ತೀರ್ಥಯಾತ್ರೆಗೆ ಹೋಗುತ್ತಿದ್ದೇನೆ. ಆ ಪೆಟ್ಟಿಗೆಯಲ್ಲಿ ನನ್ನೆಲ್ಲ ಆಸ್ತಿ ಇದೆ. ತಾವು ಇದನ್ನು ಕಾಪಿಟ್ಟುಕೊಂಡು, ನಾನು ವಾಪಸಾದ ನಂತರ ಕೊಡಬೇಕಾಗಿ ಪ್ರಾರ್ಥನೆ' ಎಂದ.

ದೊರೆ ಇದಕ್ಕೆ ಒಪ್ಪಿದ. ಖಜಾನೆ ತುಂಬಿದ್ದು ಪೆಟ್ಟಿಗೆ ಇಡಲು ಸ್ಥಳಾವಕಾಶ ಇಲ್ಲ ಎಂದು ಕೋಶಾಧಿಕಾರಿ ಹೇಳಿದ್ದರಿಂದ, ಪೆಟ್ಟಿಗೆಯನ್ನು ರಾಮನ ಸುಪರ್ದಿಗೆ ಒಪ್ಪಿಸಲಾಯಿತು.

ಒಂದು ತಿಂಗಳು ಕಳೆಯಿತು. ಗುಣಶೇಖರ ಯಾತ್ರೆಯಿಂದ ವಾಪಸಾಗಿ, ಪೆಟ್ಟಿಗೆ ಕೊಡಬೇಕೆಂದು ಕೇಳಿದ. ರಾಜ ಪೆಟ್ಟಿಗೆಯನ್ನು ತರಬೇಕೆಂದು ರಾಮನಿಗೆ ಆದೇಶಿಸಿದ. ರಾಮ ಮನೆಗೆ ಹೋದ.

ಮನೆಯಲ್ಲಿ ಇಟ್ಟಿದ್ದ ಪೆಟ್ಟಿಗೆಯನ್ನು ಎತ್ತಿದಾಗ ರಾಮನಿಗೆ ಆಘಾತವಾಯಿತು. ಪೆಟ್ಟಿಗೆ ಮೊದಲಿನಷ್ಟು ತೂಕ ಇರಲಿಲ್ಲ. ವ್ಯಾಪಾರಿ ರಾಜನಿಗೆ ಮೋಸ ಮಾಡಲು ತಂತ್ರ ಹೂಡಿದ್ದಾನೆ ಎಂದು ರಾಮನಿಗೆ ಗೊತ್ತಾಯಿತು.

ಪೆಟ್ಟಿಗೆಯನ್ನು ಸೂಕ್ಷ್ಮವಾಗಿ ಪರಿಶೀಲಿಸಿದ ರಾಮ ಆಸ್ಥಾನಕ್ಕೆ ಹೋಗಿ ಹೆದರುತ್ತಲೇ ಹೇಳಿದ, 'ಮಹಾಪ್ರಭು, ವ್ಯಾಪಾರಿಯ ಪೂರ್ವಜರು ನನ್ನ ಮನೆಗೆ ನುಗ್ಗಿದ್ದಾರೆ. ಪೆಟ್ಟಿಗೆ ಇಲ್ಲಿಗೆ ತರಲು ಬಿಡುತ್ತಿಲ್ಲ' ಎಂದ.

ಸಿಟ್ಟಿಗೆದ್ದ ವ್ಯಾಪಾರಿ ಹೇಳಿದ, 'ಮಹಾಪ್ರಭು, ಈತ ಕೆಡುಕ, ನನ್ನ ಪೂರ್ವಜರ ಆಸ್ತಿಯನ್ನು ನುಂಗಲು ಯತ್ನಿಸುತ್ತಿದ್ದಾನೆ'.

ರಾಜ ಹೇಳಿದ, 'ರಾಮ ನಾವೆಲ್ಲ ನಿನ್ನ ಮನೆಗೆ ಬರುತ್ತಿದ್ದೇವೆ. ನೀನು ಸುಳ್ಳು ಹೇಳಿದ್ದಲ್ಲಿ, ನಿನಗೆ ಶಿಕ್ಷೆ ಖಚಿತ' ಎಂದ.

ರಾಜ, ಗುಣಶೇಖರ ಹಾಗೂ ಕೆಲ ಆಸ್ಥಾನಿಗರು ರಾಮನ ಮನೆಗೆ ಬಂದರು. ರಾಮ ಪೆಟ್ಟಿಗೆ ಇಟ್ಟಿದ್ದ ಕೋಣೆಗೆ ಎಲ್ಲರನ್ನೂ ಕರೆದೊಯ್ದ. ಪೆಟ್ಟಿಗೆಯಿಂದ ಭಾರಿ ಸಂಖ್ಯೆಯಲ್ಲಿ ಇರುವೆಗಳು ಹೊರಹೋಗುತ್ತಿರುವುದನ್ನು ಎಲ್ಲರೂ ಕಂಡರು. ಪೆಟ್ಟಿಗೆಯನ್ನು ತೆರೆಯಬೇಕೆಂದು ರಾಜ ಸೇವಕರಿಗೆ ಆದೇಶಿಸಿದ. ನೋಡಿದರೆ, ಪೆಟ್ಟಿಗೆಯಲ್ಲಿ ಬೆಲ್ಲ ಇದ್ದುದು ಕಂಡುಬಂದಿತು. ಅರ್ಧದಷ್ಟು ಬೆಲ್ಲವನ್ನು ಇರುವೆಗಳು ಅಷ್ಟರಲ್ಲೇ ಸಾಗಿಸಿದ್ದವು. ಗುಣಶೇಖರ ಮೋಸ ಮಾಡಲು ಯತ್ನಿಸಿದ್ದ ಎಂಬುದು ರಾಜನ ಅರಿವಿಗೆ ಬಂದಿತು.

ಆತನಿಗೆ ಶಿಕ್ಷೆ ಆಯಿತು.

ಜೀವನ ಪಾಠ

ಪರಿಸರವನ್ನು ಸೂಕ್ಷ್ಮವಾಗಿ ಪರಿಶೀಲಿಸಬೇಕು. ಬಹುತೇಕರು ಸಣ್ಣ ವಿಷಯಗಳನ್ನು ನಿರ್ಲಕ್ಷಿಸುತ್ತಾರೆ. ಇಂಥ ವಿಷಯಗಳೇ ಸೂಕ್ತ ನಿರ್ಧಾರಕ್ಕೆ ಬರಲು ನೆರವಾಗುತ್ತವೆ.

ಹಿತನುಡಿ

- ಯಾವುದನ್ನೇ ಆಗಲಿ, ಒಮ್ಮೆಲೇ ನಂಬಿಬಿಡಬಾರದು. ಪ್ರಶ್ನಿಸುವುದನ್ನು ಕಲಿಯಬೇಕು.
- ಪ್ರಶ್ನಿಸದೆ ನಂಬಬೇಡಿ. ಜಿಜ್ಞಾಸೆ ಬುದ್ಧಿವಂತಿಕೆಯ ಲಕ್ಷಣ.

ನುಡಿಮುತ್ತು

ಯಾವುದಾದರೊಂದನ್ನು ನಂಬಿ ಬಿಡುವುದು ಜಗತ್ತಿನ ಸಮಸ್ಯೆಗಳಲ್ಲೊಂದು. ನಮ್ಮ ಅಭಿಪ್ರಾಯಗಳನ್ನು ಸಂಶಯ ಇಟ್ಟುಕೊಂಡೇ ಅಭಿವ್ಯಕ್ತಿಗೊಳಿಸಬೇಕು.

-ಬರ್ಟ್ರಾಂಡ್ ರಸೆಲ್

ಆಗುವುದೆಲ್ಲ ಒಳ್ಳೆಯದಕ್ಕೆ

ಹಂಪೆಯ ಹೊರಭಾಗದ ಹಳ್ಳಿಯಲ್ಲಿ ವಾಸಿಸುತ್ತಿದ್ದ ತೆನಾಲಿ ರಾಮನ ಸ್ನೇಹಿತ ಹನುಮಂತ ರಾವ್ ಎಲ್ಲರಿಗೂ ಪ್ರಿಯ ವ್ಯಕ್ತಿಯಾಗಿದ್ದ.

ಆತನ ಮಗ ದೂರದ ಊರಿನಲ್ಲಿ ವ್ಯಾಸಂಗ ಮಾಡುತ್ತಿದ್ದ. ಗ್ರಾಮಸ್ಥರು ಆತ ವಾಪಸು ಬರುವುದಿಲ್ಲ ಎಂದು ಸಂಶಯಪಡುತ್ತಿದ್ದರು. ಇದನ್ನು ಕೇಳಿ ಕೇಳಿ ಹನುಮಂತರಾವ್‌ಗೂ ಅದೇ ರೀತಿ ಅಭಿಪ್ರಾಯ ಬಂದಿತು. ಆದರೆ, ತೆನಾಲಿ ರಾಮ ಮಾತ್ರ ಹೇಳುತ್ತಿದ್ದುದು, 'ಎಲ್ಲ ಆಗುವುದೂ ಒಳ್ಳೆಯದಕ್ಕೇ'

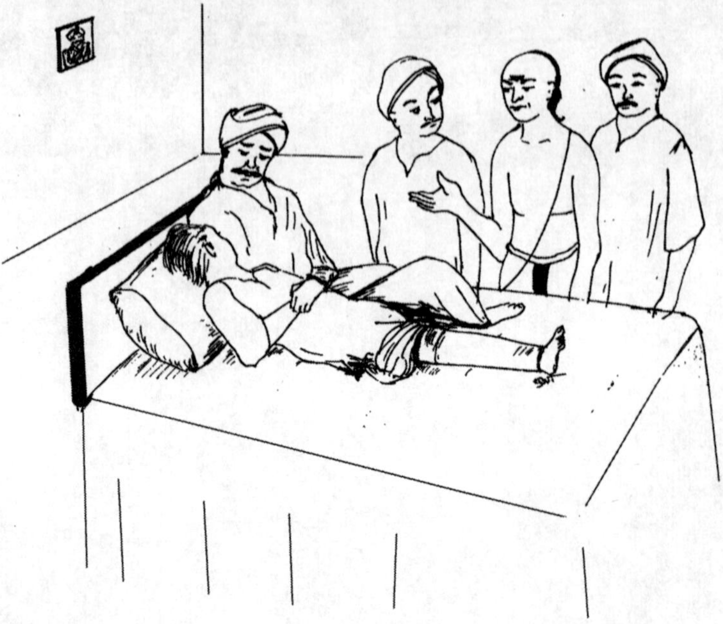

ಹೀಗೆ ಹೇಳಿದಾಗಲೆಲ್ಲ ಹನುಮಂತರಾಯನಿಗೆ ಸಿಟ್ಟು ಬರುತ್ತಿತ್ತು. ಬರಿದೇ ಹೀಗೆ ಹೇಳುವ ಬದಲು, ಕಾರಣ ಕೊಡು ಎನ್ನುತ್ತಿದ್ದ. ಸೂಕ್ತ ಕಾಲ ಬಂದಾಗ ಹೇಳುತ್ತೇನೆ ಎಂದು ರಾಮ ಸಮಾಧಾನ ಮಾಡುತ್ತಿದ್ದ.

ಕೆಲದಿನಗಳ ಬಳಿಕ ಹನುಮಂತ ರಾಯನ ಮಗ ಊರಿಗೆ ಬಂದ. ಗ್ರಾಮಸ್ಥರೆಲ್ಲ ಆತನನ್ನು ಕಂಡು, ಶುಭಾಶಯ ಹೇಳಿದರು. ತೆನಾಲಿ ರಾಮ ಹೇಳಿದ್ದು 'ಆದದ್ದೆಲ್ಲ ಒಳಿತೇ ಆಯಿತು'.

ಕೆಲದಿನ ಕಳೆಯಿತು. ಕುದುರೆ ಸವಾರಿ ಮಾಡುತ್ತಿದ್ದ ಹನುಮಂತರಾಯನ ಮಗ ಕೆಳಗೆ ಬಿದ್ದು ಕಾಲು ಮುರಿದುಕೊಂಡ. ಗ್ರಾಮಸ್ಥರೆಲ್ಲ ಬಂದು ಸಮಾಧಾನ ಹೇಳಿದರು. ತೆನಾಲಿ ರಾಮ ಬಂದು, 'ಆದದ್ದೆಲ್ಲ ಒಳ್ಳೆಯದಕ್ಕೆ' ಎಂದ. ಮಗ ಕಾಲು ಮುರಿದುಕೊಂಡು ನರಳುತ್ತಿರುವಾಗ ಈ ಮಾತು ಕೇಳಿ ಹನುಮಂತರಾಯ ಸಿಟ್ಟಾದ. ಗ್ರಾಮಸ್ಥರೂ ಆಶ್ಚರ್ಯಪಟ್ಟರು.

ಕೆಲದಿನಗಳ ಬಳಿಕ ಗ್ರಾಮಕ್ಕೆ ಬಂದ ದಂಡನಾಯಕ, ಯುವಕರನ್ನು ಸೇನೆಗೆ ದಾಖಲು ಮಾಡಿಕೊಳ್ಳಲಾರಂಭಿಸಿದ. ಬಹಮನಿ ಅರಸರ ದಾಳಿ ತಡೆಯಲು ಯುವಕರನ್ನು ಸೇನೆಗೆ ಸೇರಿಸಿಕೊಳ್ಳಲಾಗುತ್ತಿತ್ತು. ಅಧಿಕಾರಿಗಳು ಹನುಮಂತರಾಯನ ಮನೆಗೆ ಬಂದಾಗ, ಆತನ ಮಗ ಕಾಲು ಮುರಿದುಕೊಂಡಿದ್ದನ್ನು ಕಂಡು ಅವನನ್ನು ಸೇನೆಗೆ ಸೇರಿಸಿಕೊಳ್ಳಲಿಲ್ಲ.

ಹಳ್ಳಿಯ ಯುವಕರೆಲ್ಲ ಯುದ್ಧಕ್ಕೆ ಹೋಗಬೇಕಾಗಿ ಬಂದಿತು. ಗ್ರಾಮಸ್ಥರೆಲ್ಲ ಹನುಮಂತರಾಯನ ಅದೃಷ್ಟವನ್ನು ಹೊಗಳಿದರು. ತೆನಾಲಿ ರಾಮ ಆಗಲೂ ಹೇಳಿದ್ದು 'ಆದದ್ದೆಲ್ಲ ಒಳ್ಳೆಯದಕ್ಕೆ'

ಹನುಮಂತರಾಯನಿಗೆ ರಾಮನ ಮಾತಿನ ಅರ್ಥ ಗೊತ್ತಾಯಿತು. ಮಗ ಕಾಲು ಮುರಿದುಕೊಂಡಿದ್ದರಿಂದಲೇ ತನ್ನ ಬಳಿ ಉಳಿದ. ರಾಮ ಇದನ್ನೇ ಹೇಳಿದ್ದ ಎಂದು ಗೊತ್ತಾಯಿತು.

ಜೀವನ ಪಾಠ

ಎಲ್ಲ ಮನುಷ್ಯನ ಬದುಕಿನಲ್ಲೂ ಏಳುಬೀಳುಗಳಿರುತ್ತವೆ. ಆದರೆ, ಎಲ್ಲವೂ ಪೂರ್ವನಿಶ್ಚಿತವಾಗಿರುತ್ತವೆ. 'ಎಲ್ಲವೂ ನಿನ್ನ ಮೇಲೆಯೇ ನಿರ್ಧರಿತವಾಗಿರುವಂತೆ ಕೆಲಸ ಮಾಡು. ಎಲ್ಲವೂ ಪರಮಾತ್ಮನ ಮೇಲೆ ನಿರ್ಧರಿತವಾಗಿರುವಂತೆ ಪ್ರಾರ್ಥಿಸು' ಎಂಬ ಮಾತು ಪ್ರಸ್ತುತ.

ಹಿತನುಡಿ

- ಜೀವನವೆಂಬುದು ನಿರಂತರ ಕಲಿಕೆಯ ಶಾಲೆ. ಯೋಜನೆ ಮತ್ತು ಉತ್ತಮ ಕೆಲಸದ ಮೂಲಕ ಉತ್ತಮವಾದುದನ್ನು ಸಾಧಿಸಬಹುದು.
- ಎಲ್ಲ ಮನುಷ್ಯರ ಬದುಕೂ ದೇವ ಯೋಜಿಸಿದಂತೆ ನಡೆಯುತ್ತದೆ. ಅದರದೇ ವೇಗ, ದಿಕ್ಕು ಹಾಗೂ ಆಶಯದಂತೆ.
- ಬದುಕು ಎಂದರೆ ಪಡೆಯುವುದು-ಹೊಂದುವುದು ಮಾತ್ರವಲ್ಲ, ಇರುವುದು-ಒಂದಾಗುವುದು ಕೂಡ.
- ಪ್ರಕೃತಿ ಮತ್ತು ಜೀವನದ ನಿಯಮಗಳನ್ನು ಬದಲಿಸಲಾಗದು, ಒಪ್ಪಿಕೊಳ್ಳಬೇಕು ಮಾತ್ರ.
- ಪ್ರಕೃತಿಯ ಯಜಮಾನಿಕೆ ಸಾಧ್ಯವಿಲ್ಲ, ಅನುಸರಣೆ ಸಾಧ್ಯ

ನುಡಿಮುತ್ತು

ಪ್ರಕೃತಿ ಸಾಮರ್ಥ್ಯವನ್ನು ಸೃಷ್ಟಿಸುತ್ತದೆ. ಅದೃಷ್ಟ ಅವಕಾಶವನ್ನು ನೀಡುತ್ತದೆ.

-ಅನಾಮಿಕ

ರಾಮನಿಗೆ ವಿದಾಯ

ಹೀಗೊಂದು ಮುಂಜಾವು ತನ್ನ ಉದ್ಯಾನದಲ್ಲಿ ಅಡ್ಡಾಡುತ್ತಿದ್ದ ರಾಮನಿಗೆ ವಿಷದ ಹಾವು ಕಚ್ಚಿತು. ವಿಷ ಕ್ಷಣ ಮಾತ್ರದಲ್ಲಿ ದೇಹವಿಡೀ ವ್ಯಾಪಿಸಿತು. ಶ್ರೇಷ್ಠ ವೈದ್ಯರು ಔಷಧ ನೀಡಿದರೂ, ಪ್ರಯೋಜನವಾಗಲಿಲ್ಲ. ರಾಮ ದೊರೆಯನ್ನು ನೋಡ ಬೇಕೆಂದು ಆಸೆ ಪಟ್ಟು, ದೂತನನ್ನು ಆಸ್ಥಾನಕ್ಕೆ ಕಳುಹಿಸಿದ.

ರಾಮ ಹಾವು ಕಚ್ಚಿ, ಮರಣಶಯ್ಯೆಯಲ್ಲಿ ಇದ್ದಾನೆ ಎಂಬ ದೂತನ ಮಾತನ್ನು ದೊರೆ ನಂಬಲಿಲ್ಲ. ರಾಮ ಯಾವುದೋ ಹುನ್ನಾರ ನಡೆಸಿದ್ದಾನೆ ಎಂದು ಭಾವಿಸಿದ ದೊರೆ, 'ಆತನ ಚೇಷ್ಟೆಗಳನ್ನು ನಾನು ನಂಬುವುದಿಲ್ಲ. ಎದ್ದು ಆಸ್ಥಾನಕ್ಕೆ ಬರಬೇಕೆಂದು ಹೇಳು' ಎಂದು ಹೇಳಿಕಳಿಸಿದ. ದೂತ ಎಷ್ಟು ಹೇಳಿದರೂ, ದೊರೆ ನಂಬಲೇ ಇಲ್ಲ.

ತನ್ನ ಮಾತನ್ನು ದೊರೆ ನಂಬಲಿಲ್ಲ ಎಂಬ ಮಾತು ಕೇಳಿ ರಾಮ ಅತ್ತುಬಿಟ್ಟ. 'ಇದೆಂಥ ದುರಂತ. ವಿದೂಷಕನನ್ನು ಯಾರೂ ನಂಬುವುದಿಲ್ಲ. ನನ್ನ ಮರಣ ತಿಳಿದ

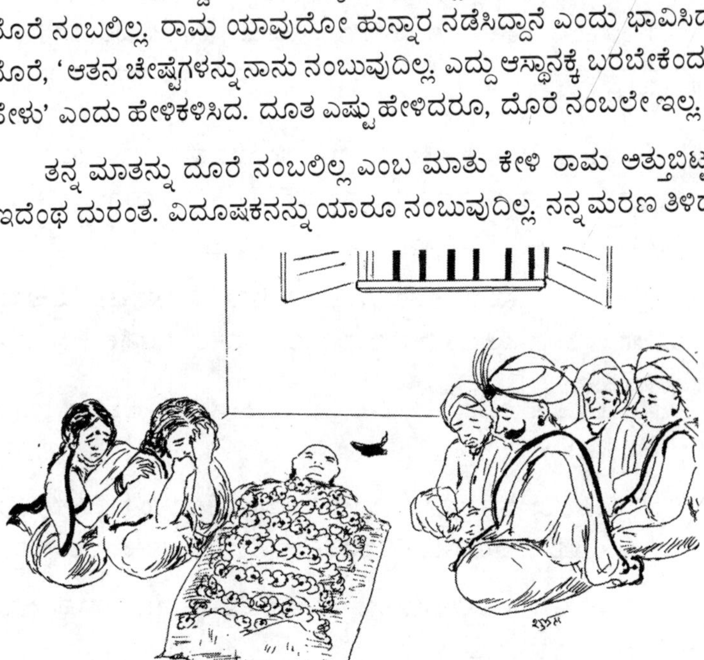

ಬಳಿಕ ದೊರೆ ಬೇಸರಪಟ್ಟುಕೊಳ್ಳುತ್ತಾನೆ. ನಾನು ನನ್ನ ಜೀವನವಿಡೀ ರಾಜನ ಸೇವೆಯನ್ನು ಪ್ರಾಮಾಣಿಕವಾಗಿ ಮಾಡಿದ್ದೇನೆ. ತುಂಬು ತೃಪ್ತಿಯಿಂದ ಪ್ರಾಣ ಬಿಡುತ್ತೇನೆ' ಎಂದವನೇ ನಗುನಗುತ್ತಲೇ ಪ್ರಾಣಬಿಟ್ಟ.

ದೂತ ಹೋದ ಬಳಿಕ ರಾಯನಿಗೆ ಏಕೋ ಸಂಶಯ ಬಂತು. ಆತ ನಿಜ ಹೇಳುತ್ತಿದ್ದಾನೆ ಎನ್ನಿಸಿ, ರಾಮನ ಮನೆಗೆ ಬಂದ. ಅಷ್ಟರಲ್ಲಿ ರಾಮ ಮರಣ ಹೊಂದಿದ್ದ. ಆತನ ಶವದ ಸುತ್ತ ಕುಟುಂಬದವರೆಲ್ಲ ರೋದಿಸುತ್ತಿದ್ದರು. ದೊರೆ ರಾಮ ಸತ್ತಿದ್ದಾನೆ ಎಂಬುದನ್ನು ನಂಬಲಿಲ್ಲ. ಜೋರಾಗಿ ರೋದಿಸುತ್ತ ಹೇಳಿದ 'ರಾಮ, ಎದ್ದೇಳು. ನೀನು ಇಷ್ಟು ಬೇಗ ನಮ್ಮನ್ನು ಬಿಟ್ಟು ಹೋಗಬಾರದು. ದಯವಿಟ್ಟು ಎದ್ದೇಳು'. ಆಸ್ಥಾನಿಗರು ಸಮಾಧಾನಪಡಿಸಲು ನಡೆಸಿದ ಯತ್ನ ಫಲ ಕೊಡಲಿಲ್ಲ. ಕೊನೆಗೆ ರಾಜನನ್ನು ಬಲವಂತವಾಗಿ ಅರಮನೆಗೆ ಕರೆದೊಯ್ಯಲಾಯಿತು. ಶೋಕಾಚರಣೆ ಘೋಷಿಸಲಾಯಿತು.ಮರುದಿನ ಸಕಲ ರಾಜ ವೈಭವವೊಂದಿಗೆ ಶವಯಾತ್ರೆ ನಡೆಯಿತು. ಜನ ದುಃಖದಿಂದ ರಾಮನನ್ನು ಬೀಳ್ಕೊಟ್ಟರು. ಚಿತೆಯಿಂದ ಎದ್ದ ಹೊಗೆ ಆಕಾಶದಲ್ಲಿ ಲೀನವಾಯಿತು. ಇದನ್ನು ಕಂಡ ರಾಜ ಹೇಳಿದ, 'ವಿಕಟಕವಿ ನಮ್ಮನ್ನು ಒಂಟಿಯಾಗಿಸಿ ಹೋದ. ಅವನಂಥವರು ಇನ್ನೆಂದೂ ಬರಲಾರ'.

ಜೀವನ ಪಾಠ

'ತೋಳ ಬಂತು ತೋಳ' ಎಂದು ಕೂಗುವವರನ್ನು ಜನ ನಂಬದೆ ಇರುವ ಸಾಧ್ಯತೆ ಇದೆ. ವಿಶ್ವಾಸಾರ್ಹತೆ ನಷ್ಟವಾಗುತ್ತದೆ. ತೋಳ ನಿಜವಾಗಿಯೂ ಬಂದಾಗ, ಯಾರೂ ನೆರವಿಗೆ ಬರುವುದಿಲ್ಲ.

ತನ್ನ ಕೆಲಸವನ್ನು ತೃಪ್ತಿಕರವಾಗಿ ಮುಗಿಸಿದವರಿಗೆ ಸಿಗುವ ಆತ್ಮತೃಪ್ತಿ ಅಮೂಲ್ಯ ವಾದದ್ದು. ಅಂಥ ತೃಪ್ತಿಯನ್ನು ಅನುಭವಿಸಲು ಸಮಯ ಇಲ್ಲವೇ ಅವಕಾಶ ಸಿಗದೆ ಇರಬಹುದು.

ಹಿತನುಡಿ

- ಕೆಲವರು ಹುಟ್ಟುತ್ತಲೇ ಶ್ರೇಷ್ಠರಾಗಿರುತ್ತಾರೆ. ಕೆಲವರು ಕಷ್ಟಪಟ್ಟು ಶ್ರೇಷ್ಠತೆಯನ್ನು ಸಾಧಿಸುತ್ತಾರೆ. ಕೆಲವರ ಮೇಲೆ ಶ್ರೇಷ್ಠತೆಯನ್ನು ಹೇರಲಾಗುತ್ತದೆ.
- ಜಗತ್ತು ಶ್ರೇಷ್ಠ ವ್ಯಕ್ತಿಗಳಿಲ್ಲದೆ ಇರಲಾರದು. ಅಂಥವರ ಸಾವು ಅಪಾರ ನಷ್ಟಕ್ಕೆ ಕಾರಣವಾಗುತ್ತದೆ.

(Also available in Hindi)

Author: Vishal Goyal
Format: Paperback
Language: English
Pages: 228

FIX YOUR PROBLEMS
– The Tenali Raman Way

Tenali Raman was a court jester, an intelligent advisor and one of the ashtadiggajas (elephants serving as pillars and taking care of all the eight sides) in the Bhuvana Vijayam (Royal Court) of the famed Emperor of Vijayanagar Empire (City of Joy) in Karnataka – Sri Krishna Deva Raya (1509-1529), the model ruler par excellence to Ashoka, Samudra Gupta and Harsha Vardhana. Tenali Raman was an embodiment of acute wit and humour and an admirable poet of knowledge, shrewdness and ingenuity. In a short span, the legacy left behind by Tenali Raman attained eternity. All these qualities of Tenali Raman have been fully explored and displayed in this collection of vibrant fables and anecdotes.

The book is a marvellous treasury of legends of Tenali Raman and Emperor Raya which evokes a long lost, never-never land: an enchanted world of alert wits and tricky gossips; crafty crooks with biting tongues, valiant brigands and an assorted cluster of uncommon common people.

MANAGE YOUR PROBLEMS
– The Gopal Bhand Way

Gopal Bhand, the barber, was the chief jester at the Rajbari (Royal Court) of Raja Krishna Chandra Rai, the famous Emperor of Krishnanagar (Nadia), West Bengal during the 18th century. Gopal was a genius and is included in the genre of Birbal and Tenali Raman. Countless stories of his exploits where he outwits other fellow courtiers and men are narrated in Bengal and Bangladesh even to this day.

The stories of the book are short with a heady mix of wit, comedy, funny description and wonderful characterisations dusted with Gopal's inimitable sprinklings of humor which provoke one to think beyond the seemingly simple things. The book offers tales of wise men and their battles of wit during the medieval royal Bengal; stories of knotty problems with ingenious solutions and mind fertilizing anecdotes which not only inform, advise, enthuse, inspire and amuse but impart specific and terse wise lessons appropriate to the issues at point to 'Manage the Problems' neatly.

It's a fascinating assortment of entertaining anecdotal short stories guaranteed to hold the reader till the last page.

Author: Vishal Goyal
Format: Paperback
Language: English
Pages: 264

visit our online bookstore: **www.vspublishers.com**